AF766096

മനുഷ്യന്റെ ബഹിരാകാശയാത്രയും
ബഹിരാകാശത്തിലെ
വാസഗൃഹങ്ങളും

Manushyante Bahirakashayathrayum
Bahirakashathile Vasagrihangalum
Study

A J Kuriyan Aliyattukudi

CHINTHA PUBLISHERS
Thiruvananthapuram

First Edition
April 2023

Published & Typesetting
Chintha Publishers, Thiruvananthapuram

Printed at
Time Offset Printers, Thiruvananthapuram

Cover Design
Vinod Mangoes

ISBN : 978-93-94753-88-4

CO - 3247 / 6415

Email: chinthapublishers@gmail.com
Website: www.chinthapublishers.com

A version is available at National Libraries
Kolkata, Mumbai, Chennai and Delhi

Distribution
DESHABHIMANI BOOKHOUSE
H O Thiruvananthapuram 695035

Branch
Head Office Kunnukuzhi • Statue Thiruvananthapuram
KSRTC Bus Terminal Thampanoor • Saphalyam Complex Thiruvananthapuram
KSRTC Bus Station Alappuzha • KSRTC Bus Station Ernakulam
Machingal Lane Thrissur • IG Road Kozhikode
Mavoor Road Kozhikode • NGO Union Building Kannur
Central Bus Terminal Complex Thavakkara Kannur

മനുഷ്യന്റെ ബഹിരാകാശയാത്രയും ബഹിരാകാശത്തിലെ വാസഗൃഹങ്ങളും

എ ജെ കുരിയൻ ആലിയാട്ടുകുടി

ചിന്ത പബ്ലിഷേഴ്സ്
തിരുവനന്തപുരം-695 035
വില : ₹ 230

എ ജെ കുരിയൻ ആലിയാട്ടുകുടി

1962 ൽ അദ്ധ്യാപകനായി ജോലിയിൽ പ്രവേശിച്ചു. 1963 മുതൽ 1969 (Retired Senior ISRO Scientist) വരെ ഡിഫൻസ് ഡിപ്പാർട്ട്മെന്റിൽ, ഓർഡിനൻസ് ഫാക്ടറിയിൽ കെമിക്കൽ സൂപ്പർവൈസറായിരുന്നു. 1969 മുതൽ 2002 വരെ ഐ എസ് ആർ ഒയിൽ, വിക്രം സാരാഭായ് സ്പേസ് സെന്ററിൽ സോളിഡ് പ്രൊപ്പല്ലന്റ് വികസന മേഖലയിൽ പ്രവർത്തിച്ചിരുന്നു. സയന്റിസ്റ്റ് എസ് ജി ഗ്രേഡിൽ റിട്ടയർ ചെയ്തു. റിട്ടയർമെന്റിനുശേഷം വിക്രം സാരാഭായി സ്പേസ് സെന്ററിൽ രണ്ടു വർഷത്തോളം ഇസ്രോ ഇൻ ഡക്ഷൻ ട്രെയിനിങ് പ്രോഗ്രാം കോർഡിനേറ്ററായും അതി നുശേഷം അഞ്ചര വർഷം പൂനെ യൂണിവേഴ്സിറ്റിയിൽ ഐ എസ് ആർ ഒയുടെ ബയോഹൈഡ്രോകാർബൺ പ്രോജ ക്ടിൽ വിസിറ്റിങ് സയന്റിസ്റ്റായും ജോലി ചെയ്തിരുന്നു. പോളിമെർ കെമിസ്ട്രിയിൽ പോസ്റ്റ് ഗ്രാജുവേറ്റ് ആണ്. ജോർദാൻ, ഇസ്രായേൽ, യു എസ് എ, ഈജിപ്ത്, യു കെ എന്നീ രാജ്യങ്ങൾ സന്ദർശിച്ചിട്ടുണ്ട്.

കൃതികൾ: *Thetokos, Theotokos, ദൈവ ജനനി കന്യക മറിയം, ചന്ദ്രയാൻ–1, മംഗൾയാൻ, ചന്ദ്രയാൻ –2 ഒരു താരതമ്യ പഠനം.*

മേൽവിലാസം : A J Kurian
Aaliyattukudy, NIRA -13
Iringole P O
Perumbavoor
pin 683548
ഫോൺ : 8547811049, 9544790738

ഉള്ളടക്കം

അനുബന്ധം

പ്രസാധകക്കുറിപ്പ്

ബഹിരാകാശ യാത്രയുടെ ചരിത്രമെന്നത് സാങ്കേതിക വിദ്യയുടെ വികാസത്തിന്റെ ചരിത്രം മാത്രമല്ല മനുഷ്യ രാശിയുടെ വികസന ചരിത്രത്തിന്റെ തന്നെ ഒരേടായിരുന്നു. ഭൂമിക്കു ചുറ്റുമുള്ള ഭ്രമണപഥത്തിൽ കൃത്രിമ ഉപഗ്രഹ ങ്ങളെ സ്ഥാപിക്കൽ, ചാന്ദ്ര പര്യവേഷണങ്ങൾ എന്നു തുടങ്ങി ബഹിരാകാശ വാസഗൃഹങ്ങളുടെ നിർമ്മാണം വരെ ആധുനിക മനുഷ്യൻ എത്തി നിൽക്കുന്നു.

മനുഷ്യന്റെ ബഹിരാകാശ യാത്രയുടെ ചരിത്രം മുതൽ ബഹിരാകാശത്തിലെ വാസഗൃഹങ്ങളെ വരെ അതിവിപു ലമായ തലത്തിൽ പരിചയപ്പെടുത്തുന്ന ഈ ഗ്രന്ഥം രചി ച്ചിരിക്കുന്നത് വിക്രം സാരാഭായ് സ്പെയ്സ് സെന്ററിലെ സീനിയർ സയന്റിസ്റ്റായിരുന്ന എ ജെ കുര്യൻ ആലിയാട്ടു കുടിയാണ്. വിജ്ഞാനപ്രദമായ ഈ ഗ്രന്ഥം വായന ക്കാർക്കായി സമർപ്പിക്കുന്നു

ചിന്ത പബ്ലിഷേഴ്സ്

ആമുഖം

ആദിമ മനുഷ്യർ വനാന്തരങ്ങളിലും ഗുഹകളിലും പാർത്തിരുന്നു. പില്ക്കാലത്ത് ക്രമേണ ജലവാഹനങ്ങളും മോട്ടോർ വാഹനങ്ങളും നിർമ്മിച്ച് ജലോപരിതലത്തിലും ഭൂമിയുടെ പ്രതലത്തിലും ആധിപത്യം സ്ഥാപിച്ചു. എന്നാൽ പക്ഷികളെപ്പോലെ ആകാശത്തിലേക്കു പറന്നുയരാൻ മനുഷ്യമനസ്സ് വ്യാമോഹിച്ചുകൊണ്ടിരുന്നു. ബലൂണുകളുടെയും ഗ്ലൈഡറുകളുടെയും സഹായത്തോടെ ആകാശത്തിൽ ഉയർന്നു നില്ക്കാനും കുറെ ദൂരം സഞ്ചരിക്കാനുമൊക്കെ പതിനെട്ടാം നൂറ്റാണ്ടിന്റെ അവസാനത്തോടെ മനുഷ്യന് സാധിച്ചു. 1783 നവംബർ 21 ന് മാനവരാശിയുടെ ചരിത്രത്തിൽ ആദ്യമായി മോണ്ട് ഗോൾഫിയർ സഹോദരന്മാർ (Mont Golfier Brothers) എന്ന് അറിയപ്പെട്ടിരുന്ന ഫ്രാൻകോസിസ് പിലാറ്ററേ ഡീ റോസിയറും (Francosis Pilatre de Rozier) ഫ്രാൻകോസിസ് ലോറെന്റും (Francosis Lorent) ചേർന്ന് ഫ്രാൻസിലെ പാരിസ് നഗരത്തിൽവച്ച് സിൽക്കും കടലാസുംകൊണ്ട് നിർമ്മിച്ച, ചൂടുള്ള വായു നിറച്ച ബലൂണിൽ അന്തരീക്ഷത്തിൽ ഉയർന്നു. 1784 ജനുവരി 1 ന് നടത്തിയ രണ്ടാമത്തെ ബലൂൺ വിമാനയാത്രയിൽ (untethered balloon flight) പൈലറ്റ് ഉൾപ്പെടെ 7 പേർ സഞ്ചരിച്ചു. മുകൾ ഭാഗം ആട്ടിൻ തുകൽകൊണ്ട് നിർമ്മിച്ച ബലൂൺ വിമാനത്തിന് 23,000 ക്യൂബിക് മീറ്റർ വ്യാപ്തമുണ്ടായിരുന്നു. അനേകം കാഴ്ചക്കാർ നിർന്നിമേഷരായി ബലൂൺ യാത്ര നിരീക്ഷിച്ചുകൊണ്ടിരുന്നു. ബലൂൺ നിലത്തിറങ്ങിയപ്പോൾ കാഴ്ചക്കാരായിരുന്ന അനേകർ അത്ഭുതസ്തബ്ധരായി നിലത്തു മുട്ടുകുത്തി വണങ്ങി. പില്ക്കാലത്തു ഹൈഡ്രജൻ വാതകമോ കോൾ ഗ്യാസോ നിറച്ച ബലൂണുകളിലും ഗ്ലൈഡറുകളുടെ സഹായത്തോടെയും

അന്തരീക്ഷത്തിലുയരുവാൻ മനുഷ്യന് സാധിച്ചു. എന്നാൽ ബലൂൺ മനുഷ്യസഞ്ചാരയോഗ്യമായ ഒരു സർവ്വസാധാരണ വാഹനമായി പരിണമിച്ചില്ല. അതിനു അതിന്റേതായ പരിമിതികളുണ്ടല്ലോ. ഇക്കാലത്തും ചൂടുള്ള വായു നിറച്ച ബലൂണുകളിൽ ആകാശത്തിൽ ഉയരുന്നത് അമേരിക്കയിലെയും പല യൂറോപ്യൻ രാജ്യങ്ങളിലെയും സമ്പന്നരുടെ ഇടയിലെ ഒരു വിനോദമാണ്. ഇത്തരം ബലൂണുകൾ അനുയോജ്യമായ കാലാവസ്ഥയിൽ 500 അടിമുതൽ 4000 അടിവരെ ഉയരത്തിൽ എത്തുന്നു.

1905 ഏപ്രിൽ 29 ന് ഡാനിയേൽ ജോൺ മലോണി (Daniel John Malony) എന്ന അമേരിക്കക്കാരൻ കാലിഫോർണിയയിൽ സാന്താ ക്ലാര (Santa Clara) കോളേജിന്റെ മുൻവശത്തുവച്ച് 4000 അടി ഉയരത്തിലെത്തിയ ബലൂണിൽനിന്നും ഗ്ലൈഡറിൽ സഞ്ചരിച്ച് ഗ്ലൈഡർ യാത്രയ്ക്ക് പുതിയ റിക്കാർഡ് സൃഷ്ടിച്ചു. 20 മിനിറ്റ് നീണ്ടുനിന്ന ഡാനിയേൽ മലോണിന്റെ ഗ്ലൈഡർ യാത്രയ്ക്ക് കാഴ്ചക്കാരേറെയുണ്ടായിരുന്നു. നിർഭാഗ്യവശാൽ 1905 ജൂലൈ 18 ന് ഗ്ലൈഡർ വീണ്ടും പറത്തുന്നതിനിടയിൽ ഗ്ലൈഡറിന് അപകടം സംഭവിച്ച് നിലത്തുവീഴുകയും അപകടത്തെ തുടർന്ന് ജോൺ മലോണി മരണപ്പെടുകയുമാണുണ്ടായത്. രണ്ടാംലോകമഹാ യുദ്ധക്കാലത്ത് സൈന്യത്തെ വിന്യസിപ്പിക്കുന്നതിന് ഗ്ലൈഡറുകൾ ഉപയോഗപ്പെടുത്തിയിരുന്നു.

1903 ഡിസംബറിൽ ആകാശത്തിൽ യന്ത്രസഹായത്തോടെ ചലിക്കുന്ന വാഹനത്തിൽ സഞ്ചരിച്ചത് റൈറ്റ് സഹോദരന്മാർ (wright brothers) ആയിരുന്നു. കഴിഞ്ഞ നൂറ്റിയിരുപതോളം വർഷങ്ങൾക്കുള്ളിൽ വിമാനങ്ങളുടെ ആയിരക്കണക്കിന് മോഡലുകൾ നിർമ്മിക്കപ്പെട്ടിരിക്കുന്നു. വിമാനയാത്ര സർവ്വസാധാരണമായിരിക്കുന്നു.

1961 ൽ ആദ്യ ബഹിരാകാശ യാത്ര നടത്തിയ യൂറി ഗഗാറിൻ എന്ന റഷ്യൻ വൈമാനികൻ ആദ്യത്തെ കോസ്മോനോട്ട് (ബഹിരാകാശ സഞ്ചാരി) എന്ന പേരിനു അർഹത നേടി. തുടർന്ന് കൂടുതൽ സമയം മനുഷ്യനെ ബഹിരാകാശത്തു സംരക്ഷിക്കുന്നതിന് പറ്റുന്ന വിക്ഷേപണ വാഹനങ്ങളും പേടകങ്ങളും നിർമ്മിക്കുന്നതിൽ അമേരിക്കയും റഷ്യയും ബദ്ധശ്രദ്ധരായിത്തീർന്നു. റഷ്യയുടെ വോസ്റ്റോക്, വോഷ്കോട്, സോയുസ്, അമേരിക്കയുടെ മെർക്കുറി, ജെമിനി, അപ്പോളോ, സ്പേസ് ഷട്ടിൽ എന്നീ പദ്ധതികൾ മനുഷ്യന്റെ ബഹിരാകാശ യാത്രയിൽ പടിപടിയായി നേട്ടങ്ങൾ കൈവരിച്ചു. നാസയുടെ വിജയകരമായ അപ്പോളോ പദ്ധതിയിലൂടെ 1969–72 കാലഘട്ടത്തിൽ മനുഷ്യൻ ചന്ദ്രനിലും ചെന്നെത്തി.

ബഹിരാകാശ യാത്ര ഏറെ പ്രതിസന്ധികൾ നിറഞ്ഞതാണ്. എങ്കിലും റഷ്യയുടെ സല്യൂട്ട്, മിർ, അമേരിക്കയുടെ സ്കൈലാബ്, ചൈനയുടെ

ടൃാങ് ഗോങ്, അമേരിക്കയുടെയും റഷ്യയുടെയും യൂറോപ്യൻ രാഷ്ട്ര ങ്ങളുടെയും സംയുക്ത ശ്രമഫലമായി നിർമ്മിച്ചിരിക്കുന്ന ഇന്റർനാഷ ണൽ സ്പേസ് സ്റ്റേഷൻ (International Space Station) ഇവയിലൂടെ മനുഷ്യൻ ബഹിരാകാശത്തേക്ക് ചേക്കേറിക്കൊണ്ടിരിക്കുകയാണ്. കഴിഞ്ഞ 22 വർഷത്തോളമായി മനുഷ്യനിർമ്മിതമായ ഇന്റർനാഷണൽ സ്പേസ് സ്റ്റേഷൻ എന്ന ബഹിരാകാശ നിലയത്തിൽ (ഗ്രന്ഥകർത്താ വിന്റെ സങ്കല്പത്തിൽ മനുഷ്യന്റെ ബഹിരാകാശത്തിലെ വാസഗൃഹ ത്തിൽ) വിവിധ രാഷ്ട്രങ്ങളിൽനിന്നുള്ള ബഹിരാകാശ സഞ്ചാരികൾ മാറി മാറി താമസിച്ച് ഒരു പുതിയ യുഗത്തിന്റെ അടിത്തറ നിർമ്മിച്ചിരിക്കുന്നു.

വിജ്ഞാനപ്രദവും എന്നാൽ ഏറെ വിസ്മയകരവുമായ ഈ സംഭവപരമ്പരകളെ ലളിതമായി സാമാന്യം ക്രമമനുസരിച്ചു അവതരി പ്പിക്കാൻ ഗ്രന്ഥകർത്താവ് നടത്തിയ പരിശ്രമങ്ങളുടെ പരിണതഫലമാണ് ഈ ചെറിയ ഗ്രന്ഥം. വിദ്യാർത്ഥികൾക്കും വിജ്ഞാനകുതുകികളായ സാധാരണക്കാർക്കും പ്രയോജനപ്പെടുമെന്നുള്ള ധാരണയിൽ കേര ളക്കരയിലും, മറ്റുസംസ്ഥാനങ്ങളിലും, മറുനാടുകളിലും അധിവസിക്കുന്ന മലയാളി സമൂഹത്തിനായി സമർപ്പിക്കുന്നു. ഈ ലഘു ഗ്രന്ഥത്തിന്റെ അവതാരിക എഴുതി അനുഗ്രഹിച്ച പത്മവിഭൂഷൺ ഡോക്ടർ ജി മാധവൻ നായർ ഇന്ത്യൻ സ്പേസ് റിസർച്ച് ഓർഗനൈസേഷന്റെ ചെയർമാൻ സ്ഥാനം അലങ്കരിച്ചിരുന്ന മഹദ് വ്യക്തിയാണ്. സ്വതന്ത്രഭാരതത്തിൽ ബഹിരാകാശ ഗവേഷണ മേഖലയെ വിജയത്തിന്റെ സോപാനങ്ങൾ ഒന്നൊന്നായി കൈപിടിച്ച് ഉയർത്തിയ മഹദ് വ്യക്തിയാണ്. ഇന്ത്യയിൽ പി എസ് എൽ വി, ചന്ദ്രയാൻ 1 വിക്ഷേപണം തുടങ്ങിയ ചരിത്ര വിജയ ങ്ങളുടെ സാരഥി അദ്ദേഹം തന്നെയായിരുന്നു. അദ്ദേഹത്തോടുള്ള ഹൃദയം നിറഞ്ഞ നന്ദി അറിയിക്കുന്നു.

ഈ ഗ്രന്ഥത്തിന്റെ രചനയ്ക്ക് അനല്പമായ പ്രോത്സാഹനം നല്കിയ സമുന്നതനായ വ്യക്തിയാണ് പത്മശ്രീ എം ചന്ദ്രദത്തൻ. അദ്ദേഹം ഐ എസ് ആർ ഒയുടെ മൂന്ന് കേന്ദ്രങ്ങളിൽ ഡയറക്ടർ സ്ഥാനം അലങ്കരിച്ചിരുന്നു. ഇപ്പോൾ കേരള മുഖ്യമന്ത്രിയുടെ സയന്റിഫിക് അഡ്വൈസർ ആണ്. അദ്ദേഹത്തിൽനിന്നും ലഭിച്ച എല്ലാ പ്രോത്സാഹന ങ്ങൾക്കും ഹൃദയം നിറഞ്ഞ നന്ദി രേഖപ്പെടുത്തുന്നു. വിക്കിപീഡിയ ഫൗണ്ടേഷന്റെ കീഴിലുള്ള ഫ്രീ ഓൺലൈൻ എൻസൈക്ലോപീഡിയയിൽ നിന്നും നാസയുടെ ഔദ്യോഗിക സൈറ്റിൽ നിന്നും ധാരാളമായി വിവരങ്ങൾ സമാഹരിച്ചിട്ടുണ്ട്. ഈ രണ്ട് സ്ഥാപനങ്ങളോടുമുള്ള ഹൃദയം നിറഞ്ഞ നന്ദി രേഖപ്പെടുത്തുന്നു.

ഈ ഗ്രന്ഥത്തിന്റെ പ്രസിദ്ധീകരണം ഏറ്റെടുത്തു കഴിയുന്നത്ര വേഗ ത്തിലും ഭംഗിയായും പ്രസിദ്ധീകരണം നടത്തിത്തന്ന *ചിന്ത പബ്ലിഷേഴ്സ്* ജനറൽ മാനേജർ ശ്രീ. കെ ശിവകുമാറിനും എഡിറ്റർ ശ്രീ. കെ എസ്

രഞ്ജിത്തിനോടും കൃത്യനിർവ്വഹണത്തിൽ പങ്കാളികളായിരുന്ന എല്ലാ പ്രവർത്തകർക്കും നന്ദി അറിയിക്കുന്നു.

ഈ ഗ്രന്ഥത്തിന്റെ പ്രസിദ്ധീകരണത്തിന് പ്രത്യക്ഷമായും പരോക്ഷമായും സഹായിച്ചിട്ടുള്ള എല്ലാവരോടും ഹൃദയം നിറഞ്ഞ നന്ദി അറിയിക്കുന്നു.

എ ജെ കുരിയൻ ആലിയാട്ടുകുടി

അവതാരിക

വിജ്ഞാനപ്രദവും വായിക്കാൻ കൗതുകം ഉളവാക്കുന്നതുമായ കൃതി

ജി മാധവൻ നായർ

ബഹിരാകാശ ഗവേഷണം അതിന്റെ എല്ലാ വരമ്പുകളും ഭേദിച്ച് പ്രപഞ്ചത്തിന്റെ അറ്റംവരെ എത്തി എത്തിനോക്കാൻ വെമ്പൽകൊള്ളുന്ന സമയമാണ്. മനുഷ്യരാശിയുടെ തുടക്കം മുതൽതന്നെ മനുഷ്യൻ പ്രപഞ്ച സത്യങ്ങളെപ്പറ്റി അറിയാൻ ആഗ്രഹിക്കുകയും ഓരോ പ്രതി ഭാസവും എപ്രകാരം സംഭവിക്കുന്നുവെന്നു ഗ്രഹിക്കാൻ പരിശ്രമിക്കുക യും പ്രപഞ്ചോല്പത്തിയെക്കുറിച്ചു അത്ഭുതത്തോടെ ചിന്തിക്കുകയും ചെയ്തുകൊണ്ടിരുന്നു. പ്രാചീന സംസ്കാരങ്ങളിൽ പലതും പ്രത്യേ കിച്ചും സിന്ധു നദീതട സംസ്കാരം, നക്ഷത്രങ്ങളെയും ഗ്രഹങ്ങളെയും പറ്റി വളരെയേറെ അറിവ് നേടുകയും അവ ഉപയോഗിച്ച് ജ്യോതിർഗ്ഗോള ങ്ങളുടെ ചലനങ്ങൾ, സൂര്യഗ്രഹണം, ചന്ദ്രഗ്രഹണം തുടങ്ങിയ കാര്യ ങ്ങളെപ്പറ്റി പ്രവചിക്കുകയും ചെയ്തിരുന്നു. ഇത്തരം അറിവുകൾ നഗ്ന നേത്രങ്ങൾകൊണ്ട് കാണാൻ കഴിയുന്ന പ്രതിഭാസങ്ങളെ സൂക്ഷ്മമായി നിരീക്ഷിച്ചുകൊണ്ടു തന്നെ ആയിരുന്നു നേടിയിരുന്നത്. പൗരാണിക ജ്യോതിശാസ്ത്രജ്ഞന്മാർ വളരെ കൃത്യമായി ഗ്രഹങ്ങളുടെ ചലന ങ്ങളും സ്ഥാനങ്ങളും നിർണ്ണയിക്കുകയും പ്രവചിക്കുകയും ചെയ്തിരു ന്നു. പില്ക്കാലത്ത് ദൂരദർശിനിയുടെ കണ്ടുപിടിത്തത്തോടുകൂടി ഗ്രഹ ങ്ങളെയും നക്ഷത്രങ്ങളെയും അടുത്ത് നിരീക്ഷിക്കാൻ കഴിഞ്ഞതുകൊണ്ട് കൂടുതൽ വിവരങ്ങൾ ശേഖരിക്കുവാൻ സാധിച്ചു.

പുതിയ പുതിയ സ്ഥലങ്ങളിൽ എത്തിച്ചേരാനും അവയെപ്പറ്റി പഠി ക്കാനുമുള്ള ആവേശം മനുഷ്യരാശിക്ക് പണ്ടേ ഉണ്ടായിരുന്നു. പതി നഞ്ചാം നൂറ്റാണ്ടിൽ കപ്പലുകൾവഴി സമുദ്രങ്ങൾ താണ്ടി പുതിയ ഭൂഖ ണ്ഡങ്ങളും ദ്വീപുകളും കണ്ടെത്താനും ഇരുപതാം നൂറ്റാണ്ടിന്റെ തുടക്ക ത്തിൽ ആകാശത്തുകൂടി സഞ്ചരിക്കുന്ന വിമാനങ്ങൾ വഴി ഭൂമിയുടെ

ഏതു ഭാഗത്തും കുറഞ്ഞ സമയത്തിൽ എത്താനും കഴിഞ്ഞു. രണ്ടാം ലോക മഹായുദ്ധകാലത്തു ജർമ്മനി ശക്തിയേറിയ V2 റോക്കറ്റുകൾ സഖ്യകക്ഷികൾക്കെതിരെ പ്രയോഗിച്ചു. യുദ്ധാനന്തരം അമേരിക്കയും റഷ്യയും ആണവ ആയുധങ്ങൾവരെ വിന്യസിപ്പിക്കാൻ കഴിവുള്ള റോക്കറ്റുകൾ വികസിപ്പിച്ചെടുത്തു.

ശക്തിയേറിയ റോക്കറ്റുകൾ ഉപയോഗിച്ച് കൃത്രിമ ഉപഗ്രഹങ്ങൾ ഭൂമിക്കു ചുറ്റുമുള്ള ഭ്രമണപഥത്തിൽ എത്തിക്കാൻ കഴിയുമെന്ന് സ്പുട്നിക്, എക്സ്പ്ലോറർ എന്നീ പദ്ധതികളിൽ കൂടി റഷ്യയും അമേരിക്കയും 1957–58 കാലഘട്ടങ്ങളിൽ തെളിയിക്കുകയുണ്ടായി. അതേത്തുടർന്ന് അന്തരീക്ഷത്തിനു മുകളിൽ പറന്നുയർന്ന് ബഹിരാകാശത്തു സഞ്ചരിക്കുകയും അതുവഴി നമ്മുടെ അടുത്തുള്ള ഗ്രഹങ്ങളിൽ എത്തിച്ചേരാനും ഉള്ള ആവേശം മനുഷ്യനിൽ ഉടലെടുത്തു. തുടർന്നുള്ള ഒരു ദശാബ്ദക്കാലത്തിനുള്ളിൽ മനുഷ്യരെ ഭൂമിക്കു ചുറ്റുമുള്ള ഭ്രമണപഥത്തിൽ എത്തിക്കാനും അവരെ സുരക്ഷിതരായി തിരിച്ചുകൊണ്ടുവരാനുമുള്ള സാങ്കേതിക വിദ്യ വികസിപ്പിക്കാൻ കഴിഞ്ഞു. 1969 ൽ ആദ്യമായി മനുഷ്യന് ചന്ദ്രനിൽ കാലുകുത്താൻ കഴിഞ്ഞത് ചരിത്രവിജയം തന്നെയായിരുന്നു. പില്ക്കാലത്ത് റഷ്യയുടെ മിർ, സല്യൂട്ട്, വിവിധ രാഷ്ട്രങ്ങളുടെ സംയുക്ത പരിശ്രമഫലമായി വിക്ഷേപിക്കപ്പെട്ട ഇന്റർനാഷണൽ സ്പേസ് സ്റ്റേഷൻ തുടങ്ങിയ ബഹിരാകാശ പേടകങ്ങൾ മുഖേന മനുഷ്യർക്കു ദീർഘകാലം ബഹിരാകാശത്തു കഴിയാനും അന്തരീക്ഷത്തിന്റെ തടസ്സങ്ങൾ ഇല്ലാതെ പ്രപഞ്ചത്തെപ്പറ്റിയുള്ള നീരിക്ഷണങ്ങൾ നടത്താനും സാധിച്ചു. ഇപ്പോൾ ചന്ദ്രനിലേക്കും ചൊവ്വയിലേക്കും മനുഷ്യരെ എങ്ങനെ എത്തിക്കാൻ സാധിക്കും, അവിടെ മനുഷ്യർക്കു വാസയോഗ്യമായ കോളനികൾ നിർമ്മിക്കാൻ പറ്റുമോ എന്നിവയെപ്പറ്റി ആരായുന്നതിനുള്ള പദ്ധതികൾ ആസൂത്രണം ചെയ്തുവരികയാണ്.

ഭൂമിയുടെ അന്തരീക്ഷത്തിൽ തുടങ്ങി ഭൂമിക്കു ചുറ്റുമുള്ള ഭ്രമണപഥത്തിലും സൗരയൂഥത്തിന്റെ അപ്പുറത്തും ബഹിരാകാശ പേടകങ്ങൾ എത്തിക്കാനുള്ള കഴിവ് നമുക്കു നേടാൻ കഴിഞ്ഞിട്ടുണ്ട്. അമേരിക്ക, റഷ്യ, ചൈന, ഇന്ത്യ, യൂറോപ്യൻ രാജ്യങ്ങൾ എന്നിവയാണ് ഇക്കാര്യത്തിൽ മുൻപിൽ നില്ക്കുന്നത്. ബഹിരാകാശ വാഹനങ്ങളും റോക്കറ്റ് വിക്ഷേപണികളും വികസിപ്പിക്കാനുള്ള സാങ്കേതിക വിദ്യ വളരെ സങ്കീർണ്ണമാണ്. ശ്രീ എ ജെ കുരിയൻ ഗവേഷണ വിദ്യാർത്ഥിയുടെ ആവേശത്തോടുകൂടി ഈ കാര്യങ്ങൾ പഠിക്കുകയും അത് വളരെ വസ്തുതാപരമായും കൃത്യമായും മലയാളത്തിൽ പ്രതിപാദിക്കുകയും ചെയ്തിരിക്കുന്നു എന്നുള്ളത് വളരെ വലിയ ഒരു നേട്ടം തന്നെയാണ്. അദ്ദേഹത്തിന്റെ ഔദ്യോഗിക ജീവിതം ഒരു അദ്ധ്യാപകനിൽ തുടങ്ങി സ്ഫോടക വസ്തുക്കളുടെ നിർമ്മാണത്തിനും റോക്കറ്റിന്റെ ഇന്ധനങ്ങളെപ്പറ്റിയുള്ള ഗവേഷണങ്ങളിലും മുഴുകിയ നീണ്ട നാല്പതു വർഷത്തെ പ്രവർത്തനത്തിന് ശേഷം വിക്രം സാരാഭായ് സ്പേസ്

സെന്ററിൽനിന്നുതന്നെ ഒരു സീനിയർ സയന്റിസ്റ്റായി ഔദ്യോഗിക ജീവിതത്തിൽനിന്നും വിരമിക്കുകയുണ്ടായി. ഇന്ത്യൻ ബഹിരാകാശ മേഖലയിൽ വിവിധതരത്തിലുള്ള ഖരഇന്ധനങ്ങൾ വികസിപ്പിക്കാൻ അദ്ദേഹത്തിന് കഴിഞ്ഞിട്ടുണ്ട്.

പില്ക്കാലത്തു പല പുതിയ മേഖലകളിൽ വായിച്ച് അറിവ് നേടാനും ആ അറിവ് സാധാരണക്കാർക്കു മനസ്സിലാക്കാൻ കഴിയുന്ന രൂപത്തിൽ പുസ്തകങ്ങൾ പ്രസിദ്ധീകരിക്കാനും കഴിഞ്ഞു എന്നുള്ളതും വലിയൊരു നേട്ടം തന്നെയാണ്. ചന്ദ്രയാൻ, മംഗൾയാൻ തുടങ്ങിയ പദ്ധതികളെപ്പറ്റിയുള്ള പുസ്തകം പ്രസിദ്ധീകരിച്ചിട്ടുണ്ട്. ഇപ്പോൾ പ്രസിദ്ധീകരിക്കുന്ന മനുഷ്യന്റെ *ബഹിരാകാശ യാത്രയും ബഹിരാകാശത്തിലെ വാസഗൃഹങ്ങളും* എന്ന പുസ്തകം ബഹിരാകാശ വാഹനങ്ങളെപ്പറ്റിയും ബഹിരാകാശ യാത്രയിലെ പ്രശ്ന സങ്കീർണ്ണതകളെയും വളരെ ക്രോഡീകരിച്ചു വിവരിച്ചിട്ടുണ്ട്. ഇത് വളരെ വിജ്ഞാന പ്രദവും വായിക്കാൻ കൗതുകം ഉളവാക്കുന്നതുമായ ഒരു പുസ്തകമാണ്. വിദ്യാർത്ഥികൾക്കും സാധാരണ വായനക്കാരനും ഒരുപോലെ ആസ്വദിക്കാൻ കഴിയുന്ന ഒന്നാണ് ഈ പുസ്തകമെന്നത് പ്രത്യേകം എടുത്തുപറയേണ്ട ഒരു കാര്യം തന്നെ. അതിനുവേണ്ടി പ്രയത്നിച്ച ശ്രീ. എ ജെ കുരിയന് എന്റെ ഹൃദയംനിറഞ്ഞ അഭിനന്ദനങ്ങളും ആശംസകളും. ഇനിയും ഇത്തരം വിജ്ഞാനപ്രദമായ പുസ്തകങ്ങൾ പ്രസിദ്ധീകരിക്കാൻ ദൈവം അദ്ദേഹത്തെ അനുഗ്രഹിക്കട്ടെ എന്ന് പ്രാർത്ഥിക്കുന്നു.

മനുഷ്യന്റെ ആകാശയാത്രയുടെ ആരംഭവും വികസനവും

ഭൂഗുരുത്വത്തിനു വിധേയമായി അന്തരീക്ഷവായു ശ്വസിച്ച് ഭൂമിയുടെ പ്രതലത്തിൽ ജീവിക്കുവാൻ സൃഷ്ടിക്കപ്പെട്ടവരാണ് മനുഷ്യർ. ആവശ്യത്തിന് നദികളിലും കായലുകളിലും സമുദ്രജലത്തിലുമൊക്കെ പ്ലവനം ചെയ്യാനും നീന്താനും മനുഷ്യന് സാധിക്കും. പില്ക്കാലത്തു ജലവാഹനങ്ങൾ രൂപകല്പന ചെയ്ത് വികസിപ്പിച്ച് ജലാശയങ്ങളിലു ടെയും സമുദ്രങ്ങളിലൂടെയും സഞ്ചരിക്കുവാൻ മനുഷ്യൻ പഠിച്ചു. മൃഗ ങ്ങളുടെയും യന്ത്രങ്ങളുടെയും സഹായത്തോടെയുള്ള മനുഷ്യന്റെ സഞ്ചാരം പുരോഗതിയുടെ കാലഘട്ടങ്ങളിലെ പുതിയ പുതിയ സുപ്ര ധാന സംഭവങ്ങളായിരുന്നു. പറവകളെപ്പോലെ അന്തരീക്ഷത്തിലേക്ക് പറന്നുയരാനും മനുഷ്യൻ വ്യാമോഹിച്ചിരുന്നു. ഇന്ത്യയിലെ പുരാണ ഇതിഹാസങ്ങളിൽ അന്തരീക്ഷത്തിലൂടെ യാത്രചെയ്യുക എന്ന സങ്കല്പ ത്തെ യാഥാർത്ഥ്യമായി ചിത്രീകരിക്കുന്നുണ്ട്. വിശ്വകർമ്മാവ് നിർമ്മിച്ച ആകാശവാഹനമായിരുന്നു പുഷ്പകവിമാനം. ഈ വിമാനം കുബേരൻ എന്ന ധനാഢ്യനുവേണ്ടി നിർമ്മിക്കപ്പെട്ടതായിരുന്നു. പിന്നീട് അത് രാവ ണൻ എന്ന ലങ്കാധിപതി ശ്രീലങ്കയിലേക്ക് മോഷ്ടിച്ച് കൊണ്ടുപോയ തായും ശ്രീരാമൻ വീണ്ടെടുത്തതായും ഒക്കെ വിശ്വസിക്കപ്പെടുന്നു. എന്നാൽ വിമാനം എന്ന ആശയം *വാല്മീകിരാമായണ*ത്തിന്റെ കർത്താ വായിരുന്ന വാല്മീകി മഹർഷിയുടെ സങ്കല്പ സൃഷ്ടി മാത്രമായിരു ന്നുവെന്ന വ്യാഖ്യാനവും നിലവിലുണ്ട്. അല്ലായിരുന്നുവെങ്കിൽ ക്രിസ് ത്വാബ്ദത്തിന്റെ ആദിമ നൂറ്റാണ്ടുകളിലോ അല്ലെങ്കിൽ ബ്രിട്ടീഷ് സാമ്രാ ജ്യത്തിന്റെ സുവർണ്ണ കാലഘട്ടങ്ങളിലോതന്നെ ഈ ആശയം പ്രായോ ഗികതലത്തിൽ എത്തിച്ചേരുമായിരുന്നു. അഗ്നി അശ്വങ്ങളാൽ വഹി ക്കപ്പെട്ട അഗ്നിരഥത്തിൽ ബി സി 900 ത്തിനും 849 നും ഇടയിൽ

ഇസ്രായേലിലെ ഗിലെയാദിൽ (ഇപ്പോഴത്തെ ജോർദ്ദാനിൽപ്പെടുന്ന പ്രദേശം) ജീവിച്ചിരുന്ന ഏലിയ പ്രവാചകൻ തന്റെ പ്രിയ ശിഷ്യനായിരുന്ന എലീശായുടെ സാന്നിദ്ധ്യത്തിൽ, ചുഴലിക്കാറ്റിൽ സ്വർഗ്ഗത്തിലേക്ക് കയറിയതായി യഹൂദ, ക്രിസ്ത്യൻ വിശുദ്ധഗ്രന്ഥമായ *ബൈബിളിൽ* രേഖപ്പെടുത്തിയിട്ടുണ്ട്. ബി സി 600 കാലഘട്ടത്തിൽ ജീവിച്ചിരുന്ന യെഹസ്കിയേൽ എന്ന യഹൂദ പ്രവാചകൻ ദർശിച്ച സ്വർഗ്ഗീയരഥം അതിവിചിത്രമായ ജീവിതന്നെ ആയിരുന്നു. അതിന് കണ്ണുകളും വിടർത്താവുന്ന ചിറകുകളും യഥേഷ്ടം ചലിക്കുന്ന ചക്രങ്ങളുമുണ്ടായിരുന്നു.

മനുഷ്യന്റെ ബഹിരാകാശയാത്രയെ സംബന്ധിച്ചു വളരെ പ്രചാരം സിദ്ധിച്ചിട്ടുള്ള ഒരു ഐതിഹ്യമുണ്ട്. ബി സി രണ്ടായിരം കാലത്തു വാൻഹു എന്നുപേരുള്ള ഒരു ചൈനക്കാരൻ ചന്ദ്രനിൽ എത്തിച്ചേരാൻ വ്യാമോഹിച്ചു. അദ്ദേഹം പ്രത്യേകം സംഘടിപ്പിച്ച ഒരു കസേരയുടെ

ചിത്രം 1 – വാൻഹുവിന്റെ ചന്ദ്രയാത്രയുടെ സങ്കല്പ ചിത്രം

ചുറ്റിലും വെടിമരുന്ന് നിറച്ച 47 റോക്കറ്റുകൾ ചേർത്തുകെട്ടി ഉറപ്പിച്ചു. നാല്പത്തിയേഴ് അനുചരന്മാരെ ഒരുക്കിനിർത്തിയിട്ട് അണിഞ്ഞൊരുങ്ങി കസേരയിൽ ഉപവിഷ്ടനായി. വാൻഹുവിന്റെ ആജ്ഞാനുസരണം അനുചരന്മാർ ഒരേസമയം റോക്കറ്റുകൾക്കു തിരികൊളുത്തി. സ്ഫോടനത്തോടുകൂടി റോക്കറ്റ് ജ്വലിച്ചു. കസേരയോടുകൂടി വാൻഹു അന്തരീക്ഷത്തിലുയർന്നു. പിന്നീടാരും വാൻഹുവിനെയും കസേരയെയും കണ്ടില്ല. വാൻഹു ചന്ദ്രനിൽ എത്തിയോ? കഥയിൽ ചോദ്യമില്ലല്ലോ. സ്വയം സങ്കല്പിക്കാം. ഇന്റർനെറ്റിൽ ലഭ്യമായ ചിത്രം ചേർക്കുന്നു (ചിത്രം - 1) (Illustration courtesy of Marshall Space Flight Center portraying Wan Hu).

പ്രായോഗിക തലത്തിൽ ആകാശയാത്രയുടെയും ബഹിരാകാശയാത്രയുടെയും സാങ്കേതിക വശങ്ങൾ ആദിമകാലങ്ങളിൽ മനുഷ്യന് തികച്ചും അജ്ഞാതമായിരുന്നു. ഗ്ലൈഡറുകളും ഹൈഡ്രജൻ നിറച്ച ബലൂണുകളും ഉപയോഗിച്ച് എ ഡി പതിനെട്ടാം നൂറ്റാണ്ടിന്റെ അവസാന ദശകങ്ങളിൽ മാത്രമാണ് മനുഷ്യൻ അന്തരീക്ഷത്തിൽ ഉയർന്നു പരീക്ഷണങ്ങൾ നടത്തിയത്. എന്നാൽ മനുഷ്യനു സ്വമേധയാ അന്തരീക്ഷത്തിൽ ഉയരുക എന്നത് തികച്ചും അസാദ്ധ്യമെങ്കിലും, ഇരുപതാം നൂറ്റാണ്ടിന്റെ ആരംഭത്തോടെ. യന്ത്രസംവിധാനങ്ങളുടെ സഹായത്താൽ പറന്നുയരാനുള്ള സ്വപ്നം യാഥാർത്ഥ്യമാക്കാൻ കഴിഞ്ഞു. ചലിക്കുന്ന വാഹനത്തിൽ അന്തരീക്ഷത്തിലൂടെ സഞ്ചരിക്കുവാനുള്ള സാങ്കേതിക വിദ്യ മനുഷ്യൻ സ്വായത്തമാക്കിയിരിക്കുന്നു. ഇവിടെയും ഭൂമിയുടെ ഗുരുത്വവും അന്തരീക്ഷ വായുവും ഒഴിവാക്കാനാകാത്ത ഘടകങ്ങളാണ്. നിരവധി ഗ്ലൈഡർ പരിശീലനങ്ങൾക്കും പരിശ്രമങ്ങൾക്കുമൊടുവിൽ 1903 ഡിസംബർ പതിനേഴിന് ആയിരുന്നു റൈറ്റ് ബ്രദേഴ്സ് എന്നറിയപ്പെട്ടിരുന്ന ഓർവില്ലി റൈറ്റും വിൽബെർ റൈറ്റും ചേർന്ന് നിർമ്മിച്ച വിമാനം ആദ്യമായി പറത്തിയത്. വിമാനത്തിന് അവർ നല്കിയിരുന്ന പേര് റൈറ്റ് ഫ്ളയർ എന്നായിരുന്നു. വളരെ ചെറിയ ഒരു വിമാനത്തിന്റെ അസ്ഥികൂടമെന്നു തോന്നിക്കാവുന്ന തരത്തിലുള്ള ഒരു പ്രാകൃത ശകടമായിരുന്നു അത്. ഒരു ചട്ടക്കൂടിന്റെ ഇരുവശത്തേക്കും നീണ്ട ചിറകും, മുൻവശത്തു മരപ്പലകകൊണ്ടുണ്ടാക്കിയ പ്രൊപ്പല്ലറും, പ്രൊപ്പല്ലർ കറക്കുന്നതിന് പന്ത്രണ്ടു കുതിരശക്തിയുള്ള ഓയിൽ എഞ്ചിനും ചേർന്നാൽ ഫ്ളയറിന്റെ ഏകദേശരൂപമായി. ഓയിൽ എഞ്ചിൻ ഉൾപ്പെടെ എല്ലാ ഘടകങ്ങളും അവർ സ്വന്തമായി നിർമ്മിച്ചവയായിരുന്നു. ആദ്യത്തെ വൈമാനികൻ ഓർവില്ലി റൈറ്റ് ആയിരുന്നു. അമേരിക്കയിലെ നോർത്ത് കരോലിനയിലെ സൗത്ത് കിറ്റി ഹോക്കിൽ നിന്നും 6 കിലോമീറ്റർ അകലെ കിൽ ഡെവിൾ ഹിൽസ് (Kill Devil Hills) ആയിരുന്നു ആദ്യത്തെ പരീക്ഷണപ്പറക്കലിന്റെ രംഗവേദി. വിമാനം പറന്നുയരുമ്പോൾ കാറ്റ് പ്രതികൂലമായി ബാധിക്കാതിരിക്കാൻ ആദ്യത്തെ വൈമാനികനായിരുന്ന ഓർവില്ലി വിമാനത്തിന്റെ തട്ടിൽ കമഴ്ന്നുകിട

ന്നായിരുന്നു കന്നിയാത്ര ചെയ്തത്. ഫ്ളയറിന്റെ തൂക്കം 700 പൗണ്ട് (318 kg) മാത്രമായിരുന്നു. തറനിരപ്പിൽനിന്നും കഷ്ടിച്ച് ഇരുപതടി മാത്രം ഉയർന്ന വിമാനം 12 സെക്കന്റുകൊണ്ട് 120 അടി ദൂരം മാത്രമേ സഞ്ച രിച്ചുള്ളുവെങ്കിലും മാനവ രാശിയുടെ ചരിത്രത്തിലെ വലിയ സംഭവമായി ത്തന്നെ അതിനെ കരുതേണ്ടിയിരിക്കുന്നു. മുൻകൂട്ടി പത്രക്കാരെയൊക്കെ അറിയിച്ചിരുന്നെങ്കിലും ഒരു പ്രാദേശിക പത്രം മാത്രമേ വാർത്ത പ്രസി ദ്ധീകരിച്ചുള്ളു. റൈറ്റ് ബ്രദേഴ്സ് തന്നെ വിമാനത്തിന്റെയും വിമാനപറ ത്തലിന്റെയും ചിത്രങ്ങൾ എടുത്തിരുന്നു. ഓർവില്ലി റൈറ്റിന്റെയും വിൽബെർ റൈറ്റിന്റെയും വിമാനത്തിനൊപ്പമുള്ളതുമായ ചിത്രങ്ങൾ ഇവിടെ ചേർക്കുന്നു (ചിത്രം 2 & 3)

ചിത്രം 2 – റൈറ്റ് ബ്രദേഴ്സ്

അന്നേ ദിവസംതന്നെ രണ്ടാമതും മൂന്നാമതും അവർ വിമാനം പറത്തി. നാലാമത്തെ പറത്തലിൽ ഓർവില്ലിയുടെ സഹോദരൻ വിൽബെർ റൈറ്റ് 59 സെക്കന്റുകൊണ്ട് 852 അടി (259 meters @16 KMPH)) ദൂരം വിമാനം പറത്തി. എങ്കിലും അവരുടെ വിമാനത്തിന് ചില്ലറ കേടുപാടുകൾ സംഭവിച്ചിരുന്നു. അവ പരിഹരിച്ചുള്ള അഞ്ചാമത്തെ പറക്കലിൽ വിമാനം ഒരു ചുഴലിക്കാറ്റിൽപ്പെട്ട് തകർന്നു തരിപ്പണമായി നിലംപതിച്ചു. റൈറ്റ് സഹോദരന്മാർ നിരാശരാകാതെ വിമാനത്തെ കൂടുതൽ മെച്ചപ്പെടുത്തി 1905 ഒക്ടോബർ മൂന്നാം തീയതി 39 മിനിറ്റ് സമയംകൊണ്ട് 39 കിലോമീറ്റർ ദൂരം വിമാനം പറത്തി പുതിയ റെക്കാർഡ് സൃഷ്ടിച്ചു. തുടർന്ന് വിമാനത്തിന് പുതിയ രൂപവും ഭാവവും നല്കി വികസിപ്പിക്കുവാൻ അവർക്ക് സാധിച്ചു. 1909 ജൂലൈ 30 ന്

ചിത്രം 3 - കന്നി വിമാനത്തിൽ കമഴ്ന്നു കിടക്കുന്ന ഓർവില്ലി റൈറ്റ്; സമീപം വിൽബെർ റൈറ്റ്

അമേരിക്കൻ ഗവണ്മെന്റ് 30,000 ഡോളറിനു റൈറ്റ് സഹോദരന്മാരുടെ വിമാനം വിലയ്ക്ക് വാങ്ങി. 1911 ൽ റൈറ്റ് സഹോദരന്മാർ നിർമ്മിച്ച വിൻഫിസ് (VINFIZ) എന്ന വിമാനം 87 ദിവസം കൊണ്ട് 70 സ്ഥലങ്ങളിൽ കയറി ഇറങ്ങി അമേരിക്കയുടെ കുറുകെ കടന്ന് കാലിഫോർണിയയിൽ എത്തിച്ചേർന്നു. 1912 ൽ റൈറ്റ് ബ്രദേഴ്സ് നിർമ്മിച്ച തോക്ക് ഫിറ്റ് ചെയ്ത വിമാനം (Air plane fitted with a gun) അമേരിക്കയിലെ മെരിലാൻഡിൽ ആദ്യ പറക്കൽ നടത്തി. തുടർന്ന് വിമാന നിർമ്മാണക്കമ്പനികൾ വിമാനങ്ങൾ പരിഷ്കരിക്കുന്നതിൽ അത്യുത്സാഹം കാണിച്ചു. ഒന്നും രണ്ടും ലോകമഹായുദ്ധങ്ങളുടെ ഇടയിലുള്ള കാലഘട്ടത്തിൽ (1919–1939) വിമാനങ്ങളുടെ നിർമ്മാണത്തിലും ഉപയോഗത്തിലും വലിയ വർദ്ധനവുണ്ടായി. വിൽബെർ 1912 ലും ഓർവില്ലി 1948 ലും ലോകത്തോട് യാത്ര പറഞ്ഞു. സാഹസികരായിരുന്ന റൈറ്റ് ബ്രദേഴ്സിന്റെ സ്ഥിരോത്സാഹത്തെയും അർപ്പണബോധത്തെയും നമുക്ക് ആദരപൂർവ്വം സ്മരിക്കാം.

ഒന്നും രണ്ടും ലോകമഹായുദ്ധകാലത്തു പല രൂപത്തിലും വലിപ്പത്തിലുമുള്ള വിമാനങ്ങൾ അമേരിക്കയും യൂറോപ്യൻ രാജ്യങ്ങളും വികസിപ്പിച്ചു.

ഫ്രാങ്ക് വിറ്റിലെ എന്ന ബ്രിട്ടീഷ് റോയൽ എയർഫോഴ്സ് ഓഫീസർ ആണ് 1928 ൽ ജെറ്റ് എഞ്ചിൻ എന്ന ആശയം രൂപപ്പെടുത്തിയത്. ഹാൻസ്

ചിത്രം 4 – ജർമ്മനിയുടെ ഒറ്റ സീറ്റുള്ള ഫോക്കർ ഈണ്ടെക്കെർ യുദ്ധവിമാനം.

വോൺ ഓഹെയിൻ (Hans von Ohain) എന്ന ജർമ്മൻകാരനും 1930 ൽ സ്വതന്ത്രമായി ജെറ്റ് എഞ്ചിനെപ്പറ്റി ആശയങ്ങൾ രൂപപ്പെടുത്തി. ആദ്യമായി 1939 ആഗസ്ത് 27 ന് ആയിരുന്നു ജർമ്മൻ എയർഫോഴ്സിന്റെ ലുഫ്ത്വാഫെ (Luftwaffe) എന്ന ടർബോ ജെറ്റ് വിമാനം പറത്തുവാൻ സാധിച്ചത്. പ്രൊപ്പല്ലറിന്റെ ശക്തികൊണ്ട് സാധിക്കുന്നതിലും അധികം വേഗത്തിലും ഉയരത്തിലും ജെറ്റ് വിമാനങ്ങൾക്ക് പറക്കാൻ സാധിക്കും. യുദ്ധവിമാനങ്ങൾ റഡാറിന്റെ ദൃഷ്ടിയിൽപ്പെടാതെ 49,000 അടി വരെ ഉയരത്തിൽ പറക്കുവാൻ ഉപയോഗപ്പെടുത്തുന്നു.

രണ്ടാം ലോക മഹായുദ്ധകാലത്തു ജർമ്മൻകാർ റോക്കറ്റിലെ ഇന്ധനംകൊണ്ട് പ്രവർത്തിക്കുന്ന റോക്കറ്റ് ജെറ്റ് വിമാനങ്ങൾ വികസിപ്പിച്ചു. ഇവയ്ക്കു സാധാരണ ജെറ്റുവിമാനങ്ങളേക്കാൾ ഉയരവും വേഗതയും ആർജ്ജിക്കുവാൻ സാധിക്കുന്നു. ദ്രാവകാവസ്ഥയിലുള്ള റോക്കറ്റ്

ചിത്രം 5 – പിൻവശത്തു പ്രൊപ്പല്ലർ ഫിറ്റുചെയ്ത മറ്റൊരു യുദ്ധവിമാനം

പ്രൊപ്പല്ലന്റുകൊണ്ട് പ്രവർത്തിക്കുന്ന ഹെയ്ൻകിൽ HE 176 (Heinkel He 176) എന്ന വിമാനം 1939 ജൂണിൽ ആദ്യമായി പറത്തിയത് എറിക് വാർസിറ്റ്സ് (Erich Warsitz) എന്ന ജർമ്മൻ വൈമാനികനായിരുന്നു.

രണ്ടാം ലോകമഹായുദ്ധത്തിനുശേഷം കൂടുതൽ ഉയരത്തിലും വേഗത്തിലും പറക്കുന്ന റോക്കറ്റ് ജെറ്റ് വിമാനങ്ങൾ രംഗത്തെത്തി. ഇത്തരം വിമാനത്തിന് 1947 ൽ ആദ്യമായി ശബ്ദത്തിന്റെ വേഗത്തെ അതിജീവിക്കുന്ന വേഗത്തിൽ അന്തരീക്ഷത്തിലേക്ക് ഊളിയിടാൻ സാധിച്ചു. റൈറ്റ് ബ്രദേഴ്സിന്റെ ആദ്യത്തെ വിമാനംപറത്തലിന്റെ നൂറാം വാർഷികമായ 2003 ഡിസംബർ 17 ന് മൈക്ക് മെൽവിൽ (Mike Melvill) എന്ന വൈമാനികൻ റോക്കറ്റ് പവർകൊണ്ട് പ്രവർത്തിക്കുന്ന സ്പേസ് ഷിപ് 1 എന്ന വിമാനം പറത്തി അമേരിക്കയുടെ ആദ്യത്തെ കൊമേർഷ്യൽ അസ്ട്രോനോട്ടെന്ന സ്ഥാനം കരസ്ഥമാക്കി. മൈക്ക് മെൽവിലും മറ്റൊരു വൈമാനികൻ ബ്രയാൻ ബിന്നിയും (Briyan Binnie) 2004 ൽ കാർമാൻ രേഖയ്ക്ക് മുകളിലായി സ്പേസ് ഷിപ് 1 പറത്തുകയുണ്ടായി. അതിനുശേഷം 2004 ൽത്തന്നെ സ്പേസ് ഷിപ് 1 ന്റെ പ്രവർത്തനം അവസാനിപ്പിച്ചു

എറ്റിനെ ഓമിച്ചെൻ (Etienne Oehmichen) എന്ന ഫ്രഞ്ചുകാരൻ 1924 ൽ ആദ്യമായി നിർമ്മിച്ച ഹെലികോപ്റ്റർ ഒരു കിലോമീറ്റർ ദൂരം മാത്രം പറന്നു. ഇഗോർ സികോർസ്കി (Igor Sikorsky) എന്ന റഷ്യൻ - അമേരിക്കൻ വൈമാനികനാണ് ഹെലികോപ്റ്ററുകൾ വികസിപ്പിക്കുന്നതിൽ മുഖ്യപങ്കു വഹിച്ചത്. 1940 ൽ അദ്ദേഹം നിർമ്മിച്ച VS-300 എന്ന ഒറ്റ റോട്ടറുള്ള ഹെലികോപ്റ്റർ പില്ക്കാലത്ത് മെച്ചപ്പെട്ട ഹെലികോപ്റ്ററുകൾ നിർമ്മിക്കുന്നതിനുള്ള മാതൃകയായി പരിണമിച്ചു. 1941 ൽ അദ്ദേഹം നിർമ്മിച്ച XR4, എന്ന മിലിറ്ററി ഹെലികോപ്റ്റർ അമേരിക്കൻ സൈന്യത്തിന് കൈമാറി. ഹെലികോപ്റ്ററുകളും വിമാനങ്ങളും രണ്ടു വ്യത്യസ്ത വിഭാഗത്തിൽപ്പെട്ട വ്യോമയാനങ്ങളാണ്. ഹെലികോപ്റ്ററുകളുടെ മുകളിൽ ഘടിപ്പിച്ചിരിക്കുന്ന റോട്ടർബ്ലേഡുകളുടെ സഹായത്തോടെ ഹെലികോപ്റ്റർ അന്തരീക്ഷത്തിൽ ഉയരുന്നു. എന്നാൽ വിമാനം ചക്രങ്ങളുടെ സഹായത്തോടെ അതിവേഗത്തിൽ മുന്നോട്ടു നീങ്ങുമ്പോൾ വിമാനത്തിന്റെ വിസ്തൃതമായ ചിറകുകൾ വായുപ്രവാഹത്തിന്റെ ഗതി നിയന്ത്രിച്ച് അന്തരീക്ഷത്തിൽ ഉയർന്ന് പൊങ്ങുന്നു. വിമാനത്തിന്റെ സന്തുലിതാവസ്ഥ സംരക്ഷിക്കുന്നതിനും ചിറകുകൾ ആവശ്യമാണ്. ഹെലികോപ്റ്ററുകൾ സാധാരണ 20,000 അടിയിൽ താഴെ ഉയരത്തിൽ മാത്രമാണ് പറക്കുന്നത്. ഹെലികോപ്റ്ററുകളുടെ സവിശേഷത അവയ്ക്കു ദൂരമുള്ള റൺവേയുടെ സഹായം കൂടാതെ പറന്നുയരുന്നതിനും ഉദ്ദിഷ്ട സ്ഥാനത്തു പറന്നിറങ്ങുന്നതിനും സാധിക്കുന്നുവെന്നതാണ്. തന്മൂലം ഹെലികോപ്റ്ററുകൾ വിമാനങ്ങൾക്ക് അപ്രാപ്യമായ ഗ്രാമപ്രദേശങ്ങളിലും പർവ്വത പ്രദേശങ്ങളിലും രക്ഷാപ്രവർത്തനങ്ങൾക്കും സൈനിക ആവശ്യങ്ങൾക്കും ഉപകരിക്കുന്നു. എന്നാൽ ഹെലി

കോപ്റ്ററുകൾക്കു താരതമ്യേന ഇന്ധനച്ചെലവ് കൂടുതലാണ്.

ഇന്ന് ലോകത്തിൽ അൻപതിനായിരത്തിലധികം വിമാനത്താവളങ്ങളുണ്ട്. യുണൈറ്റഡ് സ്റ്റേറ്റ്സിൽത്തന്നെ അമ്പതു സംസ്ഥാനങ്ങളിലായി 5087 പൊതു വിമാനത്താവളങ്ങളുള്ളതായി കണക്കാക്കപ്പെട്ടിരിക്കുന്നു. പ്രൈവറ്റ് വിമാനത്താവളങ്ങളും നിരവധിയുണ്ട്. ലോകത്തിൽ 39,000 വിമാനങ്ങൾ ഇക്കാലത്ത് സജീവമായി ഉപയോഗത്തിലിരിക്കുന്നതായും 1,50,000 വിമാനങ്ങൾ കഴിഞ്ഞ ഏതാണ്ട് നൂറുവർഷത്തിനുള്ളിലായി നിർമ്മിക്കപ്പെട്ടതായും കണക്കാക്കപ്പെട്ടിരിക്കുന്നു. എയർബസ്, ബോയിങ് ഇവയാണ് കൂടുതൽ യാത്രാവിമാനങ്ങൾ നിർമ്മിക്കുന്ന കമ്പനികൾ. അസംഖ്യം യുദ്ധവിമാനങ്ങൾ ലോക രാഷ്ട്രങ്ങൾ കൈവശം വച്ചിരിക്കുന്നു.

ഇന്റർനാഷണൽ എയർ ട്രാൻസ്പോർട്ട് അസോസിയേഷൻ IATA യുടെ കണക്കനുസരിച്ച് കഴിഞ്ഞ വർഷം ഏകദേശം നാല് ബില്യൻ വിമാനയാത്രകൾ നടന്നിട്ടുണ്ട്. ഇത് കൃത്യമായി യാത്രക്കാരുടെ കണക്കല്ല; യാത്രകളുടെ കണക്കാണ്. (പലരും ഒരു വർഷത്തിൽ അനേകം വിമാനയാത്രകൾ നടത്തുന്നുണ്ട്.) ഈ സംഖ്യ ഇന്നത്തെ ലോക ജനസംഖ്യയുടെ പകുതിയോളം വരും. കഴിഞ്ഞ നൂറു വർഷങ്ങൾക്കുള്ളിൽ വിമാനയാത്ര അത്ര സർവ്വസാധാരണമായിരിക്കുന്നുവെന്നർത്ഥം. വിമാനങ്ങളുടെ സ്ഥിതിവിവരങ്ങൾ നിരീക്ഷിക്കുന്ന ഫ്ളൈറ്റ് റഡാർ-24 (Flight Radar 24) എന്ന സ്ഥാപനത്തിന്റെ വിവരശേഖര കണക്കനുസരിച്ച് സാധാരണ വർഷത്തിൽ വിമാനയാത്രകൾ അധികമായിക്കാണുന്ന ജൂലൈ, ആഗസ്ത് മാസങ്ങളിൽ യൂണിവേഴ്സൽ ടൈം കോർഡിനേഷൻ (UTC) സമയം രണ്ടിനും നാലിനും ഇടയിൽ ഭൗമാന്തരീക്ഷത്തിൽ 16000 വിമാനങ്ങൾ പറന്നു നില്ക്കുന്നുണ്ടായിരിക്കും. സാധാരണ ജെറ്റ് വിമാനങ്ങൾ 28,000 മുതൽ 35,000 അടി വരെ ഉയരത്തിലാണ് പറക്കുന്നത്. കോൺകോർഡ് വിമാനങ്ങൾ 45,000 ആടി ഉയരത്തിൽ പറക്കുന്നു. 50,000 അടിയിൽ അധികം ഉയരത്തിൽ വിമാനങ്ങൾ പറത്തുന്നത് ബുദ്ധിമുട്ടായിരിക്കും. കാരണം ഇന്ധനം ജ്വലിക്കുന്നതിനു ആവശ്യമായ ഓക്സിജൻ ലഭ്യമാവുകയില്ല. കൂടുതൽ ഉയരത്തിൽ പറക്കുന്ന വിമാനങ്ങൾ ആവശ്യാനുസരണം ഓക്സിജൻ ലഭ്യമാക്കുന്നതിന് മറ്റു രാസമാർഗ്ഗങ്ങൾ അവലംബിച്ചിരിക്കും. അത്തരം വിമാനത്തിലെ വൈമാനികർ പ്രഷർ സൂട്ടുകൾ ധരിച്ചിരിക്കും. വിമാനത്തിൽ യാത്രക്കാരുടെ ശ്വാസോച്ഛ്വാസത്തിന് ആവശ്യമായ അന്തരീക്ഷമർദ്ദവും ഊഷ്മാവും ഈർപ്പവും ക്രമീകരിക്കേണ്ടിയിരിക്കുന്നു. ഭൂമിയിലെ പ്രതലത്തിലേതിന് തുല്യമായ അന്തരീക്ഷ മർദ്ദം ക്രമീകരിക്കുന്നത് ഏറെ അനുയോജ്യമായിരിക്കും. എന്നാൽ വിമാനത്തിന്റെ നിർമ്മാണത്തിലെ ഒരു പ്രധാന ഘടകമാണ് അതിന്റെ ഫ്യൂസിലേജിന്റെ (fuselage) ഡിസൈനും നിർമ്മാണവും. വിമാനത്തിന്റെ ചട്ടക്കൂട് അല്ലെങ്കിൽ ഫ്രെയിമിനെയാണ് ഫ്യൂസിലേജ് എന്നു പറയുന്നത്. വിമാനത്തിനകത്തും പുറത്തുമുള്ള മർദ്ദവ്യത്യാസമാണ്

ഇവിടെ നിർണ്ണായക ഘടകമായിത്തീരുന്നത്. വിമാനം പറന്നുയരുമ്പോൾ വിമാനത്തിനുവെളിയിൽ അന്തരീക്ഷമർദ്ദം കുറവായിരിക്കും. ഫ്യൂസിലേജ് വളരെ ബലവത്തായിരുന്നാൽ മാത്രമേ യാത്രാവേളയിൽ വിമാനത്തിനകത്ത് ഭൂമിയിലേതിന് തുല്യമായ, അന്തരീക്ഷ മർദ്ദം ക്രമീകരിക്കുവാൻ സാധിക്കുകയുള്ളു. വിമാനത്തിനകത്ത് താരതമ്യേന അധികമായി വരുന്ന മർദ്ദം താങ്ങുന്നതിനു കൂടുതൽ ബലവത്തായ ഫ്യൂസിലേജ് ആവശ്യമായി വരും. അത്തരം വിമാനത്തിന്റെ നിർമ്മാണത്തിന് ചെലവ് കൂടിയിരിക്കും. അതുകൊണ്ടു ഉയരത്തിൽ പറക്കുന്ന വിമാനങ്ങളുടെ പാസഞ്ചർ ക്യാബിനുകളിൽ ക്യാബിൻ പ്രഷറൈസേഷൻ സിസ്റ്റം (Cabin pressurization system) ഉപയോഗിച്ച് വിമാനം ഉയരുമ്പോൾ ക്യാബിനിലെ മർദ്ദം നിയന്ത്രണ വിധേയമായി സ്വയം കുറയ്ക്കുകയും വിമാനം താഴ്ന്നിറങ്ങുമ്പോൾ മർദ്ദം ഉയർത്തുകയും ചെയ്യുന്നതിനുള്ള കൃത്യമായ സംവിധാനങ്ങൾ ഉണ്ടായിരിക്കും. അതോടൊപ്പം ക്യാബിനുള്ളിൽ യാത്രക്കാർക്ക് ശ്വസിക്കുന്നതിന് ആവശ്യമായ ഓക്സിജൻ ലഭ്യമാക്കുന്നതിനുമുള്ള ക്രമീകരണങ്ങളും ഉണ്ടായിരിക്കും. ജെറ്റ് വിമാനങ്ങളിലെ ഇന്ധനച്ചെലവ് വിമാനം പറക്കുന്നതിന്റെ ഉയരത്തെയും വേഗത്തെയുംകൂടി അനുസരിച്ചിരിക്കും. ഉയരത്തിൽ പറക്കുന്ന വിമാനത്തിന് ബാഹ്യാന്തരീക്ഷത്തിന്റെ പ്രതിരോധം കുറവായതിനാൽ ഇന്ധനച്ചെലവ് താരതമ്യേന കുറഞ്ഞിരിക്കും. സാധാരണ വിമാനത്തിന്റെ ഫ്യൂസിലേജ് സ്റ്റീൽ കൊണ്ടോ അലൂമിനിയം അലോയ് കൊണ്ടോ ആണ് നിർമ്മിക്കുന്നത്. ബോയിങ് 787 പോലുള്ള വിമാനങ്ങളുടെ ഫ്യൂസിലേജ് സ്റ്റീലിനേക്കാൾ ബലമുള്ളതും ഭാരം കുറഞ്ഞതുമായ കാർബൺ ഫൈബർ പോലുള്ള കമ്പോസിറ്റ് വസ്തുക്കൾ (composite materials) കൊണ്ടാണ് നിർമ്മിച്ചിരിക്കുന്നത്. തന്മൂലം വിമാനത്തിന്റെ ഭാരവും ഇന്ധനച്ചെലവും കുറയ്ക്കാൻ സാധിക്കുന്നു. പരിമിതമായ ഇത്തരം ചില അറിവുകൾ ബഹിരാകാശ വാഹനങ്ങളെക്കുറിച്ചു ചില ചിന്തകൾക്ക് പ്രേരകമാകുമല്ലോ? 1976 ൽ അമേരിക്കയിലെ SR 71 എന്ന വിമാനം 85135 അടി ഉയരത്തിൽ പറന്നു പുതിയ റിക്കാർഡ് സൃഷ്ടിച്ചു. U 2 വിഭാഗത്തിൽപ്പെട്ട യുദ്ധവിമാനങ്ങൾ (Spy planes) 90,000 അടിവരെ ഉയരത്തിൽ പറന്നാണ് ശത്രുരാജ്യങ്ങളുടെ യുദ്ധസന്നാഹങ്ങൾ നിരീക്ഷിക്കുന്നത്. അമേരിക്കയിലെ ലോക്ഹീദ് കമ്പനിയാണ് ഇത്തരം വിമാനങ്ങൾ നിർമ്മിച്ചത്.

ആധുനിക കാലത്തിലെ ഏറ്റവും ഭാരം കൂടിയ വിമാനം റഷ്യയുടെ Antonov- 225 Myria ആണ്. ഇതിന്റെ മൊത്തം ഭാരം (Take off weight) 640 ടൺ ആണ്. ഏറ്റവും വലിയ വിമാനം എയർ ബസ് (AIR BUS) 380–800 ആണ്. ഇതിൽ 525 യാത്രക്കാരെ ഉൾക്കൊള്ളാനുള്ള സംവിധാനമുണ്ട്. മൂന്നാം സ്ഥാനത്തു നില്ക്കുന്നത് ബോയിങ് (Boing 747 8i) ആണ് ഇതിൽ 467 യാത്രക്കാർക്ക് യാത്ര ചെയ്യാൻ സാധിക്കും. വിമാന യാത്രയുടെ ഉത്ഭവത്തിന്റെയും ഏകദേശം പന്ത്രണ്ടു പതിറ്റാണ്ടു കാല

ത്തിനുള്ളിൽ ആകാശ/വിമാന യാത്രയുടെ കാര്യത്തിൽ സംഭവിച്ച അത്ഭുതകരമായ വികാസത്തിന്റെയും ഒരു ഹ്രസ്വചിത്രമാണ് ഇവിടെ അവതരിപ്പിച്ചിരിക്കുന്നത്.

ആധുനിക കാലഘട്ടത്തിൽ ഇലക്ട്രിക് വിമാനങ്ങൾ പരീക്ഷണ രംഗത്ത് നിലവിലുണ്ട്. അവ സോളാർ സെല്ലുകൾ, ഫ്യൂൽ സെല്ലുകൾ, ബാറ്ററികൾ എന്നിവയുടെ സഹായത്തോടെ പ്രവർത്തിക്കുന്നു.

എന്നാൽ ഏറ്റവും വിസ്മയിപ്പിക്കുന്ന വാർത്ത നാസയുടെ ചൊവ്വ പര്യവേഷണ പ്രോഗ്രാമിന്റെ ഭാഗമായി 30– 07– 2020 ന് വിക്ഷേപിക്കപ്പെട്ട പെർസിവിയറൻസ് എന്ന ബഹിരാകാശപേടകം (Rover) ഏഴു മാസ ക്കാലം തുടർച്ചയായി സഞ്ചരിച്ച് ചൊവ്വാഗ്രഹത്തിൽ 2021 ഫെബ്രുവരി 18 ന് സുരക്ഷിതമായി പതിഞ്ഞിറങ്ങിയെന്നതും പെർസിവിയറസിൽ ചൊവ്വാഗ്രഹത്തിൽ എത്തിച്ചേർന്ന ഇൻജിനുവിറ്റി എന്ന 1.8 കിലോഗ്രാം (നാല് പൗണ്ട്) ഭാരം വരുന്ന കുട്ടി ഹെലികോപ്റ്റർ ചൊവ്വയുടെ അതി ശുഷ്കമായ അന്തരീക്ഷത്തിൽ ഭൂമിയിൽനിന്നുള്ള നിയന്ത്രണത്തിൽ

ചിത്രം 6 – ഇൻജിനുവിറ്റി ചൊവ്വയുടെ പ്രതലത്തിൽ

10–15 അടി ഉയരത്തിൽ പല ദിവസങ്ങളിലായി 90 സെക്കന്റ് സമയം വീതം ഏതാനും പ്രാവശ്യം കൃത്യമായി പറന്നുയരുകയും തിരിച്ചിറങ്ങുകയും ചെയ്തുവെന്നതുമാണ്. ചൊവ്വയുടെ പ്രതലത്തിൽ റൈറ്റ് ബ്രദേഴ്സ് ഫീൽഡ് എന്ന് നാസ പേരിട്ടിരിക്കുന്ന സ്ഥാനത്ത് ഇറങ്ങിയിരിക്കുന്ന ഇൻജിനുവിറ്റിയുടെ പെർസിവിയറസിൽനിന്നും എടുത്ത ചിത്രം ചേർക്കുന്നു (ചിത്രം 6)

മനുഷ്യന്റെ മോഹങ്ങൾക്ക് അതിർത്തിയില്ലല്ലോ. ഇനിയും നക്ഷത്രങ്ങൾക്കിടയിൽ കൂടുവെക്കാൻ വെമ്പൽകൊള്ളുകയാണ്. അതും സംഭവിച്ചുകൂടായ്കയില്ല..

ചെറുപ്പത്തിലെ ഹൃദിസ്ഥമാക്കിയിരുന്ന ഒരു പദ്യശകലം ഓർമ്മയിൽ വരുന്നു,

ചൊട്ടച്ചാൺ വഴി ദൂരം മാത്രം കാഷ്ഠിച്ചങ്ങു പറക്കും കോഴികൾ
ഗരുഡനു പിറകെ ചിറകും വീശി ഗഗനെ ഗമനം വാഞ്ഛരിക്കുന്നു.

ഇനിയും നമുക്ക് മനുഷ്യന്റെ ബഹിരാകാശ യാത്രയുടെ ആരംഭത്തെക്കുറിച്ചും വളർച്ചയെക്കുറിച്ചുംകൂടെ ഒരു ചെറിയ പഠനം നടത്തിനോക്കാം.

അനന്തവിസ്തൃതമായ ബഹിരാകാശം

ഭൂമിക്കും ഭൗമാന്തരീക്ഷത്തിനും വെളിയിൽ ജ്യോതിർഗ്ഗോളങ്ങൾക്കിടയിൽ അനന്തമായി വ്യാപിച്ചു കിടക്കുന്ന ബഹിരാകാശത്തെ ശൂന്യാകാശമെന്നും വിശേഷിപ്പിക്കാം. ബഹിരാകാശം ശൂന്യമാണെന്ന സങ്കല്പം തികച്ചും പ്രസക്തമാണെങ്കിലും ദ്രവ്യം അതിന്റെ സൂക്ഷ്മഭാവത്തിൽ പ്ലാസ്മ രൂപത്തിലും, ഹൈഡ്രജൻ, ഹീലിയം തുടങ്ങിയ ഏറ്റവും അറ്റോമിക് മാസ് കുറഞ്ഞ പരമാണുക്കളുടെ അയോണുകളായും, ഇലക്ട്രോമാഗ്നെറ്റിക് റേഡിയേഷനുകൾ, കോസ്മിക് കിരണങ്ങൾ, ന്യൂട്രിനോകൾ (A neutrino is a subatomic particle that is very similar to an electron, but has no electrical charge and has a very small mass, which might even be zero.) എന്നീ രൂപങ്ങളിലും ബഹിരാകാശത്തു വ്യാപിച്ചിരിക്കുന്നു. ബഹിരാകാശത്തിന്റെ സാന്ദ്രത ഒരു ക്യൂബിക് മീറ്ററിൽ ശരാശരി ഒരു ഹൈഡ്രജൻ ആറ്റം മാത്രം ആയിരിക്കുമെന്ന് കണക്കാക്കാവുന്ന നിലയിൽ തുച്ഛമാണ്.

ബഹിരാകാശത്തു അങ്ങിങ്ങായി ദ്രവ്യം (Mass of Matter) അനന്തകോടി നക്ഷത്രങ്ങളായും നക്ഷത്ര സമൂഹങ്ങളായും കേന്ദ്രീകൃതമായിരിക്കുന്നു. ബഹിരാകാശത്തിന്റെ വ്യാപ്തത്തിന്റെ അധികാംശവും നക്ഷത്രങ്ങൾക്കിടയിലും നക്ഷത്ര സമൂഹങ്ങൾക്കിടയിലുമായി അനന്തമായി വ്യാപിച്ചു കിടക്കുന്നു.

1967 ഒക്ടോബർ 10 ലെ ബഹിരാകാശ സംബന്ധമായ നിയമംമൂലം സമുദ്രനിരപ്പിൽനിന്നും 100 കിലോമീറ്ററിനുമുകളിലുള്ള (കാർമാൻ രേഖയ്ക്ക് മുകളിലുള്ള) മുഴുവൻ ഭാഗത്തെയും ബഹിരാകാശമെന്ന നിർവ്വചനത്തിൽപ്പെടുത്തിയിരിക്കുന്നു. പ്രത്യേക രാഷ്ട്രങ്ങളുടെ അധീനതയിൽ വരാത്തവണ്ണം രാഷ്ട്രങ്ങൾക്ക് നിർബ്ബാധം കാർമാൻ രേഖയ്ക്കു

മുകളിൽ ബഹിരാകാശ ഗവേഷണം നടത്തുവാൻ ഇതുമൂലം നിയമ സാധുത നിലവിലിരിക്കുന്നു.

ശീതസമരത്തിന്റെ മൂർദ്ധന്യത്തിൽ അമേരിക്കയുടെ ചാരവിമാനങ്ങൾ റഷ്യയുടെ വ്യോമാതിർത്തിക്കുള്ളിൽ ഏറെ ഉയരത്തിൽ പറന്ന് നിരീക്ഷണം നടത്തിയിരുന്നു. ആയിരത്തി തൊള്ളായിരത്തി അറുപതു മെയ് മാസം ഒന്നാം തീയതി പാകിസ്ഥാനിലെ പെഷവാർ എയർ ബേസിൽനിന്നും രാവിലെ 6:20 നു പുറപ്പെട്ട് റഷ്യയുടെ ബൈക്കനൂരിലെ മിസൈൽ സങ്കേതങ്ങളുൾപ്പെടെയുള്ള സൈനികത്താവളങ്ങളെ നിരീക്ഷിക്കുന്നതിനിടയിൽ അമേരിക്കയുടെ U2 ചാരവിമാനം റഷ്യൻ സൈന്യത്തിന്റെ ശ്രദ്ധയിൽ, റഡാറിന്റെ ദൃഷ്ടിയിൽപ്പെടുകയുണ്ടായി. റഷ്യൻ പ്രധാനമന്ത്രി നികിത ക്രൂഷ്ചേവിന്റെ നിർദ്ദേശാനുസരണം അത്യാധുനിക സെനിത് മിസൈൽ ഉപയോഗിച്ച് വിമാനത്തെ (American High Altitude Lockheed U-2 reconnaissance aircraft U-2A, 56-6693) വീഴ്ത്തുകയും റഷ്യയുടെ രാജ്യാതിർത്തിയിൽത്തന്നെ പാരച്യൂട്ടു പയോഗിച്ച് വന്നിറങ്ങിയ വിമാനത്തിലെ പൈലറ്റ് ഫ്രാൻസിസ് ഗാരി പവേഴ്സിനെ (Francis Gary Powers) ബന്ധനസ്ഥനാക്കി ജയിലിലടയ്ക്കുകയുമുണ്ടായി. രണ്ടു വർഷങ്ങൾക്കുശേഷമായിരുന്നു പവേഴ്സിനെ മോചിപ്പിക്കുവാൻ അമേരിക്കയ്ക്ക് സാധിച്ചത്. മാത്രമല്ല അമേരിക്കൻ യുദ്ധ വിമാനങ്ങൾ റഷ്യൻ വ്യോമാതിർത്തിക്കുള്ളിൽ മുൻവർഷങ്ങളിലും ചാര പ്രവർത്തനം നടത്തിയിരുന്നുവെന്നു പ്രസിഡന്റ് ഐസൻഹോവറിനു കുറ്റസമ്മതം നടത്തേണ്ട അവസ്ഥകൂടി ഇതുമൂലം സംജാതമായി. കാലം ഏറെ പുരോഗമിച്ചിരിക്കുന്നു. ഇക്കാലത്ത് ചാര ഉപഗ്രഹങ്ങൾ (Spy satellites) നിർബ്ബാധം ഇത്തരം ആവശ്യങ്ങൾക്കായി ഉപയോഗിച്ചുകൊണ്ടിരിക്കുന്നു.

നക്ഷത്രങ്ങൾക്കിടയിൽ പക്ഷികളെപ്പോലെ പറന്നുനടക്കാൻ മനുഷ്യമനസ്സ് വ്യാമോഹിക്കുന്നു. എന്നാൽ ബഹിരാകാശ ഗവേഷണം പല കാരണങ്ങൾകൊണ്ടും മാനവരാശിക്ക് തികഞ്ഞ വെല്ലുവിളിയായിത്തന്നെ നിലകൊള്ളുന്നു. മനുഷ്യ സങ്കല്പത്തിന് അതീതമായവിധം ക്ഷിപ്രവേഗത്തിൽ മരണം സംഭവിക്കാവുന്ന സാഹചര്യങ്ങളാണ് ബഹിരാകാശത്തു നിലനില്ക്കുന്നത്. മുഖ്യമായ പ്രശ്നം ബഹിരാകാശത്തിൽ ജീവൻ നിലനിർത്തുന്നതിനാവശ്യമായ ശ്വസനയോഗ്യമായ അന്തരീക്ഷത്തിന്റെ അഭാവമാണ്. ഇതുമൂലം സംജാതമാകുന്ന ഏറ്റവും പ്രധാന പ്രതിസന്ധി ആസ്ഫിക്സിയേഷൻ (asphyxiation) അഥവാ രക്തത്തിൽ ഓക്സിജൻ ഇല്ലാതെ വരുന്ന ശ്വാസതടസ്സം ആണ്. ഈ അവസ്ഥയിൽ പരമാവധി ഓക്സിജൻ തലച്ചോറിന്റെ പ്രവർത്തനത്തെ നിലനിർത്തുന്നതിനാകും വേണ്ടിവരിക. എന്നാൽ ഓക്സിജൻ നിലവാരം നിർണ്ണായകമായ നിലവാരത്തിലേക്ക് താഴുന്നതോടെ പരമാവധി രണ്ടുമിനിറ്റിൽ മരണം സംഭവിക്കാം. വിദൂരത്തിൽ നിന്നുമുള്ള മാരകമായ റേഡിയേഷൻ കിരണങ്ങൾ, ഭൂഗുരുത്വത്തിന്റെ അഭാവം, ഉയർന്ന തലങ്ങളിൽ ഭൂമിയുടെ

കാന്തിക വലയങ്ങളുടെ അസാന്നിദ്ധ്യം, ബഹിരാകാശ യാത്രയിൽ മനുഷ്യൻ അഭിമുഖീകരിക്കേണ്ടി വരുന്ന ഈവക പ്രശ്നങ്ങൾ നിരവധിയാണ്. ബഹിരാകാശത്തും ചന്ദ്രനിലുമൊക്കെ ശബ്ദതരംഗങ്ങൾ നിശ്ചലമായിത്തീരുന്നു.. തീർച്ചയായും ദീർഘനാൾ ഉപയോഗത്തിൽ ഇല്ലാതിരുന്നാൽ പഞ്ചേന്ദ്രിയങ്ങളുടെ പ്രവർത്തനം മന്ദീഭവിക്കുമെന്നുള്ളത് തികച്ചും സ്വാഭാവികമാണ്. വേണ്ടത്ര കായിക അദ്ധ്വാനമില്ലാതിരുന്നാൽ ഗുരുത്വമില്ലാത്ത അവസ്ഥയിൽ മനുഷ്യന്റെ പേശികൾ ദുർബ്ബലമായിത്തീരും, അസ്ഥികൾ ശോഷിക്കും. ഭക്ഷണം, ജലം ഇവയൊക്കെ ജീവന് അനിവാര്യമായ ഘടകങ്ങളാണല്ലോ.

ഹൃദയത്തിന്റെയും രക്തധമനികളുടെയും സുഗമമായ പ്രവർത്തനത്തെ പ്രതികൂലമായി ബാധിക്കുന്ന അനുഭവങ്ങൾ തികച്ചും സ്വാഭാവികമാണ്. രക്തധമനികളുടെ അന്തർഭാഗത്തു കാണുന്ന, രക്തപ്രവാഹവുമായി നേരിട്ടു ബന്ധപ്പെട്ടു നില്ക്കുന്ന, ഗ്ലൈക്കോലാക്സ് എന്ന മൗലിക കണങ്ങളാണ് പ്രധാനമായും രക്തപ്രവാഹത്തിന്റെ കാര്യത്തിൽ മൈക്രോഗ്രാവിറ്റിയുടെ സ്വാധീനംമൂലം പ്രതിസന്ധിയിലാകുന്നത്. (Glycolax is a mikron thick layer of biomolecules that lines the lumen of blood vessels and directly exposed to blood flow.) ശാരീരിക അദ്ധ്വാനക്കുറവുമൂലം കാലക്രമേണ ഹൃദയത്തിന്റെ സ്പന്ദത്തിനു താള വ്യത്യാസം സംഭവിക്കുന്നു രക്തത്തിലെ പ്ലാസ്മയുടെ അളവിന് കുറവ് സംഭവിക്കുന്നു. ഹൃദയത്തിന്റെ ഇടതു കീഴറയ്ക്കു തൂക്കം കുറയുന്നു. കാലക്രമത്തിൽ വിളർച്ചയും രക്തക്കുറവും അനുഭവപ്പെടുന്നു. രോഗപ്രതിരോധശക്തി കുറയ്ക്കുന്നു. മൂത്രാശയരോഗങ്ങൾക്ക് സാദ്ധ്യത വർദ്ധിക്കുന്നു. ദീർഘകാലം ബഹിരാകാശത്തു ചെലവഴിച്ചശേഷം ഭൂമിയിൽ തിരിച്ചെത്തുന്ന അസ്ട്രോനോട്ടിനു ഭൂമിയിലെ സാഹചര്യങ്ങളുമായി വീണ്ടും പൊരുത്തപ്പെടാൻ സമയം ആവശ്യമാണ്. ഉദാഹരണമായി രണ്ടടി ഉയരമുള്ള സ്റ്റെപ്പുകൾ കയറി ഇറങ്ങി പരിചയിച്ചിട്ടുള്ള ഒരാൾക്ക് അഞ്ചോ ആറോ ഇഞ്ചു മാത്രം ഉയരമുള്ള സ്റ്റെപ്പുകൾ കയറിയിറങ്ങണമെങ്കിൽ അല്പം സ്വയം നിയന്ത്രണം ആവശ്യമായിവരുമല്ലോ. നാസയും റഷ്യൻ ബഹിരാകാശ ഗവേഷണ വിഭാഗവും അസ്ട്രോനോട്ടുകളുടെ ആരോഗ്യം പരിരക്ഷിക്കാൻ എല്ലാ മുൻകരുതലുകളും എടുക്കുന്നതോടൊപ്പം ഗവേഷണ സംഘത്തിൽ ഒരു ഡോക്ടർ കൂടി ഉൾപ്പെട്ടിരിക്കണമെന്നുള്ള ധാരണയിൽ എത്തിക്കഴിഞ്ഞു.

അന്തരീക്ഷ മർദ്ദത്തിന്റെ അഭാവമാണ് ബഹിരാകാശത്ത് മനുഷ്യൻ അഭിമുഖീകരിക്കേണ്ടിവരുന്ന അതിശക്തമായ മറ്റൊരു പ്രതികൂല പ്രതിഭാസം. ഭൂമിയിൽ സമുദ്രനിരപ്പിൽ അന്തരീക്ഷമർദ്ദം ഒരു ചതുരശ്ര ഇഞ്ചിൽ 14.7 പൗണ്ടായി അനുഭവപ്പെടുന്നു. ഇത് ഒരു ചതുരശ്ര സെന്റീമീറ്ററിൽ 1.03 കിലോഗ്രാമിന് തുല്യമാണ്. ഇതിന്റെ മറ്റൊരു അളവാണ് 760 മില്ലീ മീറ്റർ (29.9212 inches) മെർക്കുറി അന്തരീക്ഷ മർദ്ദമെന്നത്. മുഖ്യമായും സമുദ്രനിരപ്പിൽനിന്നുമുള്ള ഉയരവ്യത്യാസമനുസരിച്ച്

ഏറ്റക്കുറച്ചിലുകൾ ഉണ്ടെങ്കിലും ഭൂമിയുടെ പ്രതലത്തിൽ എല്ലായിടത്തും മനുഷ്യന്റെ ജീവൻ നിലനിർത്തുന്നതിന് അനുയോജ്യമായ അന്തരീക്ഷ മർദ്ദം നിലനില്ക്കുന്നു. മനുഷ്യന്റെ ശ്വാസകോശം അന്തരീക്ഷമർദ്ദവുമായി പൊരുത്തപ്പെട്ടു നില്ക്കുന്നു. എന്നാൽ ഭൂമിയിൽനിന്നും ഉയരും തോറും സ്വാഭാവികമായും അന്തരീക്ഷമർദ്ദം കുറഞ്ഞുവരുന്നു. ബഹിരാകാശത്തിലെ അതിശുഷ്കമായ അന്തരീക്ഷമർദ്ദത്തിലെത്തുമ്പോൾ ശ്വാസകോശം വികസിക്കാൻ സാദ്ധ്യതയുണ്ട്. സമുദ്രനിരപ്പിൽനിന്നും 19.14 കിലോമീറ്റർ (62795 അടി) ഉയരത്തിൽ എത്തുമ്പോൾതന്നെ അന്തരീക്ഷമർദ്ദം സമുദ്രനിരപ്പിലെ അന്തരീക്ഷമർദ്ദത്തിന്റെ 6% മാത്രമായി കുറയുന്നു. മനുഷ്യ ശരീരത്തിന്റെ സാധാരണ ഊഷ്മാവിൽ (97.7–98.6 ഡിഗ്രി ഫാരൻഹീറ്റ്) തന്നെ ഇത്രയും കുറഞ്ഞ അന്തരീക്ഷമർദ്ദം ജലത്തിന്റെ സാറ്റുറേറ്റഡ് വേപ്പർ പ്രഷറിന് സമാനമായിരിക്കും. (Equilibrium vapor pressure or saturated vapor pressure is defined as the pressure exerted by a vapor in thermodynamic equilibrium with the condensed phases - solid or liquid at a given temperature). അമേരിക്കൻ എയർഫോഴ്സിലെ ഫിസിഷ്യനും വൈമാനികനുമായിരുന്ന മേജർ ജനറൽ ഹാരി ജി ആംസ്ട്രോങ് (Harry G Armstrong) ആണ് ഈ പ്രതിഭാസം മനസ്സിലാക്കിയത്. അദ്ദേഹത്തിന്റെ സ്മരണയ്ക്കായി സമുദ്രനിരപ്പിൽനിന്നും 19.14 കിലോമീറ്റർ ഉയരത്തെ ആംസ്ട്രോങ് ലൈൻ (Armstrong line) എന്ന് പറയുന്നു. ഇത്രയും കുറഞ്ഞ അന്തരീക്ഷ മർദ്ദത്തിൽ മനുഷ്യ ശരീരത്തിലെ ജലാംശം നിമിഷങ്ങൾക്കുള്ളിൽ ബാഷ്പീകരിക്കുകയും രക്തധമനികളിൽ നിന്നുപോലും ഓക്സിജനും നൈട്രജനുമടങ്ങുന്ന വായു ശക്തിയായി ബഹിർഗ്ഗമിക്കുകയും ചെയ്യുന്നു. തന്മൂലം അതിവേഗത്തിൽ മരണം സംഭവിക്കുന്നു. ബഹിരാകാശത്ത് ഓക്സിജന്റെ അഭാവത്തിൽ മൃതശരീരം ചീഞ്ഞഴുകാൻ സാദ്ധ്യതയില്ല. എന്നാൽ ഏതെങ്കിലും പ്രദക്ഷിണ വലയത്തിലെത്തിപ്പെടുകയോ, ഭൗമാന്തരീക്ഷത്തിൽ പ്രവേശിച്ച് ജ്വലിച്ച് ശിഥിലമാവുകയോ ചെയ്തെന്നിരിക്കും. ഇത്തരം സാഹചര്യങ്ങളെ അതിജീവിക്കുവാൻ വായുമർദ്ദമുള്ള സ്പേസ് സൂട്ടുകൾ വികസിപ്പിക്കുന്നത് ദീർഘകാലത്തെ പഠനങ്ങളും പരിശ്രമങ്ങളും മുഖാന്തരം മാത്രം സാധിക്കുന്ന കാര്യമാണ്.

ബഹിരാകാശത്ത് മനുഷ്യന് നേരിടേണ്ടി വരുന്ന ഏകാന്തതയും, സഹജീവികളുമായുള്ള സ്വാഭാവികമായ സംസർഗ്ഗത്തിന്റെ അഭാവവും, വ്യത്യസ്തമായ ദിനരാത്രങ്ങളും സുപരിചിതമായിരുന്ന ദിനചര്യകളിൽ താളപ്പിഴകൾ സംഭവിച്ചാലുണ്ടാകുന്ന അസ്വസ്ഥതകളും ഉൾപ്പെടെ എല്ലാ പ്രതിബന്ധങ്ങളെയും തുടർച്ചയായ പരിശീലനത്തിലൂടെ അതിജീവിച്ചെങ്കിലേ ഒരു അസ്ട്രോനോട്ടിന് ബഹിരാകാശയാത്രയ്ക്കു ഒരുങ്ങാൻ സാധിക്കുകയുള്ളു. സൃഷ്ടികർത്താവിന്റെ സൃഷ്ടിവൈഭവത്തിന്റെ പാരമ്യമാണ് മനുഷ്യൻ (Man is an engineering marvel of the creative power of the creator) എന്നത് എത്രയോ വലിയ യാഥാർഥ്യം.

അറിഞ്ഞിടത്തോളം അനന്തമായ പ്രപഞ്ചത്തിൽ മനുഷ്യജീവന് യഥേഷ്ടം വിഹരിക്കാവുന്ന ഇടം ഭൂമി മാത്രമാണ്. സാങ്കേതികമായി കൃത്യതയോടെ ബഹിരാകാശത്തു പ്രവർത്തിക്കുന്ന ബഹിരാകാശ വാഹനങ്ങളും ഉപഗ്രഹങ്ങളും വികസിപ്പിക്കുവാൻ സാധിക്കുന്നതും നീണ്ട വർഷങ്ങളുടെ പരീക്ഷണ നിരീക്ഷണങ്ങളുടെ പരിണതഫലമായാണ്.

അടിക്കുറിപ്പ്

കാർമാൻ രേഖ

ഒരു ഹങ്കേറിയൻ എയ്റോസ്പേസ് എഞ്ചിനീയർ ആയിരുന്നു തിയോഡർ വോൺ കാർമാൻ. 1930 ൽ അമേരിക്കയിലേക്ക് കുടിയേറിപ്പാർക്കുകയും, രണ്ടാം ലോകമഹായുദ്ധകാലത്തു ഹെലികോപ്റ്ററുകളും സൂപ്പർ സോണിക് വിമാനങ്ങളും പറത്തുന്നതിൽ പ്രാവീണ്യം നേടുകയും ചെയ്തു. 1944 ൽ അമേരിക്കയിൽ ജെറ്റ് പ്രൊപ്പൽഷൻ ലബോറട്ടറി സ്ഥാപിച്ചത് അദ്ദേഹത്തിന്റെ ശ്രമഫലമായിട്ടായിരുന്നു. ഉയരങ്ങളിലേക്ക് പോകുന്തോറും അന്തരീക്ഷത്തിന്റെ സാന്ദ്രത കുറഞ്ഞുവരും. ഭൂമിയുടെ അന്തരീക്ഷത്തിന്റെ ഏറ്റവും ഉപരിതലമാണ് എക്സോസ്ഫിയർ. സാന്ദ്രത അതിശുഷ്കമാണെങ്കിൽ (negligible) തന്നെയും അന്തരീക്ഷം പരമാവധി 1000 കിലോമീറ്റർ വരെ വ്യാപിച്ചിരിക്കുന്നു. എന്നാൽ 100 കിലോമീറ്റർ ഉയരത്തിൽ എത്തുമ്പോഴേക്കും പറക്കുന്ന വിമാനത്തെ താങ്ങിനിർത്തുവാൻ പോരുന്ന സാന്ദ്രത അന്തരീക്ഷത്തിന് ഇല്ലാതെവരുന്നു. ഈ പ്രതിസന്ധി പ്രായോഗികതലത്തിൽ വ്യക്തമായി ഗ്രഹിച്ചു പഠന വിഷയമാക്കിയ വൈമാനികന്റെ പേരിൽ ഭൂമിയുടെ പ്രതലത്തിൽനിന്നുള്ള 100 കിലോമീറ്റർ ഉയരത്തെ ഭൗമാന്തരീക്ഷവും ബഹിരാകാശവും തമ്മിൽ വേർതിരിക്കുന്ന സാങ്കല്പിക അതിർത്തിരേഖ കാർമാൻ രേഖ എന്ന പേരിൽ സാർവ്വത്രികമായി അംഗീകരിച്ചുവരുന്നു. കാർമാൻ രേഖയ്ക്ക് മുകളിൽ ഒരു രാഷ്ട്രത്തിനും അതിർത്തി നിർണ്ണയിക്കാൻ അവകാശമില്ലെന്നുള്ള അന്താരാഷ്ട്ര ധാരണയും നിലനില്ക്കുന്നുണ്ട്.

ബഹിരാകാശയുഗത്തിന്റെ പിറവി

അമേരിക്ക ജപ്പാനിൽ ഹിരോഷിമയിലും നാഗസാക്കിയിലും ബോംബ് വർഷിച്ചതോടെ രണ്ടാം ലോക മഹായുദ്ധം ജർമ്മനിയുടെയും അച്ചുതണ്ട് ശക്തികളുടെയും പരാജയത്തിൽ കലാശിച്ചിരുന്നല്ലോ. ലോക മഹായുദ്ധകാലത്ത് റഷ്യയും അമേരിക്കയും ഒരേ ചേരിയിലായിരുന്നെങ്കിലും ജർമ്മനി റഷ്യയുടെ വിവിധ പ്രദേശങ്ങൾ ആക്രമിച്ച് പിടിച്ചെടുത്തപ്പോൾ സഖ്യകക്ഷികൾ സഹായിച്ചില്ല എന്ന കാരണത്താൽ റഷ്യ സഖ്യകക്ഷിയിൽനിന്നും തെറ്റിപ്പിരിയുകയും അമേരിക്കയുമായി ശത്രുതയിലാവുകയും ചെയ്തു. മാത്രമല്ല 1924 മുതൽ 1953 വരെ റഷ്യൻ കമ്യൂണിസ്റ്റ് പാർട്ടിയുടെ ജനറൽ സെക്രട്ടറിയും സോവിയറ്റ് യൂണിയന്റെ ഭരണാധികാരിയും ആയിരുന്ന ജോസഫ് സ്റ്റാലിന് അമേരിക്കൻ മുതലാളിത്ത വ്യവസ്ഥിതിയോടു കടുത്ത വിരോധവുമുണ്ടായിരുന്നു. തുടർന്ന് ഇരുരാജ്യങ്ങളും യുദ്ധാവശ്യങ്ങൾക്കുവേണ്ടി അവരുടെ റോക്കറ്റ് അല്ലെങ്കിൽ മിസൈൽ സാങ്കേതികവിദ്യ രഹസ്യമായി പരിഷ്കരിച്ചുകൊണ്ടിരുന്നു. പിടിച്ചെടുത്ത ജർമ്മൻ V 2 റോക്കറ്റുകളും ബന്ധനസ്ഥരാക്കിയ ജർമ്മൻ മിസൈൽ ശാസ്ത്രജ്ഞന്മാരെയും അമേരിക്കയും റഷ്യയും തങ്ങളുടെ മിസൈൽ സാങ്കേതിക വിദ്യ വികസിപ്പിക്കുന്നതിനായി പ്രയോജനപ്പെടുത്തി. ഇതുമൂലം റോക്കറ്റ് സാങ്കേതിക വിദ്യ വളരെയേറെ മുന്നോട്ടുപോയി.

1957 ഒക്ടോബർ നാലിന് സോവിയറ്റ് റഷ്യ സ്പുട്നിക് 1 എന്ന ബഹിരാകാശ പേടകം (കൃത്രിമ ഉപഗ്രഹം) റോക്കറ്റ് സാങ്കേതിക വിദ്യ ഉപയോഗിച്ച് ബഹിരാകാശത്ത് ഭ്രമണപഥത്തിലെത്തിച്ചതോടെ ഭൂമിയിൽ ബഹിരാകാശയുഗം പിറവിയെടുത്തു. ഉപഗ്രഹം 215 കിലോമീറ്റർ പെരിജി

(ഭൂമിയിൽ നിന്നുള്ള കുറഞ്ഞ അകലം) X 939 കിലോമീറ്റർ അപോജി എന്ന (ഭൂമിയിൽ നിന്നുള്ള കൂടിയ അകലം) ദീർഘ വൃത്തത്തിൽ വിക്ഷേപിക്കപ്പെട്ടു. സ്പുട്നിക് 1 ന്റെ ഭാരം 86 കിലോഗ്രാമായിരുന്നു. 22 ദിവസങ്ങൾ ഇതിലെ ബാറ്ററികൾ പ്രവർത്തനനിരതമായിരുന്നു. മൂന്ന് മാസക്കാലത്തോളം മാത്രം സ്പുട്നിക് 1 പ്രദക്ഷിണ വലയത്തിൽ തുടർന്നു, അതിനുശേഷം സഞ്ചാരപഥത്തിൽനിന്നും വ്യതിചലിച്ച് ഭൗമാന്തരീക്ഷത്തിലെത്തി ജ്വലിച്ച് അപ്രത്യക്ഷമായി. റഷ്യ വീണ്ടും 1957 നവംബർ മൂന്നിന് സ്പുട്നിക് 2 എന്ന ബഹിരാകാശ പേടകം വിക്ഷേപിച്ചു. 500 കിലോഗ്രാം തൂക്കം വരുന്ന പേടകത്തിൽ ലെയ്ക്ക എന്ന പെൺപട്ടിയും ബഹിരാകാശത്ത് എത്തിച്ചേർന്നു. വിക്ഷേപണത്തോടെ പേടകം ദീർഘവൃത്താകൃതിയിലുള്ള ഭ്രമണപഥത്തിൽ മണിക്കൂറിൽ ഏകദേശം 28,000 കിലോമീറ്റർ വേഗത്തിൽ ഭൂമിയെ പ്രദക്ഷിണം ചെയ്തുകൊണ്ടിരുന്നു. ഭ്രമണപഥത്തിന്റെ പെരിജി 228 കിലോമീറ്ററും അപോജി 1671 കിലോമീറ്ററും ആയിരുന്നു. ഗുരുത്വ ബലം തീരെ കുറവായി അനുഭവപ്പെടുന്ന സാഹചര്യത്തിൽ ജീവൻ നിലനില്ക്കുമോ എന്ന് അറിയുന്നതിനുള്ള ആദ്യ പരീക്ഷണമായിരുന്നു ഇത്. പേടകം 103.7 മിനിറ്റിൽ ഒരു പ്രാവശ്യം ഭൂമിയെ പ്രദക്ഷിണം ചെയ്തിരുന്നു. പേടകത്തിലെ ചെറിയ ക്യാബിനുള്ളിൽ ഒതുങ്ങിയിരുന്ന പട്ടിക്കുട്ടിക്ക് ക്യാബിനിലെ താപവർദ്ധനമൂലം 6 – 7 മണിക്കൂറിൽ അധികം ജീവിച്ചിരിക്കാൻ കഴിഞ്ഞില്ല. നാലാമത്തെ പ്രദക്ഷിണത്തിനിടയിൽ അതിന്റെ ജീവൻ നഷ്ടപ്പെട്ടു. ഏറെനാളത്തെ വിദഗ്ദ്ധ പരിശീലനത്തിനു ശേഷമായിരുന്നു പട്ടിയെ ബഹിരാകാശയാത്രക്കൊരുക്കിയത്. 162 ദിവസം ഭൂമിയെ പ്രദക്ഷിണം ചെയ്തശേഷം സ്പുട്നിക് രണ്ടാമൻ ഭൂമിയുടെ അന്തരീക്ഷത്തിലേക്ക് വീണ് കത്തിയെരിഞ്ഞു.

സോവിയറ്റ് റഷ്യ ബഹിരാകാശത്ത് നടത്തിയ ചരിത്രവിജയം അമേരിക്കൻ ഭരണകൂടത്തെയും ജനതയെയും വിസ്മയഭരിതരാക്കി. ഉപഗ്രഹ വിക്ഷേപണത്തിന് ഉപയോഗിക്കുന്ന റോക്കറ്റുകളെ ബോംബുകൾ വർഷിക്കാനുള്ള ദീർഘദൂര മിസൈലുകളായി രൂപാന്തരപ്പെടുത്തുവാനും കഴിയുമെന്ന വസ്തുത അമേരിക്കൻ ശാസ്ത്രലോകത്തെ അസ്വസ്ഥരാക്കി. അമേരിക്കൻ ബഹിരാകാശ ഗവേഷണത്തെ ത്വരിതപ്പെടുത്തുവാൻ പ്രസിഡന്റ് ഐസൻഹോവർ (Dwight D Eisenhover) പദ്ധതികളാരംഭിച്ചു. ഇതേത്തുടർന്ന് ബഹിരാകാശ രംഗത്ത് അമേരിക്കയും രംഗപ്രവേശം ചെയ്തു. അമേരിക്കയുടെ വാൻഗ്വാർഡ് റോക്കറ്റുകൾ ഒന്നിനു പിറകേ ഒന്നായി പരാജയപ്പെട്ടുവെങ്കിലും 1958 ജനുവരി 31 ന് 30 പൗണ്ട് മാത്രം ഭാരമുള്ള എക്സ്പ്ളോറർ – 1 (Explorer - 1) എന്ന ഉപഗ്രഹത്തെ വാൻഗ്വാർഡ് വാഹനമുപയോഗിച്ച് കേപ്പ് കാനവെറൽ എന്ന വിക്ഷേപണ കേന്ദ്രത്തിൽനിന്നും വിജയകരമായി വിക്ഷേപിച്ചു.

തുടർന്നുള്ള ഏതാനും ദശാബ്ദങ്ങൾക്കുള്ളിൽ വിവിധ രാഷ്ട്രങ്ങളുടേതായി ആയിരക്കണക്കിന് ഉപഗ്രഹങ്ങൾ വിവിധ പ്രദക്ഷിണ വലയങ്ങളിലായി ബഹിരാകാശത്ത് വിക്ഷേപിക്കപ്പെട്ടിരിക്കുന്നു, കാലാവസ്ഥ പ്രവചനം, ഭൂമിയുടെ പ്രതലത്തെക്കുറിച്ചുള്ള പഠനങ്ങൾ, വിദൂരസംവേദനം, പ്രപഞ്ചത്തെക്കുറിച്ചുള്ള ഗവേഷണ പഠനങ്ങൾ, ജ്യോതിശാസ്ത്ര പരമായ ഗവേഷണങ്ങൾ, കമ്യൂണിക്കേഷൻ എന്നിങ്ങനെ വിവിധ മേഖലകളിൽ മനുഷ്യന് അനിവാര്യമായ ഒരു ഘടകമായി കൃത്രിമ ഉപഗ്രഹങ്ങൾ ഇതിനകം മാറിക്കഴിഞ്ഞിരിക്കുന്നു

1961 ഏപ്രിൽ 12 ന് മാനവരാശിയുടെ ചരിത്രത്തിൽ ആദ്യമായി സോവിയറ്റ് റഷ്യ "യൂറി ഗഗാറിൻ" എന്ന കോസ്മോനോട്ടിനെ വോസ്റ്റോക് 1 എന്ന വിക്ഷേപണ വാഹനത്തിൽ, ബഹിരാകാശത്ത് എത്തിച്ചു.

റഷ്യയുടെ R7 എന്ന മിസൈലിൽനിന്നും രൂപപ്പെടുത്തിയതായിരുന്നു വോസ്റ്റോക് - 1 എന്ന ബഹിരാകാശ വാഹനം. മൂന്നു സ്റ്റേജുള്ള ഒരു റോക്കറ്റ് ആയിരുന്നു വോസ്റ്റോക് - 1. അമേരിക്കയുടെ അറ്റ്ലസ്, ടൈറ്റാൻ എന്നീ റോക്കറ്റുകളോട് കിടപിടിക്കാവുന്ന വോസ്റ്റോക് റോക്കറ്റിനു 2,80,000 കിലോഗ്രാം ഭാരമുണ്ടായിരുന്നു. ഒരേസമയം പ്രവർത്തിക്കുന്ന നാല് സ്ട്രാപ്പ് ഓൺ മോട്ടോറുകൾ ചേർന്നതായിരുന്നു വാഹനത്തിലെ ഒന്നാമത്തെ സ്റ്റേജ്. ഇതിന്റെ ജ്വലനസമയം 118 സെക്കൻഡ് ആയിരുന്നു. നാല് മോട്ടോറും ചേർന്ന് 3883.4 കിലോ ന്യൂട്ടൺ ത്രസ്റ്റ് ഉല്പാദിപ്പിക്കുവാൻ സാധിക്കുമായിരുന്നു. ഒന്നാമത്തെ സ്റ്റേജിനൊപ്പം

ചിത്രം 7 – വോസ്റ്റോക് 1 വിക്ഷേപണ സമയത്ത്

തന്നെ ജ്വലനം ആരംഭിക്കുന്ന രണ്ടാമത്തെ സ്റ്റേജ് 301 സെക്കൻഡ് സമയം ജ്വലിക്കുന്നതിനും 912 കിലോ ന്യൂട്ടൺ ത്രസ്റ്റ് ഉല്പാദിപ്പിക്കുവാനും കഴിയുമായിരുന്നു. മൂന്നാമത്തെ സ്റ്റേജിന്റെ ജ്വലനസമയം 365 സെക്കൻഡ് ആയിരുന്നു. അതിനു 54.5 കിലോ ന്യൂട്ടൺ ത്രസ്റ്റ് ഉല്പാദിപ്പിക്കുവാൻ സാധിക്കുമായിരുന്നു. എല്ലാ സ്റ്റേജ് മോട്ടോറുകളിലും RP 1 എന്ന പ്രത്യേക ഇനം മണ്ണെണ്ണയും ദ്രവീകരിച്ച ഓക്സിജനുമായിരുന്നു പ്രൊപ്പല്ലന്റ് ആയി ഉപയോഗിച്ചിരുന്നത്. ബഹിരാകാശ പേടകമുൾപ്പെടെ റോക്കറ്റിന്റെ ഭാരം 287 ടൺ ആയിരുന്നു.

ബഹിരാകാശ പേടകത്തിന് സർവീസ് മൊഡ്യൂൾ അഥവാ ഇൻസ്ട്രുമെന്റ് മൊഡ്യൂൾ, ഡിസെന്റ് മൊഡ്യൂൾ അഥവാ റീഎൻട്രി മൊഡ്യൂൾ എന്നിങ്ങനെ രണ്ടു ഭാഗങ്ങളാണ് ഉണ്ടായിരുന്നത്. കോസ്മോനോട്ടിന്റെ ക്യാബിൻ അടക്കം ഡിസെന്റ് മോഡ്യൂളിന്റെ ഭാരം 2.46 ടണ്ണും ഇൻസ്ട്രുമെന്റ് മോഡ്യൂളിന്റെ ഭാരം 2.27 ടണ്ണും ആയിരുന്നു. മൊത്തം വിക്ഷേപണ സമയത്തെ ഭാരം 4.73 ടൺ ആയിരുന്നു. ഗോളാകൃതിയിൽ നിർമ്മിച്ചിരുന്ന ഡിസെന്റ് മോഡ്യൂളിന് 2.3 മീറ്റർ ഡയമീറ്റർ ഉണ്ടായിരുന്നു. സർവീസ് മോഡ്യൂളിന് 2.43 മീറ്റർ നീളവും 2.25 മീറ്റർ വീതിയും ഉണ്ടായിരുന്നു. ദീർഘനാളത്തെ പഠനങ്ങൾക്കും പരീക്ഷണങ്ങൾക്കും ശേഷമായിരുന്നു ബഹിരാകാശപേടകത്തിനു അന്തിമരൂപം നല്കിയത്. വോസ്റ്റോക് 1 ന്റെ വിക്ഷേപണം സംബന്ധിച്ച വിവരങ്ങൾ റഷ്യ അതീവ രഹസ്യമായി സൂക്ഷിച്ചു. ബഹിരാകാശ

ചിത്രം 8 – യൂറി ഗഗാറിൻ

ചിത്രം 9 – വോസ്റ്റോക് 1 ലെ ബഹിരാകാശ പേടകം

യാത്രയ്ക്ക് പലരും പരിഗണിക്കപ്പെടുകയും പരിശീലിപ്പിക്കപ്പെടുകയും ചെയ്തിരുന്നെങ്കിലും ഏറ്റവും അനുയോജ്യനായി കണ്ടെത്തിയത് യൂറി ഗഗാറിൻ എന്ന 27 വയസ്സുകാരനായിരുന്ന യുവ എയർഫോഴ്സ് പൈലറ്റിനെയായിരുന്നു. മനുഷ്യനെ ബഹിരാകാശത്ത് എത്തിച്ച പ്രഥമ വിക്ഷേപണമെന്ന നിലയിൽ അത് സംബന്ധിച്ച ഒരു സംക്ഷിപ്ത വിവരണം ഇവിടെ അവതരിപ്പിക്കുന്നു. 1961 ഏപ്രിൽ 11 ന് എല്ലാ ഒരുക്കങ്ങളോടുംകൂടി വോസ്റ്റോക് റോക്കറ്റ് സോവിയറ്റ് റഷ്യയിൽ കസഖ്സ്ഥാനിലെ ബൈക്കൊന്നൂർ കോസ്മോഡ്രോമിൽ ലംബമായി പ്രതിഷ്ഠിച്ചു. പല സാഹചര്യങ്ങളെയും കണക്കിലെടുത്തു വിക്ഷേപണ സമയം കൃത്യമായി നിശ്ചയിച്ചു. ഭൂഗുരുത്വം അല്പമായി മാത്രം അനുഭവപ്പെടുന്ന സാഹചര്യത്തിൽ കോസ്മോനോട്ടിന്റെ മാനസികാവസ്ഥയ്ക്ക് വൈകല്യം സംഭവിച്ചേക്കാമെന്നുള്ള ധാരണയിൽ പേടകത്തിന്റെ നിയന്ത്രണം അധികവും ഓട്ടോമാറ്റിക് സംവിധാനത്തിലൂടെയും ഭാഗികമായി കൺട്രോൾ സെന്ററിൽനിന്നും നടത്തുന്നതിനുള്ള ക്രമീകരണങ്ങളായിരുന്നു ചെയ്തിരുന്നത്. ഏപ്രിൽ 12 ന് റഷ്യൻ സമയം രാവിലെ 7:10 ന് (ഗ്രീൻവിച്ച് സമയം 04:10) യൂറി ഗഗാറിൻ പേടകത്തിൽ പ്രവേശിച്ചു.

വിക്ഷേപണ വാഹനത്തിലെ ചില സിഗ്നലുകൾ പുനഃപരിശോധിക്കേണ്ടിവന്നതുമൂലം വിക്ഷേപണ സമയം രണ്ടു മണിക്കൂറോളം വൈകി. ഗഗാറിന്റെ പൾസ് അല്പം താണു; മിനിറ്റിൽ 64 ആയി കുറഞ്ഞു

എങ്കിലും അദ്ദേഹം ശാന്തനായി കാണപ്പെട്ടു. ഗ്രീൻവിച്ച് സമയം 06:07 ന് കൗണ്ട് ഡൗൺ പൂർത്തിയായി റോക്കറ്റ് മുകളിലേക്ക് ഉയർന്നു. വിക്ഷേപണത്തിനുശേഷം 119 സെക്കൻഡ് കഴിഞ്ഞപ്പോൾ വാഹനത്തിന്റെ സൈഡിലുള്ള നാല് സ്ട്രാപ്പ്-ഓൺ മോട്ടോറുകൾ ജ്വലിച്ചു തീർന്നു. മെയിൻ മോട്ടോറിൽനിന്നും അവ വിഘടിച്ചു മാറി. 156 സെക്കൻഡ് കഴിഞ്ഞപ്പോൾ പേടകത്തെച്ചുറ്റിയുള്ള സംരക്ഷണ കവചവും (താപ കവചം) വിട്ടുമാറി. 300 സെക്കൻഡ് കഴിഞ്ഞപ്പോൾ മെയിൻ മോട്ടോറും ജ്വലിച്ചു തീർന്നു. ഗ്രീൻവിച്ച് സമയം 06 :12 ന് മെയിൻ മോട്ടോർ (രണ്ടാമത്തെ സ്റ്റേജ്) അവസാനത്തെ മോട്ടോറിൽനിന്നും പേടകത്തിൽനിന്നും വിഘടിച്ചുമാറി. അവസാനത്തെ മോട്ടോർ പ്രവർത്തനം ആരംഭിച്ചു. ഗ്രീൻവിച്ച് സമയം 06:17 ന് അവസാനത്തെ മോട്ടോറിന്റെ എഞ്ചിൻ ഷട്ട് ഡൗൺ ചെയ്തു. വീണ്ടും പത്തു സെക്കൻഡിൽ മോട്ടോർ പേടകത്തിൽനിന്നും വിഘടിച്ചുമാറി. പേടകം പ്രദക്ഷിണ വലയത്തിൽ എത്തി. 64.95 ഡിഗ്രി ഇൻക്ളിനേഷൻ ആംഗിളിൽ ആയിരുന്നു പേടകത്തിന്റെ വിക്ഷേപണം നടന്നത്.

T+676 സെക്കൻഡിൽ പേടകം സൈബീരിയൻ പ്രദേശത്തിന് മുകളിലെത്തി. ഗ്രീൻവിച്ച് സമയം 06:37 ആയപ്പോൾ പേടകം നോർത്ത് പസഫിക് സമുദ്രത്തിനു മുകളിൽ എത്തി. ഭൂമിയെച്ചുറ്റിയുള്ള യാത്രയിൽ ഗഗാറിന്റെ കാഴ്ചയിൽനിന്നും സൂര്യൻ മറഞ്ഞു. ഇനിയുള്ള ഏതാനും മിനിറ്റുകൾ ഗഗാറിന് രാത്രിയായിരിക്കും. (At 06:49 Gagarin reported he was on the night side of the Earth.)

ഗ്രീൻവിച്ച് സമയം 07:10 ന് (റഷ്യൻ സമയം 09:10 ന്) പേടകം ദക്ഷിണ അമേരിക്കയെച്ചുറ്റി അറ്റ്ലാന്റിക് സമുദ്രത്തിന് മുകളിലേക്ക് എത്തുമ്പോഴേക്കും ഭൂമിയുടെ രാത്രിഭാഗം കടന്ന് പകൽ ദൃശ്യമായി ഗ്രീൻവിച്ച് സമയം 07:25 ന് പേടകം അറ്റലാന്റിക് സമുദ്രത്തിനു മുകളിലൂടെ സഞ്ചരിച്ച് ആഫ്രിക്കയുടെ തെക്കുപടിഞ്ഞാറ് ഭാഗത്തുള്ള അങ്കോലയുടെ മുകളിൽ എത്തിയിരിക്കുന്നു. ഇനിയുള്ള യാത്ര ആഫ്രിക്കയുടെ നെടുകെ ഈജിപ്തിന് മുകളിലൂടെ സഞ്ചരിച്ച് മെഡിറ്ററേനിയൻ കടലിന്റെ കിഴക്കുഭാഗത്തുകൂടി റഷ്യയിലെ ക്രയാഷ് എയർ ഫീൽടിനെ ലക്ഷ്യമിട്ടു വേണം. പേടകത്തിന്റെ പെരിജി (ഭൂമിയിൽ നിന്നുള്ള കുറഞ്ഞ അകലം) 181 കിലോമീറ്ററും അപോജി (ഭൂമിയിൽ നിന്നുള്ള കൂടിയ അകലം) 327 കിലോമീറ്ററുമായിരുന്നു. ലക്ഷ്യസ്ഥാനത്തേക്കു ഇനിയും 8,000 കിലോമീറ്റർ (4300 നോട്ടിക്കൽ മൈൽ) ദൂരമുണ്ട്. പേടകത്തിന്റെ ഓട്ടോമാറ്റിക് സംവിധാനങ്ങളുപയോഗിച്ചു ദിശ ക്രമീകരണങ്ങൾ നടത്തുകയും ഈ അവസരത്തിൽ റോക്കറ്റിന്റെ ഗതിവേഗം കുറയ്ക്കുന്നതിനുള്ള റിട്രോറോക്കറ്റുകൾ നാല്പത്തിരണ്ടു സെക്കൻഡ് പ്രവർത്തിപ്പിക്കുകയും ചെയ്തു. വീണ്ടും പത്തു സെക്കണ്ടു

കഴിഞ്ഞപ്പോൾ പേടകത്തിന്റെ ഭാഗമായ സർവീസ് മൊഡ്യൂൾ (ഇൻസ്ട്രുമെന്റ് മൊഡ്യൂൾ) റീ എൻട്രി മോഡ്യൂളിൽനിന്നും വിട്ടുമാറുന്നതിനുള്ള കമാൻഡുകൾ പ്രവർത്തിപ്പിച്ചു. എന്നാൽ ചില ഇലക്ട്രിക് വയറുകൾ ചുറ്റിപ്പിണഞ്ഞിരുന്നതു മൂലം സർവീസ് മൊഡ്യൂൾ വിട്ടുമാറാതെ പേടകത്തിന്റെ നിയന്ത്രണത്തിൽ ചില പാകപ്പിഴകൾ സംഭവിച്ചു. പേടകം ഈജിപ്തിനു മുകളിൽ എത്തുമ്പോഴേക്കും ഉലച്ചിൽ തട്ടി വട്ടംതിരിയാൻ തുടങ്ങി. എങ്കിലും ഏതാനും മിനിറ്റുകൾക്കുള്ളിൽ ഈ വയറുകളും സർവീസ് മോഡ്യൂളും വിട്ടുമാറി. എങ്കിലും പേടകത്തിന്റെ തുടർന്നുള്ള ഗതിനിയന്ത്രണത്തിനാവശ്യമായത്ര ഇന്ധനം ത്രസ്റ്ററുകളിൽ അവശേഷിച്ചിരുന്നില്ല. ഇന്ധനം അവിചാരിതമായി ചോർന്നു പോയിരുന്നതായിരുന്നു കാരണം. പ്രദക്ഷിണപഥത്തിൽനിന്നും വ്യതിചലിച്ച് ഭൂമിയെ ലക്ഷ്യമിട്ടപ്പോൾ ഭൂഗുരുത്വം സാധാരണത്തേതിന്റെ 8 മടങ്ങായി അനുഭവപ്പെട്ടു. എങ്കിലും എല്ലാം ഭംഗിയായി നടക്കുന്നുവെന്ന് ഗഗാറിൻ മിഷൻ കൺട്രോളിലേക്കു സന്ദേശം കൈമാറി. ഗഗാറിനെ പേടകത്തോടുകൂടി നിലത്തിറക്കുന്നതിനുള്ള സംവിധാനങ്ങൾ ആയിരുന്നില്ല ഏർപ്പെടുത്തിയിരുന്നത്. ഗ്രീൻവിച്ച് സമയം 07:55 നു പേടകം ഭൂമിയിൽ നിന്നും 7 കിലോമീറ്റർ ഉയരത്തിൽ എത്തിയപ്പോൾ പേടകത്തിന്റെ ഹാച്ച് തുറന്നു. കരുതിയിരുന്ന പാരച്യൂട്ടുസഹിതം ഗഗാറിൻ പേടകത്തിന് വെളിയിലേക്കു തള്ളിമാറ്റപ്പെട്ടു. തല്ക്ഷണം ഗഗാറിന്റെ പാരച്യൂട്ട് തുറന്നു. പേടകത്തിന്റെ നിയന്ത്രണത്തിൽ ചില പാകപ്പിഴകൾ സംഭവിച്ചിരുന്നതുമൂലം റഷ്യൻ എഞ്ചിനീയർമാർ പ്രതീക്ഷിച്ചിരുന്ന ക്രയാഷ് എയർഫീൽഡിൽനിന്നും 300 കിലോമീറ്റർ അകലെ എങ്കൽസ് ഡിസ്ട്രിക്റ്റിൽ സാറാറ്റോവ എന്ന സ്ഥലത്തു, വോൾഗ നദിയുടെ സമീപ പ്രദേശത്ത് അനിഖ്യാട്ട് ടക്ട്രക്കോവ എന്ന സ്ത്രീയും അവരുടെ കൊച്ചുമകളും ഉരുളക്കിഴങ്ങു നട്ടുകൊണ്ടിരുന്ന സ്ഥലത്തു ആയിരുന്നു പാരച്യൂട്ട് ചെന്നിറങ്ങിയത്. തലയിൽ ഹെൽമെറ്റ് ധരിച്ച്, മഞ്ഞ നിറത്തിലുള്ള സ്പേസ് സൂട്ട് അണിഞ്ഞു പുറകിൽ പാരച്യൂട്ടും വലിച്ചുകൊണ്ടു പിടഞ്ഞെഴുന്നേറ്റുവന്ന ഗഗാറിനെക്കണ്ടു വൃദ്ധ സ്ത്രീയും അവരുടെ കൊച്ചുമകളും ഭയചകിതരായി. എങ്കിലും ഗഗാറിൻ റഷ്യൻഭാഷയിൽ അവരെ സാന്ത്വനപ്പെടുത്തി. ഗഗാറിൻ നിലത്തിറങ്ങുന്നതിനു ഏഴു മിനിറ്റു മുൻപേ പേടകം ഗഗാറിൻ ഇറങ്ങിയ സ്ഥലത്തിന് ഒന്നര കിലോമീറ്റർ അകലെ നിലത്തു പതിച്ചിരുന്നു, ഈ സംഭവവും ചില കുട്ടികൾ വളരെ ദൂരെ നിന്ന് കണ്ട് പരിഭ്രമിക്കുവാൻ ഇടയായിരുന്നു. തെറ്റിദ്ധാരണകൾ നീങ്ങി ടക്ട്രക്കോവ തങ്ങൾ ഉച്ചഭക്ഷണത്തിനു കരുതിയിരുന്ന പാൽ കൊടുത്തു ഗഗാറിനെ സ്വസ്ഥനാക്കി. വിവരം അറിഞ്ഞു ആളുകൾ വന്നെത്തി. വളരെ താമസിയാതെ റഷ്യൻ എയർഫോഴ്സിന്റെ ഒരു ഹെലികോപ്റ്റർ ഗഗാറിനെ കണ്ടെത്തി. വോസ്റ്റോക്കിന്റെ വിക്ഷേപണത്തിന് ശേഷം മാത്രമേ സോവിയറ്റ് റഷ്യ ഗഗാറിന്റെ ബഹിരാകാശ

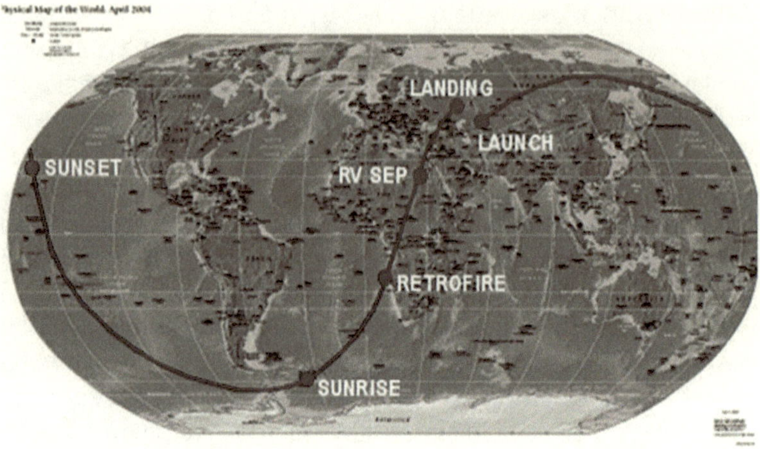

ചിത്രം 10 – യൂറി ഗഗാറിന്റെ ബഹിരാകാശ യാത്രയുടെ സംക്ഷിപ്ത രൂപരേഖ

യാത്രയെക്കുറിച്ചുള്ള വാർത്ത പുറത്തുവിട്ടുള്ളു. R 7 മിസൈലിൽ ന്യൂക്ലിയർ ബോംബ് ഫിറ്റ് ചെയ്യുന്നതിനുള്ള അറ തന്നെയായിരുന്നു കോസ്മോനോട്ടിനുള്ള പേടകമായി രൂപാന്തരപ്പെടുത്തിയത് എന്നതും വലിയ രഹസ്യമായി അവർ സൂക്ഷിച്ചിരുന്നു. വളരെക്കാലം ഗഗാറിന്റെ ലാൻഡിങ്ങിൽ വന്ന പാകപ്പിഴകൾ പുറംലോകം അറിഞ്ഞിരുന്നില്ല. ഇന്നത്തെപ്പോലെ കൃത്യമായ വിവര സമാഹരണത്തിനുള്ള സൂക്ഷ്മമായ സംവിധാനങ്ങൾ അക്കാലത്തുണ്ടായിരുന്നില്ല. ഗഗാറിൻ പേടകത്തിൽ തന്നെ നിലത്തിറങ്ങി എന്ന് ധരിക്കാവുന്ന വാർത്തകളാണ് പ്രചരിച്ചിരുന്നത്. 108 മിനിറ്റുകൊണ്ട് ബഹിരാകാശത്തിൽ ഭൂമിയെ ഒരു പ്രാവശ്യം പ്രദക്ഷിണം ചെയ്ത് ഗഗാറിൻ ആദ്യ ബഹിരാകാശ യാത്രികൻ (Cosmonaut) എന്ന പേരിനു അർഹത നേടി. യൂറി ഗഗാറിന്റെ ബഹിരാകാശ യാത്രയിൽ ചുറ്റിയ ഭൂഭാഗങ്ങൾ ചിത്രം 10 ലൂടെ മനസ്സിലാക്കാം.

തുടർന്ന് ബഹിരാകാശ യാത്രയിലും ബഹിരാകാശ ഗവേഷണത്തിലും വികസിത രാഷ്ട്രങ്ങൾ തമ്മിൽ ശീതസമരവും കിടമത്സരങ്ങളും നടന്നു.

1968 മാർച്ച് 27 ന് ഗഗാറിനും കോ പൈലറ്റ് വ്ളാഡിമിർ സെറിയോഗിനും (Vladimir Seryogin) നടത്തിയ MIG I5 വിമാനത്തിന്റെ പരിശീലന പറക്കലിനിടയിൽ അപകടം സംഭവിക്കുകയും വിമാനം റഷ്യയിലെ നോവോസിലോവോ (Novosyolovo) എന്ന സ്ഥലത്തിനടുത്ത് തകർന്നുവീണ് ഇരുവരും മരണപ്പെടുകയും ചെയ്തു.

കഴിഞ്ഞ 60 വർഷക്കാലത്തിനിടയിൽ 569 കോസ്മോനോട്ടുകൾ അഥവാ അസ്ട്രോനോട്ടുകൾ ബഹിരാകാശയാത്ര നടത്തിയിരിക്കുന്നു.

അടിക്കുറിപ്പ്

ഭൂമിയുടെ മദ്ധ്യരേഖയുമായുള്ള ബന്ധത്തിൽ ബഹിരാകാശപേടകത്തിന്റെ സഞ്ചാരപഥം സൃഷ്ടിക്കുന്ന ആംഗിളിനെയാണ് ഇൻക്ലിനേഷൻ ആംഗിൾ (Angle of Inclination) എന്ന് പറയുന്നത്. ഇൻക്ലിനേഷൻ ആംഗിൾ നാല് വിഭാഗമായി തരം തിരിക്കാവുന്നതാണ്. ഇൻക്ലിനേഷൻ ആംഗിൾ പൂജ്യം ഡിഗ്രിയോ നൂറ്റിയെൺപതു ഡിഗ്രിയോ ആയാൽ ആ ഓർബിറ്റിനെ ഇക്വട്ടേറിയൽ ഓർബിറ്റ് എന്നും തൊണ്ണൂറു ഡിഗ്രി ആയിരുന്നാൽ പോളാർ ഓർബിറ്റ് എന്നും പറയുന്നു. ഇക്വട്ടേറിയൽ ഓർബിറ്റ് ഭൂമദ്ധ്യരേഖയ്ക്കു സമാന്തരമായിരിക്കും. പോളാർ ഓർബിറ്റ് ഉത്തര ദക്ഷിണ ധ്രുവങ്ങളെ ചുറ്റിയായിരിക്കും രൂപപ്പെടുന്നത്. ഇൻക്ലിനേഷൻ പൂജ്യം ഡിഗ്രിക്കും തൊണ്ണൂറ് ഡിഗ്രിക്കും മദ്ധ്യത്തിൽ ആയിരുന്നാൽ ആ ഓർബിറ്റിന് പ്രോഗ്രേഡ് ഓർബിറ്റെന്നും, തൊണ്ണൂറ് ഡിഗ്രിക്കും നൂറ്റിഎൺപതു ഡിഗ്രിക്കും മദ്ധ്യേ ആയിരുന്നാൽ ആ ഓർബിറ്റിനു റിട്രോഗ്രേഡ് ഓർബിറ്റെന്നും പറയുന്നു.

റഷ്യയുടെ വോസ്റ്റോക് പ്രോഗ്രാമിനൊപ്പം അമേരിക്കയുടെ മെർക്കുറി പ്രോഗ്രാമും മത്സരരംഗത്ത്

ആയിരത്തിത്തൊള്ളായിരത്തി അമ്പത്തിയെട്ട് ഒക്ടോബറിൽ അമേരിക്കൻ എയർഫോഴ്സിൽനിന്നും വ്യത്യസ്തമായി നാഷണൽ എയ്റോസ്പേസ് ഏജൻസി (നാസ) എന്ന സിവിലിയൻ ബഹിരാകാശ ഗവേഷണ ഏജൻസിക്കു പ്രസിഡണ്ട് ഐസൻ ഹോവർ രൂപംനല്കി. സോവിയറ്റ് റഷ്യക്ക് മുൻപുതന്നെ മനുഷ്യനെ ബഹിരാകാശത്ത് എത്തിച്ച് സുരക്ഷിതമായി തിരിച്ച് കൊണ്ടുവരികയെന്നതായിരുന്നു പദ്ധതിയുടെ പ്രഥമവും പ്രധാനവുമായ ലക്ഷ്യം. 1958-1963 കാലഘട്ടത്തിലാണ് ബഹിരാകാശ ഗവേഷണത്തിനായുള്ള അമേരിക്കയുടെ മെർക്കുറി പ്രോഗ്രാം സജീവമായി മുന്നോട്ടുനീങ്ങിയത്. ഈ കാലഘട്ടത്തിൽ അമേരിക്ക 6 അസ്ട്രോനോട്ടുകളെ ബഹിരാകാശത്തു വിക്ഷേപിച്ച് സുരക്ഷിതമായി ഭൂമിയിൽ തിരിച്ചെത്തിച്ചു. അമേരിക്കയുടെ റെഡ് സ്റ്റോൺ (Red stone), അറ്റ്ലസ് (Atlas) എന്നീ റോക്കറ്റുകളായിരുന്നു മെർക്കുറി ബഹിരാകാശ പേടകങ്ങളുടെ വിക്ഷേപണത്തിനുപയോഗിച്ചിരുന്നത്. എന്നാൽ മനുഷ്യനെ ബഹിരാകാശത്തു എത്തിക്കുന്നതിനുള്ള പരീക്ഷണങ്ങളുടെ ഭാഗമായി 20 വിക്ഷേപണങ്ങളിൽ പട്ടി, പൂച്ച, മുയൽ, എലി, കുരങ്ങ് തുടങ്ങിയ ജീവജന്തുക്കൾ ബഹിരാകാശത്തേക്ക് വിക്ഷേപിച്ചെങ്കിലും അവയിൽ പലതും പരാജയപ്പെട്ടിരുന്നു.

നാസയുടെ പദ്ധതിയനുസരിച്ച് 1961 മെയ് മാസം അഞ്ചാം തീയതി അല്ലൻ ഷെപേഡ് എന്ന വൈമാനികൻ ഫ്രീഡം 7 എന്ന് അദ്ദേഹം തന്നെ പേര് നല്കിയ ബഹിരാകാശ പേടകത്തിൽ അമേരിക്കയിലെ കാനവരാൾ എന്ന ബഹിരാകാശ വാഹന വിക്ഷേപണ കേന്ദ്രത്തിൽനിന്നും 185 കിലോമീറ്റർ ഉയരത്തിൽ പറന്ന് അസ്ട്രോനോട്ട് (ബഹിരാകാശ

സഞ്ചാരി) എന്ന പേരിനു അർഹത നേടി. ബഹിരാകാശ പേടകത്തിന്റെ ഭാരം 1830 കിലോഗ്രാം ആയിരുന്നു.

സ്ട്രാപ്പ് ഓൺ മോട്ടോറുകൾ കൂടാതെയുള്ള മെർക്കുറി – റെഡ്സ്റ്റോൺ വാഹനമായിരുന്നു വിക്ഷേപണത്തിനുപയോഗിച്ചത്

ചിത്രം 11 – അല്ലൻ ഷെപേഡ്

അല്ലൻ ഷെപേഡ് ഒരുക്കിനിറുത്തിയിരുന്ന യു എസ് എസ് ലേക് ചാമ്പ്യൻ എന്ന വിമാന വാഹിനിക്കപ്പലിൽനിന്നും ആറ് കിലോമീറ്റർ അകലെ അറ്റ്ലാന്റിക് സമുദ്രത്തിൽ പേടകത്തോടുകൂടെ പാരച്യൂട്ടിൽ നിർദ്ദിഷ്ട സ്ഥാനത്തു വന്നിറങ്ങി. ഇരുപതു മിനിറ്റിനകം അദ്ദേഹത്തെ പേടകത്തോടുകൂടെ ഹെലികോപ്റ്ററിൽ ഉയർത്തി കപ്പലിന്റെ ഡെക്കിൽ സുരക്ഷിതമായി എത്തിച്ചു.

പേടകം വന്നിറങ്ങിയ സ്ഥലത്തേക്ക് കേപ്പ് കാനവരാലിൽ നിന്നുള്ള ദൂരം 487. 3 കിലോമീറ്ററെന്നു കണക്കാക്കിയിരുന്നു.

അമേരിക്കൻ അസ്ട്രോനോട്ടിന്റെ പ്രഥമ ബഹിരാകാശ യാത്ര വിജയമായിരുന്നുവെന്നു മാത്രമല്ല റഷ്യ കൈവരിച്ച വലിയ വിജയത്തിന്റെ പശ്ചാത്തലത്തിൽ അമേരിക്കയ്ക്കുണ്ടായ അപകർഷതാബോധം മറികടക്കുന്നതിനും ആത്മവിശ്വാസം കൈവരിക്കുന്നതിനും കൂടി പര്യാപ്തമായിരുന്നു.

അല്ലൻ ഷെപേഡിന്റെ യാത്രസമയം കേവലം 15 മിനിറ്റ് മാത്രമായിരുന്നെങ്കിലും കാർമാൻ രേഖയ്ക്ക് മുകളിൽ ഉയർന്നതുമൂലം ഈ യാത്ര ബഹിരാകാശ യാത്രയായിത്തന്നെ അംഗീകരിക്കപ്പെട്ടിരിക്കുന്നു.

അമേരിക്കയുടെ രണ്ടാമത്തെ ബഹിരാകാശ സഞ്ചാരി ജോൺ ഗ്രിസോം (John Grissom) ആയിരുന്നു. പക്ഷേ, അദ്ദേഹവും ഒരു പ്രദക്ഷിണ വലയം പൂർത്തിയാക്കിയിരുന്നില്ല. 1961 ജൂലൈ 21 ന് മെർക്കുറി റെഡ്സ്റ്റോൺ–4 എന്ന വിക്ഷേപണ വാഹനമുപയോഗിച്ച് 190.4 കിലോമീറ്റർ ഉയരത്തിൽ ബഹിരാകാശ യാത്ര നടത്തി. 15 മിനിറ്റ് 30 സെക്കൻഡ് സമയം മാത്രമായിരുന്നു അദ്ദേഹം ബഹിരാകാശത്തു ചെലവഴിച്ചത്. അമേരിക്കൻ ബഹിരാകാശ സഞ്ചാരികൾക്കു തങ്ങളുടെ ബഹിരാകാശ പേടകങ്ങൾക്കു പേരിടുവാനുള്ള സ്വാതന്ത്ര്യം ഉണ്ടായിരുന്നതിനാൽ അദ്ദേഹം നല്കിയ പേര് ലിബർട്ടി ബെൽ 7 (liberty bell 7) എന്നായിരുന്നു. അറ്റ്ലാന്റിക് സമുദ്രത്തിൽ വിക്ഷേപണ സ്ഥലത്തുനിന്നും 486.2 കിലോമീറ്റർ അകലെയായിരുന്നു അദ്ദേഹത്തിന്റെ പേടകം വന്നിറങ്ങിയത്. ലാൻഡിങ് സമയത്ത് പേടകത്തിന്റെ ഹാച്ച് അപ്രതീക്ഷിതമായി

തുറന്നുപോയതു മൂലം പേടകം വീണ്ടെടുക്കാൻ സാധിക്കാത്തവണ്ണം സമുദ്രത്തിൽ താഴ്ന്നുപോയി എങ്കിലും അമേരിക്കയുടെ നേവി ഹെലി കോപ്റ്റർ തത്സമയം അദ്ദേഹത്തെ രക്ഷപ്പെടുത്തുകയാണുണ്ടായത്.

നാലാമത്തെ ബഹിരാകാശ സഞ്ചാരി റഷ്യയുടെ ഘെർമാൻ റ്റി റ്റോവ് (Gherman Titov) ആയിരുന്നു. 1961 ആഗസ്ത് 6 ന് വോസ്റ്റോക് 2 എന്ന റഷ്യൻ വിക്ഷേപണ വാഹനമാണ് അദ്ദേഹത്തെ ബഹിരാകാ ശത്ത് എത്തിച്ചത്. ഈഗിൻ എന്ന് പേരിട്ട പേടകത്തിൽ 17 പ്രാവശ്യം ഭൂമിയെ ചുറ്റി ഒരു ദിവസം പൂർണ്ണമായി അദ്ദേഹം ബഹിരാകാശത്ത് യാത്ര ചെയ്തു.

പൂർണ്ണ പ്രദക്ഷിണ വലയത്തിൽ ഭൂമിയെ പ്രദക്ഷിണം ചെയ്യുന്ന തിൽ സോവിയറ്റ് റഷ്യ അമേരിക്കയെ ഏറെ പിന്നിലാക്കിയിരുന്നു. അമേ രിക്കയ്ക്ക് ഇനിയും കൂടുതൽ സാങ്കേതിക വൈദഗ്ദ്ധ്യവും സുര ക്ഷിതത്വവും കൈവരിക്കേണ്ടിയിരിക്കുന്നു. ഇതിന് അമേരിക്ക കണ്ടെ ത്തിയ മാർഗ്ഗം ഒരു മനുഷ്യക്കുരങ്ങിനെ (chimpanzee) പരീക്ഷണാർത്ഥം ബഹിരാകാശ യാത്രയ്ക്ക് ഒരുക്കുകയെന്നതായിരുന്നു. മെർക്കുറി അറ്റ്ലസ് 5 ബഹിരാകാശ വാഹനവും പേടകവും അതിനായി സജ്ജീ കരിച്ചു. ക്രമീകരണങ്ങൾ പൂർത്തിയാക്കാൻ 40 ആഴ്ച സമയം വേണ്ടി വന്നു. ഈനോസ് എന്ന മനുഷ്യക്കുരങ്ങിനെ ഏതാനും മാസങ്ങൾ പരിശീലിപ്പിച്ചു. പ്രത്യേകമായ ഭക്ഷണരീതി പരിശീലനത്തിന്റെ ഭാഗ മായിരുന്നു. 1961 നവംബർ 29 ന് ഈനോസ് എന്ന മനുഷ്യക്കുരങ്ങുമായി കേപ്പ് കാനവരാലിൽനിന്നും മെർക്കുറി–അറ്റ്ലസ് 5 (Mercury-Atlas 5) പേടകം 158 കിലോമീറ്റർ X 237 കിലോമീറ്റർ ഓർബിറ്റിൽ ബഹിരാകാ ശത്തേക്ക് വിക്ഷേപിക്കപ്പെട്ടു. പേടകത്തിലെ താപനില, പേടകത്തിന്റെ ഗതി നിർണ്ണയം എന്നിവ കൃത്യമായി നിയന്ത്രിക്കുവാൻ കൺട്രോൾ സംവിധാനങ്ങൾക്ക് സാധിച്ചു. രണ്ടു പ്രദക്ഷിണം പൂർത്തിയാക്കിയ പേടകം ബെർമുഡയിൽ നിന്നും 320 കിലോമീറ്റർ തെക്കുഭാഗത്തായി പാരച്യൂട്ടിന്റെ സഹായത്തോടെ പസഫിക് സമുദ്രത്തിൽ പതിച്ചു. പേടകത്തെ സുരക്ഷിതമായി പൊക്കിയെടുത്ത് ഒരുക്കിനിർത്തിയിരുന്ന കപ്പലിൽ പ്രവേശിപ്പിക്കുകയും ഈനോസിനെ മെഡിക്കൽ പരിശോ ധനയ്ക്ക് വിധേയമാക്കുകയും ആരോഗ്യനില തൃപ്തികരമാണെന്ന് ഉറ പ്പുവരുത്തുകയും ചെയ്തു. ഈനോസിന്റെ ബഹിരാകാശ യാത്രയുടെ സമയം 3 മണിക്കൂർ 20 മിനിറ്റ് 59 സെക്കന്റ് ആയിരുന്നു. പിന്നീട് ഒരുവർഷം കൂടി ഈനോസ് ജീവിച്ചിരുന്നു.

മെർക്കുറി–അറ്റ്ലസ് 5 ന്റെ വിജയം നാസയിലെ സാങ്കേതിക വിദഗ്ദ്ധർക്ക് പുതിയ ആത്മധൈര്യം പകർന്നു.

1962 ഫെബ്രുവരി 6 ന് ജോൺ ഹെർചെൽ ഗ്ലെൻ (John Herchel Glen) എന്ന അമേരിക്കൻ അസ്ട്രോനോട്ട് അമേരിക്കയുടെ മെർക്കുറി അറ്റ്ലസ് പ്രോജക്ടിന്റെ (Mercury-Atlas - MA-6) ഭാഗമായി ഫ്രണ്ട്ഷിപ്പ് 7 (friendship 7) എന്ന ബഹിരാകാശ പേടകത്തിൽ ബഹിരാകാശത്ത്

എത്തി, 161 കിലോമീറ്റർ ഃ 260 കിലോമീറ്റർ ഭ്രമണപഥത്തിൽ ഭൂമിയെച്ചുറ്റിയുള്ള അമേരിക്കയുടെ ആദ്യത്തെ ബഹിരാകാശയാത്ര പൂർത്തിയാക്കി. മൂന്നു പ്രാവശ്യം ഭൂമിയെച്ചുറ്റി അറ്റ്ലാന്റിക് സമുദ്രത്തിൽ തിരിച്ചിറങ്ങുന്നതിന് 4 മണിക്കൂർ 55 മിനിറ്റ് 23 സെക്കൻഡ് സമയം വേണ്ടി വന്നു. യു എസ് എസ് നോവ എന്ന കപ്പലിൽ അദ്ദേഹത്തിന്റെ പേടകത്തെ നോർത്ത് അറ്റ്ലാന്റിക് സമുദ്രത്തിൽനിന്നും സുരക്ഷിതമായി കരകയറ്റി. പല സാങ്കേതിക കാരണങ്ങൾകൊണ്ടും പല പ്രാവശ്യം നീട്ടിവച്ചതിനു ശേഷമായിരുന്നുവെങ്കിലും ബഹിരാകാശ യാത്രയിൽ ഒരു വൻവിജയം എന്ന നിലയിൽ അമേരിക്കൻ ജനതയെ അഭിമാനപുളകം കൊള്ളിച്ച സംഭവമായിരുന്നു ഇത്.

അസ്ട്രോനോട്ടിനെ വഹിച്ചുകൊണ്ടുള്ള അമേരിക്കയുടെ നാലാമത്തെ ബഹിരാകാശ വിക്ഷേപണമായിരുന്നു മെർക്കുറി അറ്റ്ലസ് - 7. അസ്ട്രോനോട്ടിന്റെ പേര് സ്കോട്ട് കാർപെന്റർ (Scott carpenter) എന്നായിരുന്നു. പേടകത്തിന് അദ്ദേഹം ഔറോറ 7 (Aurora 7) എന്ന് പേരിട്ടിരുന്നു. 1962 മെയ് 24 ന് ആയിരുന്നു വിക്ഷേപണം. വിക്ഷേപണ സമയത്തെ പേടകത്തിന്റെ ഭാരം 1350 കിലോഗ്രാം ആയിരുന്നു. 154 കിലോമീറ്റർ പെരിജിയും 262 കിലോമീറ്റർ അപോജിയുമായുള്ള മെർക്കുറി- ഔറോറ 7 പേടകത്തിൽ അദ്ദേഹം മൂന്നു പ്രാവശ്യം ഭൂമിയെ പ്രദക്ഷിണം ചെയ്തു. ബഹിരാകാശ യാത്രയുടെ സമയം 4 മണിക്കൂർ 56 മിനിറ്റ് 5 സെക്കൻഡ് ആയിരുന്നു. മെർക്കുറി 6 ലെ ജോൺ ഗ്ലെന്നിന്റെ ബഹിരാകാശ യാത്രയുടെ ഒരു ആവർത്തനം തന്നെയായിരുന്നു ഈ വിക്ഷേപണമെങ്കിലും ഭൂമിയുടെയും സൂര്യന്റെയും ചിത്രങ്ങൾ എടുക്കുന്നതുൾപ്പെടെ നിരവധി പരീക്ഷണങ്ങൾ നടത്തുന്നതിനും വ്യത്യസ്ത വർണ്ണങ്ങളുള്ള ബലൂൺ ബഹിരാകാശത്ത് സ്വതന്ത്രമായി വിക്ഷേപിച്ച് അതിനെ നിരീക്ഷണ വിധേയമാക്കുന്നതിനും ഈ ബഹിരാകാശ യാത്ര ഉപകരിച്ചു.

മനുഷ്യനെ കൂടുതൽ സമയം ബഹിരാകാശത്ത് വസിപ്പിക്കുന്നതിലും പരീക്ഷണ നിരീക്ഷണങ്ങൾ നടത്തുന്നതിലും ഇരു രാജ്യങ്ങൾ തമ്മിൽ കടുത്ത മത്സരമായിരുന്നു ആയിരത്തി തൊള്ളായിരത്തി അറുപതുകളിൽ നിലനിന്നിരുന്നത്.

1962 ആഗസ്ത് 11, 12 എന്നീ ദിവസങ്ങളിലായിരുന്നു വോസ്റ്റോക് 3 ന്റെയും വോസ്റ്റോക് 4 ന്റെയും വിക്ഷേപണം. വോസ്റ്റോക് 3 ലെ കോസ്മോനോട്ട് ആൻഡ്രിയൻ നിക്കോളെവും (Andriyan Nikolayev) വോസ്റ്റോക് 4 ലെ കോസ്മോനോട്ട് പാവേൽ പോപ്പോവിച്ചും (Pavel popvichum) ആയിരുന്നു. ബഹിരാകാശത്തുവച്ച് രണ്ടു പേടകങ്ങളും 6 കിലോ മീറ്ററോളം അടുത്ത് വരുകയും പിന്നീട് അകന്നു പോവുകയും ചെയ്തു. ആൻഡ്രിയൻ നിക്കോളേവ് 64 പ്രാവശ്യവും പോപ്പോവിച്ച് 48 പ്രാവശ്യവും ഭൂമിയെ പ്രദക്ഷിണം ചെയ്തു. ബഹിരാകാശത്തു വെച്ച്

പേടകങ്ങൾ തമ്മിൽ ഡോക് ചെയ്യുന്നതിനുള്ള സാദ്ധ്യതകൾ പഠന വിധേയമാക്കുന്നതിന്റെ ഭാഗമായിരുന്നു ഈ പരീക്ഷണങ്ങൾ.

മെർക്കുറി 8 (mercury 8) പ്രോജക്ടിന്റെ ഭാഗമായി 1962 ഒക്ടോബർ 3 ന് വോൾട്ടർ സ്കിറ (volter Schira) എന്ന അമേരിക്കൻ അസ്ട്രോനോട്ട് സിഗ്മ- 7 (Sigma- 7) എന്ന ബഹിരാകാശപേടകത്തിൽ 6 പ്രാവശ്യം ഭൂമിയെ പ്രദക്ഷിണം ചെയ്ത്, 9 മണിക്കൂർ സമയം ബഹിരാകാശത്ത് ചെലവഴിക്കുകയുണ്ടായി.

അമേരിക്കയുടെ മെർക്കുറി 9 (mercury - 9) പ്രോജക്ടിലെ അവസാനത്തെ വിക്ഷേപണമായിരുന്നു 1963 മെയ് 15 ലെ ഫെയിത് 7 എന്ന ബഹിരാകാശ പേടകം. ഇതിലെ കോസ്മോനോട്ട് ലിറോയ് ഗോർഡോൺ കൂപ്പർ (Leroy Gordon Cooper) 34 മണിക്കൂർ സമയം പേടകത്തിൽ ഭൂമിയെ പ്രദക്ഷിണം ചെയ്തു. ഇതേ കാലഘട്ടത്തിൽത്തന്നെ കൂടുതൽ വേഗത്തിലും ഉയരത്തിലും പറക്കുന്ന വിമാനങ്ങളും ബോമ്പർ യുദ്ധ വിമാനങ്ങളും വികസിപ്പിക്കുന്നതിൽ ഇരുരാജ്യങ്ങളും ബദ്ധശ്രദ്ധരായിരുന്നു.

റോക്കറ്റ് പവർ കൊണ്ട് പ്രവർത്തിക്കുന്ന ഒരു ഹൈപ്പർ സോണിക് എയർക്രാഫ്റ്റ് ആയിരുന്നു നോർത്ത് അമേരിക്കൻ X - 15. നാസയും അമേരിക്കയുടെ എയർഫോഴ്സും ചേർന്ന് ഉയർന്ന വേഗത്തിലും പരമാവധി ഉയരത്തിലും വിമാനം പറത്തുന്ന പരീക്ഷണങ്ങൾ നടത്തിയതിന്റെ ഭാഗമായി ജോസഫ് എ വാക്കർ (Joseph A walker) എന്ന അമേരിക്കൻ വൈമാനികൻ രണ്ടു പ്രാവശ്യം കാർമാൻ രേഖയ്ക്കു മുകളിലായി വിമാനം പറത്തുകയുണ്ടായി. അദ്ദേഹം 1963 ജൂലൈ 19 ന് 106 കിലോമീറ്റർ ഉയരത്തിലും (United States Flight 90, X-15), 1963 ആഗസ്ത് 22 ന് 108 കിലോമീറ്റർ ഉയരത്തിലും (United States Flight 91, X-15) വിമാനം പറത്തി അസ്ട്രോനോട്ട് എന്ന സ്ഥാനത്തിന് അർഹത നേടുകയുണ്ടായി. 1967 ഒക്ടോബർ മൂന്നിന് വില്യം ജെ നൈറ്റ് (William J Night) എന്ന വൈമാനികൻ മണിക്കൂറിൽ 7274 കിലോമീറ്റർ വേഗത്തിൽ 31.120, കിലോ മീറ്റർ ഉയരത്തിൽ റോക്കറ്റ് പവർ കൊണ്ട് പ്രവർത്തിക്കുന്ന ചിറകുള്ള ഹൈപ്പർ സോണിക് X 15 വിമാനം പറത്തി വിമാന വേഗതയുടെ കാര്യത്തിൽ ലോക റിക്കാർഡ് സ്ഥാപിക്കുകയുണ്ടായി. അത് ഇന്നും തിരുത്തപ്പെടാത്ത ലോക റിക്കാർഡായി നിലകൊള്ളുന്നു. രണ്ടാഴ്ചയ്ക്കുശേഷം അദ്ദേഹം ഒക്ടോബർ 17 ന് X 15 വിമാനം 50 മൈൽ ഉയരത്തിൽ പറത്തി അമേരിക്കൻ ഗവൺമെന്റിന്റെ അസ്ട്രോനോട്ട് എന്ന പേരിനു അർഹത നേടിയെങ്കിലും അന്തർദ്ദേശീയ അംഗീകാരത്തിന് അർഹത നേടിയില്ല. അന്തർദ്ദേശീയ അംഗീകാരത്തിനുള്ള കുറഞ്ഞ ഉയരം 100 കിലോമീറ്ററായിത്തന്നെ നിജപ്പെടുത്തിയിരിക്കുന്നു.

റഷ്യയുടെ വോസ്റ്റോക് പരമ്പരയിലെ വിജയകരമായി വിക്ഷേപിക്കപ്പെട്ട അഞ്ചാമത്തെ ബഹിരാകാശ പേടകമായിരുന്നു വോസ്റ്റോക് 5. 1963 ജൂൺ 14 ന് വിക്ഷേപിക്കപ്പെട്ട യെസ്റ്റർബ് (yasterb = hawk,) പേട

കത്തിൽ വലേറി ബികോവ്സ്കി (Valery Bykovsky) എന്ന കോസ്മോനോട്ട് 5 ദിവസം കൊണ്ട് 82 പ്രാവശ്യം ഭൂമിയെ പ്രദക്ഷിണം ചെയ്ത് ബഹിരാകാശ യാത്രയിലെ മുൻകാല റിക്കാർഡുകളെ പിന്നിലാക്കി.

ചിത്രം 12 – വാലെന്റീന തെരഷ്കോവ.

1963 ജൂൺ16 ന് വിക്ഷേപിക്കപ്പെട്ട വോസ്റ്റോക് 6 ൽ ബഹിരാകാശത്ത് ആദ്യമായി എത്തിച്ചേർന്ന റഷ്യൻ വനിത കോസ്മോനോട്ട് ആയിരുന്നു വാലെന്റീന തെരഷ്കോവ. അവർ 71 മണിക്കൂർകൊണ്ട് ചെയ്ക്ക (CHEIKKA means SEA GULL) എന്ന ബഹിരാകാശ പേടകത്തിൽ 48 പ്രാവശ്യം ഭൂമിയെ പ്രദക്ഷിണം ചെയ്തു.

1964 ൽ അവർ വോസ്റ്റോക് 3 ലെ കോസ്മോനോട്ട് ആയിരുന്ന ആൻഡ്രിയൻ നിക്കോളെയേവിനെ വിവാഹം ചെയ്തു. റഷ്യയുടെ വോസ്റ്റോക് പരമ്പരയിലെ അവസാനത്തെ വിക്ഷേപണമായിരുന്നു വോസ്റ്റോക് 6.

1963 മെയ് 15 ന് അമേരിക്കയുടെ മെർക്കുറി പ്രോഗ്രാമും ജൂൺ 16 ന് റഷ്യയുടെ വോസ്റ്റോക് പ്രോഗ്രാമും അവസാനിക്കുമ്പോൾ റഷ്യയും അമേരിക്കയും ആറ് കോസ്മോനോട്ടുകളെ വീതം ബഹിരാകാശത്ത് എത്തിച്ച് ഭൂമിയിൽ സുരക്ഷിതമായി എത്തിയെങ്കിലും റഷ്യൻ കോസ്മോനോട്ടുകളായിരുന്നു കുടുതൽ സമയം ബഹിരാകാശത്ത് ചെലവഴിച്ചത്.

റഷ്യയുടെ വോഷ്കോഡ് പ്രോഗ്രാം

വോസ്റ്റോക്കിനെ തുടർന്ന് വോഷ്കോഡ് പ്രോജക്റ്റിന്റെ ഭാഗമായി രണ്ടു വിക്ഷേപണങ്ങൾ നടന്നു. ഒന്നിലധികം കോസ്മോനോട്ടുകളെ ഒരേ ബഹിരാകാശ പേടകത്തിൽ ബഹിരാകാശത്ത് വിക്ഷേപിക്കുന്നതിനുള്ള സംവിധാനങ്ങൾ വോഷ്കോഡ് പേടകങ്ങളിൽ ഉണ്ടായിരുന്നു. വോഷ്കോഡ് 1 ന്റെ വിക്ഷേപണം 1964 ഒക്ടോബർ 12 ന് ആയിരുന്നു. വ്ളാഡിമിർ കൊമറോവ് (Vladimir Komarov), ബോറിസ് യുഗോറോവ് (Boris Yegorov), കോൺസ്റ്റന്റൈൻ ഫിയോക്ടൈസ്കോവ് (Konstantin Feoktiskov) എന്നിവരായിരുന്നു യാത്രക്കാർ. ഇവരിൽ കൊമറോവ് കമാൻഡ് പൈലറ്റും യുഗോറോവ് ഫിസിഷ്യനും ഫിയോക്ടൈസ്കോവ് സയന്റിസ്റ്റുമായിരുന്നു. പേടകത്തിന്റെ ഭാരം 5686 കിലോഗ്രാമായിരുന്നു. പേടകത്തിലെ സ്ഥലപരിമിതിമൂലം കോസ്മോനോട്ടുകൾ സ്പേസ് സ്യൂട്ടുകൾ ധരിച്ചിരുന്നില്ല. അവർ 16 പ്രാവശ്യം ഭൂമിയെ പ്രദക്ഷിണം ചെയ്തു. ഒക്ടോബർ 13 ന് പേടകം കസഖ്സ്ഥാനിലെ കുസ്ടാനായ്യിൽ സുരക്ഷിതമായി ലാൻഡ് ചെയ്തു. കോസ്മോനോട്ടുകൾ ബഹിരാകാശ പേടകത്തിൽനിന്നും റഷ്യൻ പ്രധാനമന്ത്രി നികിത ക്രൂഷ്ചേവുമായി സംസാരിക്കുകയുണ്ടായി. സോവിയറ്റ് റഷ്യയുടെ ബഹിരാകാശ ഗവേഷണത്തിനു ഏറ്റവുമധികം പ്രോത്സാഹനം നല്കിയ വ്യക്തിയായിരുന്നു നികിത ക്രൂഷ്ചേവ്. എന്നാൽ ബഹിരാകാശ യാത്രയിൽ പുതിയ റിക്കാർഡ് സൃഷ്ടിച്ച് തിരിച്ചിറങ്ങിയ കോസ്മോനോട്ടുകളെ അടുത്ത ദിവസം പൊതു ചടങ്ങിൽ സ്വീകരിച്ചത് സോവിയറ്റ് റഷ്യയുടെ പുതിയ സാരഥികളായ ലിയോണിഡ് ബ്രഷ്നേവും അലക്സി കോസ്ജിനുമായിരുന്നു.

സോവിയറ്റ് റഷ്യയുടെ വോഷ്കോഡ് രണ്ടിന്റെ വിക്ഷേപണം 1965

മാർച്ച് 18 ന് യു ടി സി 07:00:00 ന് ആയിരുന്നു. പാവൽ ബല്യായെവ്, അലക്സി ലിയോനോവ് എന്നിവരായിരുന്നു ബഹിരാകാശ സഞ്ചാരികൾ. ആദ്യമായി അലക്സി ലിയോനോവ് 1965 മാർച്ച് 18 ന് സ്പേസ് സ്യൂട്ട് ധരിച്ച് ബഹിരാകാശ പേടകത്തിന് വെളിയിൽ 12 മിനിറ്റ് 9 സെക്കൻഡ് സമയം സ്പേസ് വാക് (Space Walk) നടത്തിയത് ചരിത്ര സംഭവമായി രുന്നു. ശരീരത്തിന്റെ സംരക്ഷണത്തിന് ആവശ്യമായ അന്തരീക്ഷ മർദ്ദം നിലനിർത്തുന്നതിനും നിർബ്ബാധം ശ്വസിക്കുന്നതിനുമുള്ള ഓക്സിജൻ ഈ അവസരത്തിൽ പ്രത്യേകം ലോഹ നിർമ്മിതമായ അറയിൽ കരു തിയിരുന്നു. ബഹിരാകശാപേടകത്തിന് വെളിയിൽ അസ്ട്രോനോട്ടുകൾ പേടകത്തോടൊപ്പം സഞ്ചരിക്കുന്നതിനെയാണ് സ്പേസ് വാക് എന്നു പറയുന്നത്. ബഹിരാകാശ യാത്രികർ പേടകത്തിന് വെളിയിൽ സ്വത ന്ത്രമായി സഞ്ചരിക്കുമ്പോൾ (സ്പേസ് വാക് നടത്തുമ്പോൾ) പേട കത്തിൽനിന്നും അകന്നു പോകാതിരിക്കാൻ പ്രത്യേകം ചരടുകൊണ്ട് പേടകവുമായി ബന്ധിച്ചിരിക്കും. Astronauts use tethers to connect them with the space craft. The safety tethers keep astronauts from floating away into space. Astronauts also use tethers to keep tools from floating away. They tether their tools to their space suits. Another way astronauts stay safe during spacewalks is by wearing a SAFER.

സ്പേസ് വാക്കിനു ആവശ്യമായ യെസ്റ്റർബ് (yesterb) എന്ന സ്പേസ് സൂട്ട് ഡിസൈൻ ചെയ്ത്, വികസിപ്പിച്ച്, നിർമ്മിക്കുന്നതിന് മൂന്ന് വർഷക്കാലത്തെ പഠനങ്ങളും പരീക്ഷണങ്ങളും ആവശ്യമായിരുന്നു. ബഹിരാകാശ ഗവേഷണത്തിന്റെയും മനുഷ്യന്റെ ബഹിരാകാശ യാത്ര യുടെയും ചരിത്രത്തിൽ ഇപ്രകാരം മനുഷ്യൻ ബഹിരാകാശത്തു നിർ ബ്ബാധം സഞ്ചരിക്കുന്നത് ആദ്യ സംഭവമാണ്. വോഷ്കോഡ് രണ്ടിന്റെ മിഷൻ സമയം ഒരു ദിവസം 2 മണിക്കൂർ 2 മിനിറ്റ് 17 സെക്കൻഡ് ആയി രുന്നു. 1965 മാർച്ച് 19 ന് യു ടി സി 09:02:17 സമയത്തു കോസ്മോനോ ട്ടുകൾ ഭൂമിയിൽ തിരിച്ചെത്തി.

അമേരിക്കയുടെ ജെമിനി പ്രോഗ്രാം

അമേരിക്കയുടെ മെർക്കുറി പ്രോഗ്രാമിനും അപ്പോളോ പ്രോഗ്രാമിനുമിടയിൽ വികസിപ്പിച്ച് സോവിയറ്റ് റഷ്യയുടെ നേട്ടങ്ങളെ മറികടന്ന ബഹിരാകാശ ഗവേഷണ പദ്ധതിയായിരുന്നു ജെമിനി പ്രോഗ്രാം. ജെമിനിയുടെ ഫലപ്രദമായ വികസനം 1961 മുതൽ 1966 വരെയുള്ള കാലഘട്ടത്തിൽ നടന്നു. ദീർഘ സമയം അസ്ട്രോനോട്ടുകളെ ബഹിരാകാശത്ത് വസിപ്പിക്കുക, വിവിധ പരീക്ഷണ നിരീക്ഷണങ്ങൾ നടത്തുക. സാങ്കേതിക മേഖലകളെ കൂടുതൽ അത്യാധുനികമാക്കിത്തീർക്കുക, വിക്ഷേപണവുമായി ബന്ധപ്പെട്ട സാങ്കേതിക വിദഗ്ദ്ധരെ പരിശീലിപ്പിക്കുക, സഞ്ചരിച്ചുകൊണ്ടിരിക്കുന്ന ഒരു പേടകവുമായി നിശ്ചിത സമയത്ത് ഡോക് ചെയ്യുക (ഘടിപ്പിക്കുക), സുനിശ്ചിതമായി ബഹിരാകാശ യാത്രികരെ ഭൂമിയിൽ തിരിച്ചെത്തിക്കുക തുടങ്ങിയ കാര്യങ്ങളിൽ അപ്പോളോ മിഷന്റെ മുന്നോടിയായി സാങ്കേതിക വൈദഗ്ദ്ധ്യം നേടുക എന്നതായിരുന്നു ജെമിനി മിഷന്റെ മുഖ്യ ലക്ഷ്യം.

1965–1966 കാലഘട്ടത്തിൽ ജെമിനി പ്രോഗ്രാമിൽ 12 ബഹിരാകാശ വിക്ഷേപണങ്ങൾ നടന്നു. ഇവയിൽ ആദ്യത്തെ രണ്ട് വിക്ഷേപണങ്ങളിൽ അസ്ട്രോനോട്ടുകൾ ഉണ്ടായിരുന്നില്ല. ജെമിനി 3 മുതൽ ജെമിനി 12 വരെയുള്ള പത്ത് വിക്ഷേപണങ്ങളിൽ രണ്ടു ആസ്ട്രനോട്ടുകൾ വീതമുണ്ടായിരുന്നു. ലോ എർത്ത് ഓർബിറ്റിൽ ജെമിനി പേടകങ്ങൾ ഭൂമിയെ പ്രദക്ഷിണം ചെയ്തു. അസ്ട്രോനോട്ടുകളോടുകൂടിയ ആദ്യ ജെമിനി വിക്ഷേപണം (ജെമിനി–3) 1965 മാർച്ച് 23 നും അവസാനത്തെ വിക്ഷേപണം (ജെമിനി–12) 1966 നവംബർ 11 നുമായിരുന്നു. 16 വ്യക്തികളായിരുന്നു ജെമിനി പ്രോഗ്രാമിന്റെ ഭാഗമായി ബഹിരാകാശ യാത്ര നടത്തിയത്. ചിലർ രണ്ടാം പ്രാവശ്യവും ജെമിനി പ്രോഗ്രാമിന്റെ ഭാഗമായി

ബഹിരാകാശ യാത്ര നടത്തിയിരുന്നു. എല്ലാ വിക്ഷേപണങ്ങളും ഫ്ളോറിഡയിലെ കെന്നഡി എയർഫോഴ്സ് സ്റ്റേഷനിൽനിന്നുമായിരുന്നു. വിക്ഷേപണത്തിനു ഉപയോഗിച്ചിരുന്നത് ശക്തിയേറിയ ജെമിനി - ടൈറ്റാൻ റോക്കറ്റുകളായിരുന്നു. ഈ പ്രോഗ്രാമിൽ ഒരു ജെമിനി ബഹിരാകാശ പേടകം ബഹിരാകാശത്ത് ചെലവഴിച്ച കുറഞ്ഞ സമയം 5 മണിക്കൂറും കൂടിയ സമയം 14 ദിവസവുമായിരുന്നു. ആദ്യമായി ബഹിരാകാശ പേടകത്തിന് വെളിയിൽ സ്പേസ് വാക് (EVA) നടത്തിയ അമേരിക്കൻ അസ്ട്രോനോട്ട് എഡ്വേഡ് എച്ച് വൈറ്റ് (Edward H White) ആയിരുന്നു. ജെമിനി 4 ലെ അസ്ട്രോനോട്ട് ആയിരുന്നു അദ്ദേഹം. 1965 ജൂൺ 3 ന് പേടകത്തിന് വെളിയിൽ ഭൂഗുരുത്വം അനുഭവപ്പെടാത്ത (Zero gravity) അവസ്ഥയിൽ 20 മിനിറ്റ് പ്ലവനം ചെയ്യുകയുണ്ടായി. അഞ്ച് ജെമിനി മിഷനുകളിലായി അമേരിക്കൻ അസ്ട്രോനോട്ടുകൾ മൊത്തം 12 മണിക്കൂർ 22 മിനിറ്റ് സമയം സ്പേസ് വാക് (Extra Vehicular Activity) നടത്തുകയുണ്ടായി. ഇതിനായി ഏഴു ലേയറുള്ള സ്പേസ് സൂട്ടുകൾ പ്രത്യേകം രൂപകല്പന ചെയ്ത് നിർമ്മിക്കേണ്ടിവന്നു.

ജെമിനി 8, ജെമിനി - 9 - A എന്നീ വിക്ഷേപണങ്ങൾ ഭാഗികമായി മാത്രമേ വിജയിച്ചുള്ളു.

ചിത്രം 13 – ജെമിനി 7 ന്റെ വിക്ഷേപണം

ചിത്രം14 – ഫ്രാങ്ക് എഫ് ബോർമാൻ&ജെയിംസ് എ ലോവെൽ

ജെമിനി 7

അസ്ട്രോനോട്ടുകളെ ദീർഘ ദിവസങ്ങൾ ബഹിരാകാശത്തു വസിപ്പിക്കുന്നതിനും മൈക്രോ ഗ്രാവിറ്റിയുടെ അനുഭവങ്ങൾ പഠന വിഷയമാക്കുന്നതിനുമായി അമേരിക്ക ആസൂത്രണം ചെയ്ത ബഹിരാകാശ പദ്ധതിയായിരുന്നു ജെമിനി –7 മിഷൻ. ടൈറ്റാൻ – 2 GLV റോക്കറ്റ് ഉപയോഗിച്ച് കേപ്പ് കെന്നഡി വിക്ഷേപണകേന്ദ്രത്തിൽനിന്നും 1965 ഡിസംബർ 4 ന് ആയിരുന്നു ജെമിനി 7 ബഹിരാകാശ പേടകത്തിന്റെ വിക്ഷേപണം. ഫ്രാങ്ക് എഫ് ബോർമാൻ II (Frank F Borman II), ജെയിംസ് എ ലോവെൽ (James A Lovel) എന്നിവരായിരുന്നു അസ്ട്രോനോട്ടുകൾ. 299 കിലോമീറ്റർ പെരിജി, 302 കിലോമീറ്റർ അപോജി ഓർബിറ്റിൽ അവർ 206 പ്രാവശ്യം ഭൂമിയെ പ്രദക്ഷിണം ചെയ്തു. ഒരു പ്രദക്ഷിണത്തിനു വേണ്ടിവന്ന സമയം 90.54 മിനിറ്റ് ആയിരുന്നു. ഇരുനൂറ്റിയാറാമത്തെ പ്രദക്ഷിണത്തിനൊടുവിൽ ഡിസംബർ 18 ന് 8:28 : 07 സമയത്ത് റിട്രോ റോക്കറ്റുകൾ ജ്വലിപ്പിച്ച് പേടകം ഭൂമിയിലേക്ക് തിരിച്ചു. 9:05:07 സമയത്തു പേടകം അറ്റ്ലാന്റിക് സമുദ്രത്തിൽ ബെർമുഡയ്ക്കു തെക്കു പടിഞ്ഞാറായി നിർദ്ദിഷ്ട സ്ഥാനത്തുനിന്നും 12.2 കിലോമീറ്റർ അകലെ പതിച്ചു. അരമണിക്കൂറിനകം അവരെ ഹെലികോപ്റ്റർ കണ്ടെത്തി, 10:08 ന് കാത്തുനിന്ന വിമാനവാഹിനി കപ്പലിലെത്തിച്ചു.

330 മണിക്കൂർ 35 മിനിറ്റ് നീണ്ടുനിന്ന ബഹിരാകാശ യാത്രയായിരുന്നു ഇത്.

കോസ്മോനോട്ടിന്റെ ആരോഗ്യസ്ഥിതി, ജീവിതാനുഭവങ്ങൾ ഇവയെക്കുറിച്ചൊക്കെ പഠിക്കുന്നതിനുള്ള പരീക്ഷണങ്ങളായിരുന്നു ജെമിനി 7 ൽ നടന്നത്. നീണ്ട യാത്രയ്ക്കുശേഷവും അസ്ട്രോനോട്ടുകളുടെ ആരോഗ്യസ്ഥിതി തൃപ്തികരമായിരുന്നു. അമേരിക്കയിൽനിന്നുള്ള അസ്ട്രോനോട്ടുകളുടെ പന്ത്രണ്ടാമത്തെ ബഹിരാകാശ യാത്രയും റഷ്യയിൽ നിന്നുമുള്ള യാത്രകളും ഉൾപ്പെടെ കാർമാൻ രേഖയ്ക്കുമുകളിൽ മനുഷ്യൻ നടത്തിയ ഇരുപതാമത്തെ ബഹിരാകാശ യാത്രയുമായിരുന്നു ജെമിനി –7 മിഷൻ.

ജെമിനി 6 A

അസ്ട്രോനോട്ടുകളോടുകൂടി പതിമൂന്നാമതായി വിക്ഷേപിക്കപ്പെട്ട അമേരിക്കൻ ബഹിരാകശ പേടകമായിരുന്നു ജെമിനി 6 A. പേടകത്തിന്റെ ഭാരം 3546 കിലോഗ്രാം ആയിരുന്നു. 161 കിലോമീറ്റർ പെരിജി, 354 കിലോമീറ്റർ അപോജി ഓർബിറ്റിൽ 15 –12–65 ന് വിക്ഷേപിക്കപ്പെട്ട ജെമിനി 6 A യുടെ പ്രധാന ദൗത്യം ഡിസംബർ 4 ന് വിക്ഷേപിക്കപ്പെട്ട ജെമിനി 7 മായി ബഹിരാകാശത്ത് സന്ധിക്കുകയെന്നതായിരുന്നു. ജെമിനി 7 മായി ഡോക് ചെയ്യാവുന്നത്ര അകലത്തിൽ, (അകലം കേവലം ഒരടി മാത്രം– 30 സെന്റീമീറ്റർ) എത്തി, ഒപ്പം സഞ്ചരിച്ച് സാങ്കേതിക മികവ് പ്രകടിപ്പിക്കുവാൻ ഈ പരീക്ഷണങ്ങൾക്കു സാധിച്ചു. പേടകങ്ങൾ തമ്മിൽ ബഹിരാകാശത്തുവെച്ച് പരസ്പരം റേഡിയോ സമ്പർക്കം പുലർത്തുവാൻ സാധിച്ചിരുന്നു. എന്നാൽ ജെമിനി 7 മായി ഡോക് ചെയ്യുകയുണ്ടായില്ല. ഡോക്കിങ്ങിന് ഉദ്ദേശിച്ചിരുന്നുമില്ല. ജെമിനി 6–A യുടെ ബഹിരാകാശത്തെ പ്രവർത്തന സമയം ഒരു ദിവസം ഒരു മണിക്കൂർ അൻപ

ചിത്രം 15 – വോൾട്ടർ സ്കിറ & ടോം സ്റ്റാഫ്ഫോർഡ്

ത്തിഒന്ന് മിനിറ്റ് ഇരുപത്തിനാലു സെക്കൻഡ് ആയിരുന്നുവെന്ന് നാസ വ്യക്തമാക്കിയിട്ടുണ്ട്. വോൾട്ടർ സ്കിറ (Walter Schirra), ടോം സ്റ്റാഫ് ഫോർഡ് (Tom Stafford) എന്നിവരായിരുന്നു ജെമിനി 6 A യിലെ അസ്ട്രോനോട്ടുകൾ.

ഭൂമിയെച്ചുറ്റിയുള്ള 16 പ്രദക്ഷിണങ്ങൾക്കു ശേഷം 16–12–65 ൽ ജെമിനി 6 –അ ഭൂമിയിൽ തിരിച്ചെത്തി. കാർമാൻ രേഖയ്ക്കുമുകളിൽ മനുഷ്യൻ നടത്തിയ ഇരുപത്തി ഒന്നാമത്തെ ബഹിരാകാശ യാത്രയായിരുന്നു ഇത്.

ജെമിനി 6 –A ഭൂമിയിൽ തിരിച്ചെത്തി വീണ്ടും രണ്ടു ദിവസങ്ങൾക്കുശേഷമാണ് ജെമിനി –7 ഭൂമിയിൽ തിരിച്ചെത്തിയത്. ഇതുവരെയുള്ള ബഹിരാകാശ യാത്രയുടെ ചരിത്രത്തിൽ ഏറ്റവും കൂടുതൽ സമയം ബഹിരാകാശത്ത് ചെലവഴിച്ചത് ജെമിനി 7 ആയിരുന്നു. ചന്ദ്രപര്യവേഷണ യാത്രയ്ക്ക് വേണ്ടിവരുമെന്ന് കണക്കാക്കിയിരുന്ന 8 ദിവസത്തേക്കാൾ കൂടുതൽ സമയം അസ്ട്രോനോട്ടുകളെ ബഹിരാകാശത്ത് സംരക്ഷിക്കാൻ സാധിച്ചുവെന്നത് അപ്പോളോ മിഷന്റെ പ്രവർത്തനത്തെ കൂടുതൽ പ്രത്യാശാനിർഭരമാക്കിയെന്നതായിരുന്നു അമേരിക്കയുടെ പ്രധാന നേട്ടം.

അടിക്കുറിപ്പ്

ജമിനി 7 നു മുൻപുതന്നെ പരീക്ഷണാർദ്ധം ജെമിനി 6 വിക്ഷേപിക്കുന്നതിനും അസ്ട്രോനോട്ടുകളില്ലാത്ത അജീന ടാർജെറ്റ് വെഹിക്കിൾ എന്ന പേടകവുമായി ഡോക്കുചെയ്യുന്നതിനുമായിരുന്നു നാസ പദ്ധതി തയ്യാറാക്കിയിരുന്നത്, എന്നാൽ 1965 ഒക്ടോബർ 25 ന് വിക്ഷേപണത്തെ തുടർന്ന് ഓർബിറ്റിൽ എത്തുന്നതിനു മുൻപ് അജീന പ്രൊപ്പൽഷൻ സ്റ്റേജ് പൊട്ടിത്തകരുകയാണുണ്ടായത്. ഈ സാഹചര്യത്തിൽ പദ്ധതിയിൽ പുനഃക്രമീകരണങ്ങൾ ചെയ്താണ് ജെമിനി 7 മായി യോജിച്ചുള്ള പരീക്ഷണങ്ങൾ നടത്തിയത്.

അമേരിക്കയുടെ അപ്പോളോ പ്രോഗ്രാം

ആയിരത്തിതൊള്ളായിരത്തി അറുപതുകളുടെ ആരംഭത്തിൽ തന്നെ മൂന്നു അസ്ട്രോനോട്ടുകൾ വീതം ബഹിരാകാശ യാത്രയ്ക്ക് ഉതകുംവണ്ണം നാസ രൂപകല്പന ചെയ്ത ബഹിരാകാശ ഗവേഷണ പദ്ധതിയായിരുന്നു അപ്പോളോ മിഷൻ. അപ്പോളോ പ്രോഗ്രാമിന് മുന്നോടിയായി അസ്ട്രോനോട്ടുകളെക്കൂടാതെ ചന്ദ്രനിൽ ബഹിരാകാശ പേടകത്തെ സാവധാനം ഇറക്കുന്നതിൽ വിജയം വരിച്ച അമേരിക്കയുടെ ചന്ദ്രപഠന പദ്ധതിയായിരുന്നു സർവേയർ പ്രോഗ്രാം. 1960 ൽ ആരംഭം കുറിച്ച സർവേയർ പ്രോഗ്രാം 1966–1968 കാലഘട്ടത്തിൽ നടപ്പിൽ വരുത്തി. ജെറ്റ് പ്രൊപ്പൽഷൻ ലബോറട്ടറിയുടെ സഹായത്തോടെയാണ് നാസ വിക്ഷേപണങ്ങൾ നടത്തിയത്. അറ്റ്ലസ് വിക്ഷേപണ വാഹനങ്ങളായിരുന്നു വിക്ഷേപണത്തിന് ഉപയോഗിച്ചത്. ഹ്യൂഗ്സ് എയർ ക്രാഫ്റ്റ് കമ്പനിയായിരുന്നു ബഹിരാകാശ പേടകങ്ങൾ നിർമ്മിച്ചത്. പദ്ധതിയുടെ പ്രഥമ ലക്ഷ്യം പേടകത്തെ സാവധാനം സുരക്ഷിതമായി ചന്ദ്രന്റെ പ്രതലത്തിൽ ഇറക്കുകയെന്നതായിരുന്നു. സർവേയർ പ്രോഗ്രാമിന്റെ ഭാഗമായി ഏഴ് വിക്ഷേപണങ്ങൾ നടന്നിരുന്നു.

ഒന്നാമത്തേതുൾപ്പെടെ അഞ്ച് സർവേയർ വിക്ഷേപണങ്ങൾ വിജയിച്ചിരുന്നു. രണ്ടാമത്തെയും നാലാമത്തെയും വിക്ഷേപണങ്ങൾ പരാജയപ്പെട്ടു. അനിയന്ത്രിതമായ വേഗത്തിൽ സർവേയർ 2 ചന്ദ്രോപരിതലത്തിൽ തകർന്നുവീണു. ലാൻഡിങ്ങിന് രണ്ടര മിനിറ്റ് മുമ്പ് സർവേയർ 4 ന് ഭൂമിയുമായുള്ള സമ്പർക്കം നഷ്ടപ്പെട്ടു. ചന്ദ്രോപരിതലത്തിൽ ഇടിച്ചിറങ്ങിയെന്നു വേണം കരുതാൻ.

മെർക്കുറി, ജെമിനി പദ്ധതികൾക്ക് ശേഷം മനുഷ്യനെ ബഹിരാകാശത്ത് എത്തിക്കുന്നതിൽ വിജയം വരിച്ച അമേരിക്കയുടെ മൂന്നാ

മത്തെ ബഹിരാകാശ പദ്ധതിയായിരുന്നു അപ്പോളോ മിഷൻ. പരീക്ഷണാർത്ഥമുള്ള അസ്ട്രോനോട്ടുകളില്ലാത്ത ഏതാനും വിക്ഷേപണങ്ങളും അപ്പോളോമിഷന്റെ വികസന കാലഘട്ടങ്ങളിൽ നടന്നിരുന്നു. 1961–1968 കാലഘട്ടത്തിൽ അസ്ട്രോനോട്ടുകളെ കൂടാതെയുള്ള വിക്ഷേപണങ്ങളിൽ സാറ്റേൺ വിക്ഷേപണ വാഹനങ്ങളും ബഹിരാകാശ പേടകത്തിലെ അനേകം ഉപകരണങ്ങളും പരീക്ഷണ വിധേയമാക്കി കുറ്റമറ്റതാക്കിത്തീർക്കാൻ അമേരിക്കയ്ക്ക് സാധിച്ചു.

12 അപ്പോളോ ബഹിരാകാശ വിക്ഷേപണങ്ങൾ അസ്ട്രോനോട്ടുകളോട് കൂടിയവയായിരുന്നു. അവയിൽ മൂന്നെണ്ണം (അപ്പോളോ 7, അപ്പോളോ 9, അപ്പോളോ – സോയൂസ്) ഭൂമിയെ പ്രദക്ഷിണം ചെയ്യുന്നതിനും രണ്ടെണ്ണം (അപ്പോളോ 8, അപ്പോളോ 10) ചന്ദ്രനെ പ്രദക്ഷിണം ചെയ്യുന്നതിനും ഒരെണ്ണം (അപ്പോളോ 13) സന്ദർഭവശാൽ ചന്ദ്രനെ ഭാഗികമായി ചുറ്റി (by sling shot) ചന്ദ്രന്റെ ഭൂമിക്കഭിമുഖമല്ലാത്ത പിൻവശത്തു കൂടി ഭൂമിയിലേക്ക് തിരിച്ചു വരുന്നതിനും ഉപയോഗപ്പെടുത്തി.

തികച്ചും അപ്രതീക്ഷിതമായി 1967 ജനുവരി 27 നു സംഭവിച്ച അപ്പോളോ 1 ലെ ദുരന്തത്തിനുശേഷം നാസയുടെ അപ്പോളോ പ്രോഗ്രാമിലെ ഏകദേശം 22 മാസത്തെ ഇടവേള തികച്ചും നിർണ്ണായകമായിരുന്നു. എങ്കിലും 1968 ഒക്ടോബർ 11 ന് മൂന്നു അസ്ട്രോനോട്ടുകളോടുകൂടി അപ്പോളോ 7 ഭൂമിയോടു അടുത്ത പ്രദക്ഷിണ വലയത്തിൽ (Near earth Orbit) വിക്ഷേപിച്ച് ആവശ്യമായ പരീക്ഷണങ്ങളും പഠനങ്ങളും നടത്തി 11 ദിവസത്തിനു ശേഷം അസ്ട്രോനോട്ടുകളെ സുരക്ഷിതമായി ഭൂമിയിൽ തിരിച്ചെത്തിക്കാൻ അമേരിക്കയ്ക്ക് സാധിച്ചു. ഫ്ളോറിഡയിലെ കെന്നഡി എയർ ഫോഴ്സ് സ്റ്റേഷനിൽ നിന്നുമായിരുന്നു വിക്ഷേപണം, അസ്ട്രോനോട്ടുകളോടുകൂടിയുള്ള ആദ്യത്തെ അപ്പോളോ വിക്ഷേപണമായിരുന്നു ഇത്. രണ്ടു സ്റ്റേജുള്ള സാറ്റേൺ 1 B വിക്ഷേപണ വാഹനത്തിനു 142 അടി ഉയരവും 22 അടി ഡയമീറ്ററും ഉണ്ടായിരുന്നു. ആവശ്യത്തിന് ഉതകും വിധം സാറ്റേൺ V നേക്കാൾ വലിപ്പവും ശക്തിയും കുറഞ്ഞ, സാറ്റേൺ I B വിക്ഷേപണ വാഹനമായിരുന്നു വിക്ഷേപണത്തിന് ഉപയോഗിച്ചത്. പേടകത്തിന്റെ പെരിജി 227 കിലോമീറ്ററും അപോജി 301 കിലോമീറ്ററും ആയിരുന്നു.

ചന്ദ്രപര്യവേഷണ യാത്രയ്ക്കാവശ്യമായിവരുന്ന കമാൻഡ് ആൻഡ് സർവീസ് മോഡ്യൂളിന്റെ പ്രയോഗക്ഷമത ഉറപ്പുവരുത്തുന്നതിന് ഈ വിക്ഷേപണം ഉപകരിച്ചു. ചന്ദ്രനിൽ ഇറങ്ങുന്നതിനാവശ്യമായ ലൂണാർ മൊഡ്യൂൾ ഇനിയും പരീക്ഷണവിധേയമാക്കേണ്ടിയിരിക്കുന്നു.

വാൾട്ടർ എം സ്കിറ, (Walter M Schirra), ഡോൺ എഫ് എയ്സിലെ (Donn F Eisele), ആർ വാൾട്ടർ കണ്ണിങ്ഹാം (R Walter Cunningham) എന്നിവരായിരുന്നു അസ്ട്രോനോട്ടുകൾ. അമേരിക്കയുടെ

ബഹിരാകാശ പേടകത്തിൽനിന്നും ആദ്യമായി ടെലിവിഷൻ ബ്രോഡ്കാസ്റ്റ് ചെയ്യുന്നതിന് ഈ വിക്ഷേപണം മുഖാന്തരം സാധിച്ചു. മൊത്തത്തിൽ അപ്പോളോ 7 ന്റെ എല്ലാ പരീക്ഷണങ്ങളും വൻ വിജയമായിരുന്നു. പടിപടിയായി സാങ്കേതികമായ പരിവർത്തനങ്ങൾ വരുത്തി അസ്ട്രോനോട്ടുകളോടുകൂടി ചന്ദ്രനെച്ചുറ്റിയുള്ള അടുത്ത വിക്ഷേപണം, അപ്പോളോ 8, വിജയിപ്പിക്കുന്നതിന് അപ്പോളോ 7 ലെ പരീക്ഷണങ്ങൾ ഏറെ പ്രയോജനപ്പെട്ടു. പേടകം ഒക്ടോബർ 22 ന് അറ്റ്ലാന്റിക് സമുദ്രത്തിൽ തിരിച്ചിറങ്ങി.

ഫ്രാങ്ക് എഫ് ബോർമാൻ II, ജെയിംസ് എ ലോവെൽ ജൂനിയർ, വില്യം എ ആൻഡേഴ്സ് എന്നീ അസ്ട്രോനോട്ടുകളോടുകൂടി അമേരിക്കയിലെ കെന്നഡി സ്പേസ് സെന്ററിൽനിന്നും 1968 ഡിസമ്പർ 21, U T C സമയം 12:51:00 ന് വിക്ഷേപിക്കപ്പെട്ട അപ്പോളോ 8 ന്റെ ചന്ദ്രപര്യവേഷണ യാത്ര ചന്ദ്രനിൽ ഇറങ്ങാതെ ചന്ദ്രനെ പ്രദക്ഷിണം ചെയ്തശേഷം ഭൂമിയിൽ തിരിച്ചെത്തുന്നതിന് ഉദ്ദേശിച്ചിട്ടുള്ളതായിരുന്നു. അസ്ട്രോനോട്ടുകളോടുകൂടിയുള്ള, സാറ്റേൺ I B യെക്കാൾ വലിപ്പവും ശക്തിയും കൂടിയ, സാറ്റേൺ V വിക്ഷേപണ വാഹനത്തിന്റെ പ്രഥമ യാത്രയും ഇതായിരുന്നു. അപ്പോളോ പേടകം 68 മണിക്കൂർ കൊണ്ട് ചന്ദ്രന്റെ ഭ്രമണ പഥത്തിൽ എത്തി. 20 മണിക്കൂർകൊണ്ട് ചന്ദ്രനെ പത്തുപ്രാവശ്യം പ്രദക്ഷിണം ചെയ്തു. ചന്ദ്രനെച്ചുറ്റിയുള്ള നാലാമത്തെ യാത്രയിൽ മനുഷ്യന് ആദ്യമായി ചന്ദ്രന്റെ സമീപത്തുനിന്നും ഭൂമിയുടെ ഉദയം ദർശിക്കുവാനും ഭംഗിയുള്ള ചിത്രങ്ങളെടുക്കുവാനും അസ്ട്രോനോട്ടുകൾക്ക് സാധിച്ചു. ചന്ദ്രനെ പ്രദക്ഷിണം ചെയ്യുന്നതിനിടയിൽ ക്രിസ്തുമസ് ദിനത്തിൽ *ബൈബിളിലെ ഉല്പത്തി* പുസ്തകത്തിൽനിന്നും ആദിയിൽ ദൈവം ആകാശവും ഭൂമിയും സൃഷ്ടിച്ചു എന്ന് ആരംഭിക്കുന്ന പത്തു വാചകങ്ങൾ (In the beginning God created heaven and earth. And the earth was without form and void...and darkness was on the face of the deep.. And God said let there be light and there was light...) അസ്ട്രോനോട്ടുകൾ ഓരോരുത്തരും മാറി മാറി വായിച്ച് ടെലിവിഷൻ ബ്രോഡ്കാസ്റ്റിങ് നടത്തി. ക്രിസ്തുമസ് നവവത്സരാശംസകൾ അറിയിച്ചു. ഏറ്റവുമധികം ശ്രദ്ധിക്കപ്പെട്ട ടെലിവിഷൻ ബ്രോഡ്കാസ്റ്റിങ് ആയിരുന്നു അത്. പ്രോഗ്രാം അനുസരിച്ച് ദൗത്യം പൂർത്തീകരിച്ച് ഡിസംബർ 27 ന് UTC സമയം 15:51:42 ന് ഉത്തര പസഫിക് സമുദ്രത്തിൽ പേടകം തിരിച്ചിറങ്ങി. യാത്രയ്ക്ക് മൊത്തം വേണ്ടിവന്ന സമയം 6 ദിവസം 3 മണിക്കൂർ 42 സെക്കൻഡ് ആയിരുന്നു.

അപ്പോളോ പ്രോഗ്രാമിന്റെ ഭാഗമായി അസ്ട്രോനോട്ടുകളോടുകൂടിയുള്ള മൂന്നാമത്തെ വിക്ഷേപണം, അപ്പോളോ 9, 1969 മാർച്ച് 3 ന് ആയിരുന്നു. സാറ്റേൺ V റോക്കറ്റ് ഉപയോഗിച്ചുള്ള രണ്ടാമത്തേതും. കമാൻഡ്

ആൻഡ് സർവീസ് മൊഡ്യൂൾ, ലൂണാർ മൊഡ്യൂൾ ഇവ രണ്ടും ഉൾപ്പെടുത്തിക്കൊണ്ടുള്ള പ്രഥമ വിക്ഷേപണമായിരുന്നു ഇത്. ലൂണാർ മോഡ്യൂളിനെ പ്രായോഗിക തലത്തിൽ പരീക്ഷണവിധേയമാക്കുകയെന്നതായിരുന്നു പ്രോഗ്രാമിന്റെ മുഖ്യഉദ്ദേശ്യം. ഭൂമിയെച്ചുറ്റിയുള്ള 204 കിലോമീറ്റർ പെരിജി 497കിലോമീറ്റർ അപോജി നിയർ എർത്ത് ഓർബിറ്റിൽ (near earth orbit) ആയിരുന്നു പേടകം വിക്ഷേപിക്കപ്പെട്ടത്. മിഷൻ കമാൻഡർ സർ ജെയിംസ് മാക് ഡിവിറ്റ് (James McDivitt), കമാൻഡ് മൊഡ്യൂൾ പൈലറ്റ് ഡേവിഡ് സ്കോട്ട് (David Scott), ലൂണാർ മൊഡ്യൂൾ പൈലറ്റ്, റസ്റ്റി സ്കേവിക്കാർട്ട് (RUSTY Schweikart) എന്നിവരായിരുന്നു മിഷനിലെ അസ്ട്രോനോട്ടുകൾ. സർ ജെയിംസ് മാക് ഡിവിറ്റ്, റസ്റ്റി സ്കേവിക്കാർട്ട്, ഇവർ ഒരുമിച്ച്, കമാൻഡ് മൊഡ്യൂളിൽ നിന്നും ലൂണാർ മോഡ്യൂളിനെ വേർപെടുത്തി ആറ് മണിക്കൂർ സമയം സ്വതന്ത്രമായി പേടകത്തിൽ സഞ്ചരിച്ച് ലൂണാർ മോഡ്യൂളിന്റെ പ്രവർത്തനക്ഷമത ഉറപ്പുവരുത്തി. രണ്ടുപേർ പേടകത്തിനുവെളിയിൽ സ്പേസ് വാക് (EVA) നടത്തുകയുണ്ടായി. സ്പേസ് വാക് നടത്തുമ്പോൾ റസ്റ്റി സ്കേവിക്കാർട്ട് (RUSTY Schweikart) എക്സ്ട്രാ വെഹികുലാർ മൊബിലിറ്റി യൂണിറ്റ് Extra vehicular Mobility Unit (EMU) ഉപയോഗപ്പെടുത്തുകയുണ്ടായി. ശ്വസനത്തിനുവേണ്ട ഓക്സിജനും, യൂണിറ്റിന്റെ താപ നിയന്ത്രണത്തിനാവശ്യമായ ജലവും നല്കുന്നതിന് വേണ്ട ലൈഫ് സപ്പോർട്ട് സിസ്റ്റം (Life Support System) EMU വിന്റെ തന്നെ ഭാഗമായിരുന്നു. ചന്ദ്രനിൽ ഇറങ്ങുന്നതിനു അനുപേക്ഷണനീയമായ പല സംവിധാനങ്ങളും ഇതും തുടർന്നുള്ള അപ്പോളോ10 വിക്ഷേപണങ്ങളിലൂടെയുമാണ് പടി പടിയായി പരീക്ഷണവിധേയമാക്കിയത്. 1969 മാർച്ച് 13 UTC 17:00:54 ന് പേടകം അറ്റ്ലാന്റിക് സമുദ്രത്തിൽ തിരിച്ചിറങ്ങി. ആകെ മിഷൻ സമയം 10 ദിവസം 1 മണിക്കൂർ 54 സെക്കൻഡ് ആയിരുന്നു.

മൂന്നു അസ്ട്രോനോട്ടുകളോടുകൂടിയുള്ള അപ്പോളോ 10 ന്റെ വിക്ഷേപണം 1969 മെയ് 18 ന് ആയിരുന്നു. 31 പ്രാവശ്യം ചന്ദ്രനെ പ്രദക്ഷിണം ചെയ്തതിനു ശേഷം അസ്ട്രോനോട്ടുകൾ ഭൂമിയിൽ തിരിച്ചിറങ്ങി. രണ്ടുമാസത്തിനുശേഷം ചന്ദ്രനിൽ ഇറങ്ങാൻ ഉദ്ദേശിച്ചിരുന്ന അപ്പോളോ 11 ന്റെ മുന്നോടിയായുള്ള സമ്പൂർണ്ണ പരിശീലനം (A dressed rehearsal) എന്ന് വേണം ഇതിനെ വിശേഷിപ്പിക്കാൻ. അസ്ട്രോനോട്ട് ജോൺ യങ് കമാൻഡ് മോഡ്യൂളിൽ ചന്ദ്രനെ പ്രദക്ഷിണം ചെയ്യുമ്പോൾ തോമസ് സ്റ്റാഫ്ഫോർഡ്, ജിനി സെർമാൻ എന്നിവർ ലൂണാർ മോഡ്യൂളിൽ ചന്ദ്രോപരിതലത്തിനു 15.6 കിലോമീറ്റർ വരെ അടുത്തെത്തിയതിനുശേഷം തിരിച്ചുവന്ന് കമാൻഡ് മൊഡ്യൂളുമായി ഡോക്ക് ചെയ്യുകയും പ്രോഗ്രാം കൃത്യമായി പര്യവസാനിപ്പിച്ച് മെയ് 26 ന് ഭൂമിയിൽ തിരിച്ചെത്തുകയും ചെയ്തു. കൃത്യമായും ഒരു ദശാബ്ദ കാലത്തെ അശ്രാന്തമായ പഠനവും

പരിശ്രമവുമാണ് അമേരിക്കയുടെ അപ്പോളോ പ്രോഗ്രാമിനെ വിജയത്തിന്റെ പാതയിലൂടെ നയിക്കുന്നത് എന്നത് അവിതർക്കിതമായ വസ്തുതയാണ്. അസ്ട്രോനോട്ടുകളോടുകൂടിയുള്ള യാത്രയിൽ ഏറ്റവും അധികം വെലോസിറ്റി ആർജ്ജിച്ചത് (39,897 km/h) അപ്പോളോ 10 ന്റെ ഭൂമിയിലേക്ക് തിരിച്ചുള്ള യാത്രയിൽ ആയിരുന്നു.

മനുഷ്യനെ സുരക്ഷിതമായി ചന്ദ്രനിൽ ഇറക്കി തിരിച്ചുകൊണ്ട് വരുന്നതിനു 1969–1972 കാലഘട്ടത്തിൽ അമേരിക്കയ്ക്ക് സാധിച്ചു. അപ്പോളോ 11, അപ്പോളോ12, അപ്പോളോ 14, അപ്പോളോ 15, അപ്പോളോ 16, അപ്പോളോ 17 ഇവയായിരുന്നു മനുഷ്യനെ ചന്ദ്രനിൽ ഇറക്കി തിരിച്ചുകൊണ്ടു വരുന്നതിൽ ലക്ഷ്യം കൈവരിച്ച അമേരിക്കയുടെ അപ്പോളോ മിഷനുകൾ. ഓരോ യാത്രയിലും രണ്ടു അസ്ട്രോനോട്ടുകൾ വീതം ചന്ദ്രനിൽ ഇറങ്ങി നടക്കുകയുണ്ടായി. ഈ അവസരത്തിൽ മൂന്നാമതൊരാൾ ഓർബിറ്റിങ് മൊഡ്യൂളിൽ ചന്ദ്രനെ പ്രദക്ഷിണം ചെയ്തു കൊണ്ടുമിരുന്നു. ആദ്യമായി ചന്ദ്രനിൽ കാൽ വെച്ചത് അപ്പോളോ 11 ലെ നീൽ ആംസ്ട്രോങ് (Neil Armstrong) ആയിരുന്നു. എഡ്വിൻ ആൽഡ്രിൻ (Edwin Aldrin), ചാൾസ് കൊണാർഡ്, (Charles Conrad), അലൻ ബീൻ (Alan Bean), അലൻ ഷെപേഡ്, (Alan Shepard), എഡ്ഗർ മിച്ചൽ (Edgar Mitchell), ഡേവിഡ് സ്കോട്ട്, (David Scott), ജെയിംസ് ഇർവിൻ (James Irwin), ജോൺ യങ് (John Young), ചാൾസ് ഡ്യൂക്ക്, (Charles Duke), ജിനി കെർണൻ (Gene Cernan), ഹാരിസൺ സ്കെമിട്ട് (Harrison Schmitt) എന്നിവരായിരുന്നു ചന്ദ്രനിൽ ഇറങ്ങിയ മറ്റു അസ്ട്രോനോട്ടുകൾ. 1970 ഏപ്രിൽ 11 ന് വിക്ഷേപിക്കപ്പെട്ട അപ്പോളോ 13 ചന്ദ്രനിൽ ഇറങ്ങുന്നതിനു ലക്ഷ്യമിട്ടിരുന്നെങ്കിലും വിക്ഷേപിക്കപ്പെട്ട് രണ്ട് ദിവസത്തിനുശേഷം സർവീസ് മോഡ്യൂളിലെ ഓക്സിജൻ ടാങ്കിൽ സ്ഫോടനം നടന്നതുമൂലം പ്രോഗ്രാം ക്യാൻസൽ ചെയ്യേണ്ടി വന്നു. ചന്ദ്രന്റെ പിൻവശത്തുകൂടി ചുറ്റി യാത്രചെയ്ത് ഏപ്രിൽ 17 ന് അസ്ട്രോനോട്ടുകൾ ഭൂമിയിൽ തിരിച്ചെത്തുകയുണ്ടായി. അപകട സന്ധിയെ വിജയകരമായിത്തരണം ചെയ്തതിനാൽ ഈ മിഷൻ വിജയമായിത്തന്നെ കണക്കാക്കുന്നു. മാത്രമല്ല ഭൂമിയിൽനിന്നും മനുഷ്യന് എത്തിച്ചേരാൻ പറ്റിയ പരമാവധി അകലവും സന്ദർഭവശാൽ ഈ മിഷനിൽ കൂടിയായിരുന്നു സാധിച്ചത്.

ചന്ദ്രനെ സംബന്ധിച്ചും ബഹിരാകാശത്തെ സംബന്ധിച്ചും ധാരാളം വിവരങ്ങൾ ശേഖരിക്കുന്നതിനും ചിത്രങ്ങൾ എടുക്കുന്നതിനും ചന്ദ്രനിൽ നിന്ന് 400 കിലോഗ്രാം വരുന്ന സാമ്പിളുകൾ ശേഖരിക്കുന്നതിനും ഈ അപ്പോളോ യാത്രകൾ ഉപകരിച്ചു. സാറ്റേൺ V റോക്കറ്റുകളായിരുന്നു അപ്പോളോ 7 ഒഴിച്ചുള്ള എല്ലാ അപ്പോളോ മിഷനുകളിലും ഉപയോഗിച്ചിരുന്നത്. ലോകത്തിലെ ഏറ്റവും വലിപ്പം കൂടിയതും ഏറ്റവും ശക്തിയേറിയതുമായിരുന്നു മൂന്ന് സ്റ്റേജുള്ള സാറ്റേൺ V റോക്കറ്റുകൾ.

അടിക്കുറിപ്പ്

ഭൂമിയിൽനിന്നും 2000 കിലോമീറ്ററിൽ താഴെ ഉയരം വരുന്ന പ്രദക്ഷിണ വലയത്തെയാണ് ലോ എർത്ത് ഓർബിറ്റ് അല്ലെങ്കിൽ നിയർ എർത്ത് ഓർബിറ്റ് എന്ന് പറയുന്നത്. ഒരു സാധാരണ കൃത്രിമ ഉപഗ്രഹത്തിന്റെ ഭൂമിയിൽ നിന്നുള്ള ദൂരം ഭൂമിയുടെ റേഡിയസിന്റെ മൂന്നിൽ ഒന്നിൽ താഴെയായിരിക്കും. സാധാരണ കൃത്രിമ ഉപഗ്രഹങ്ങൾ, സ്പേസ് സ്റ്റേഷനുകൾ ഇവ എല്ലാംതന്നെ ഈ ലെവലിൽ താഴെയായിരിക്കും പ്രദക്ഷിണം ചെയ്യുക. ഈ ഓർബിറ്റിലെ ഒരു പേടകത്തിന്റെ പ്രദക്ഷിണ സമയം 128 മിനിറ്റിൽ താഴെയായിരിക്കും. ഈ ഓർബിറ്റിൽ ഒരു ഉപഗ്രഹം ദിവസത്തിൽ 11. 25 പ്രാവശ്യമെങ്കിലും ഭൂമിയെ പ്രദക്ഷിണം ചെയ്യുന്നു. ഭൂകേന്ദ്രത്തിൽനിന്നും അകലുംതോറും ഉപഗ്രഹത്തിന്റെ പ്രദക്ഷിണ സമയം വർദ്ധിച്ചുകൊണ്ടിരിക്കും.

അപ്പോളോ 1 ലെ ദുരന്തം

അസ്ട്രോനോട്ടുകളുമായുള്ള ആദ്യത്തെ അപ്പോളോ വാഹനമായിരുന്നു അപ്പോളോ 1. 1967 ഫെബ്രുവരി 21 ന് ലോ എർത്ത് ഓർബിറ്റിൽ വിക്ഷേപിക്കുന്നതിനായിരുന്നു ഉദ്ദേശിച്ചിരുന്നത്. 1967 ജനുവരി 27 ന് അസ്ട്രോനോട്ടുകളായി തെരഞ്ഞെടുക്കപ്പെട്ടിരുന്ന ഗസ്സ് ഗ്രിസോം, എഡ് വൈറ്റ്, റോജർ ബി ചാഫേ (Gus Grissom, Ed White, and Roger B. Chaffee) എന്നിവർ കമാൻഡ് മോഡ്യൂളിൽ വിക്ഷേപണത്തിന് മുൻപുള്ള പരിശീലനങ്ങൾ നടത്തുമ്പോൾ അവിചാരിതമായി

ചിത്രം 16 – ഗസ്സ് ഗ്രിസോം, എഡ് വൈറ്റ്, റോജർ ബി ചാഫേ

ക്യാബിനുള്ളിൽ അഗ്നി ബാധയുണ്ടാവുകയും മൂന്നുപേരും ദാരുണമായി മരണപ്പെടുകയുമുണ്ടായി.

ഇലക്ട്രിക് സർക്യൂട്ടിലുണ്ടായ സ്പാർക്ആയിരുന്നു അഗ്നിബാധയ്ക്ക് കാരണമെന്ന് പിന്നീട് കണ്ടെത്തി. അസ്ട്രോനോട്ടുകളുടെ ശ്വസനം കൂടുതൽ സുരക്ഷിതമായിരിക്കണമെന്നുള്ള താല്പര്യത്തിൽ ക്യാബിനിൽ 100 ശതമാനവും ഓക്സിജൻ തന്നെയായിരുന്നു നിറച്ചിരുന്നത്. മാത്രമല്ല ക്യാബിനിലെ മർദ്ദം സാധാരണ അന്തരീക്ഷമർദ്ദത്തെക്കാൾ 10% കൂടുതലുമായിരുന്നു. (They pressurized the capsule with 100% oxygen to 16 psi during the Apollo 1 ground test). ഉയർന്നമർദ്ദത്തിൽ നിറച്ചിരുന്ന ഓക്സിജന്റെ സാന്നിദ്ധ്യത്തിൽ ക്യാബിനിലെ കാർപ്പെറ്റ് ഉൾപ്പെടെയുള്ള നൈലോൺ വസ്തുക്കൾ അതിവേഗം ജ്വലിച്ചുപടർന്നു. ക്യാബിന്റെ ഹാച്ച് ഉയർന്ന മർദ്ദത്തിൽ തുറക്കാൻ കഴിയാത്തവിധം അടഞ്ഞിരുന്നു. വിക്ഷേപണ വാഹനത്തിൽ ഈ അവസരത്തിൽ ഇന്ധനം നിറച്ചിരുന്നില്ല. തന്മൂലം വാഹനത്തിന്റെ മറ്റുഭാഗങ്ങൾ സംരക്ഷിക്കാൻ സാധിച്ചു. പിന്നീട് ക്യാബിന്റെ ഡിസൈനിൽ പല മാറ്റങ്ങളും വരുത്തുകയും തുടർന്നുള്ള വിക്ഷേപണങ്ങളിൽ ക്യാബിനിൽ ഓക്സിജൻ നൈട്രജൻ മിശ്രിതം ഉപയോഗിക്കുവാനും തീരുമാനിച്ചു.

അപ്പോളോ 11
വിജയകരമായ ചന്ദ്രപര്യവേക്ഷണ യാത്ര

നീൽ ആംസ്ട്രോങ്, ബുസ് ആൽഡ്രിൻ, മൈക്കിൾ കോളിൻസ് എന്നിവരായിരുന്നു അപ്പോളോ 11 ലെ അസ്ട്രോനോട്ടുകൾ. മൂന്നു സ്റ്റേജുള്ള സാറ്റേൺ V (അപ്പോളോ) റോക്കറ്റിൽ ഒന്നാമത്തെ സ്റ്റേജിൽ 8,10,700 ലിറ്റർ R P 1 എന്ന പ്രത്യേക ഇനം മണ്ണെണ്ണയും 13,11,100 ലിറ്റർ ദ്രവീകരിച്ച ഓക്സിജനും ചേർന്ന് പ്രൊപ്പല്ലന്റായി ഉപയോഗിക്കുന്നു. ഇതിൽ ഒരേ സമയം അഞ്ചു എഞ്ചിനുകൾ യോജിച്ചു പ്രവർത്തിച്ചിരുന്നു. രണ്ടാമത്തെ സ്റ്റേജിൽ 10,00,000 ലിറ്റർ ദ്രവീകരിച്ച ഹൈഡ്രജനും 3,31,000 ലിറ്റർ ദ്രവീകരിച്ച ഓക്സിജനുമാണ് പ്രൊപ്പല്ലന്റായി ഉപയോഗിക്കുന്നത്. ഇതിലും ഒരേ സമയം അഞ്ചു എഞ്ചിനുകൾ യോജിച്ചു പ്രവർത്തിച്ചിരുന്നു. മൂന്നാമത്തെ സ്റ്റേജിൽ 2,53,200 ലിറ്റർ ദ്രവീകരിച്ച ഹൈഡ്രജനും 92,350 ലിറ്റർ ദ്രവീകരിച്ച ഓക്സിജനും പ്രൊപ്പല്ലന്റായി ഉപയോഗിക്കുന്നു. ഇതിൽ ഒരു എഞ്ചിൻ മാത്രം പ്രവർത്തിച്ചിരുന്നു. ഒന്നിന് പിറകേ ഒന്നായി ഒന്നാമത്തെ സ്റ്റേജ് 150 സെക്കന്റ് സമയവും രണ്ടാമത്തെ സ്റ്റേജ് 300 സെക്കന്റ് സമയവും പ്രവർത്തിച്ചു. ഉപയോഗം തീർന്ന സ്റ്റേജുകൾ തത്സമയംതന്നെ വിട്ടുമാറി അറ്റ്ലാന്റിക് സമുദ്രത്തിൽ പതിച്ചു. മൂന്നാമത്തെ സ്റ്റേജ് മോട്ടോർ രണ്ടു ഘട്ടങ്ങളിലായിട്ടാണ് പ്രവർത്തിച്ചത്. രണ്ടാമത്തെ സ്റ്റേജിന്റെ ജ്വലനം പൂർത്തിയായതിനെത്തുടർന്ന് മൂന്നാമത്തെ സ്റ്റേജ് മോട്ടോർ ആദ്യത്തെ ഘട്ടത്തിൽ 2 മിനിറ്റ് 45 സെക്കൻഡ് മാത്രം പ്രവർത്തിച്ച് പേടകത്തെ ഭൂമിയുടെ പ്രദക്ഷിണവല യത്തിൽ എത്തിച്ചു. കമാൻഡ് മൊഡ്യൂൾ, സർവീസ് മൊഡ്യൂൾ, ലൂണാർ മൊഡ്യൂൾ എന്നിങ്ങനെ മൂന്നു ഭാഗങ്ങൾ ചേർന്നതായിരുന്നു. അപ്പോളോ സ്പേസ് ക്രാഫ്റ്റ്. കമാൻഡ് ആൻഡ് സർവീസ് മൊഡ്യൂളിന് കൊളമ്പിയ എന്നും ലൂണാർ മൊഡ്യൂളിനു ഈഗിൾ എന്നുമായിരുന്നു നാസ പേര്

നല്കിയിരുന്നത്. ഡിസെന്റ് സ്റ്റേജ് അസെന്റ് സ്റ്റേജ് എന്നിങ്ങനെ രണ്ടു ഭാഗങ്ങൾ ചേർന്നതാണ് ലൂണാർ മൊഡ്യൂൾ. ഇതിൽ ഡിസെന്റ് സ്റ്റേജ് ഉപയോഗശേഷം ചന്ദ്രന്റെ പ്രതലത്തിൽതന്നെ വിട്ടുപോരാനുദ്ദേശിച്ചുള്ള തായിരുന്നു.

വിക്ഷേപണ വാഹനത്തിൽനിന്നും വിഘടിച്ചതിനുശേഷവും തുടർ യാത്രയ്ക്കാവശ്യമായ എഞ്ചിൻ സംവിധാനങ്ങൾ സ്പേസ് ക്രാഫ്റ്റിലു ണ്ടായിരുന്നു. ലൂണാർ മോഡ്യൂളിൽ 4500 ലിറ്റർ അൺസിമെട്രിക് ഡൈ

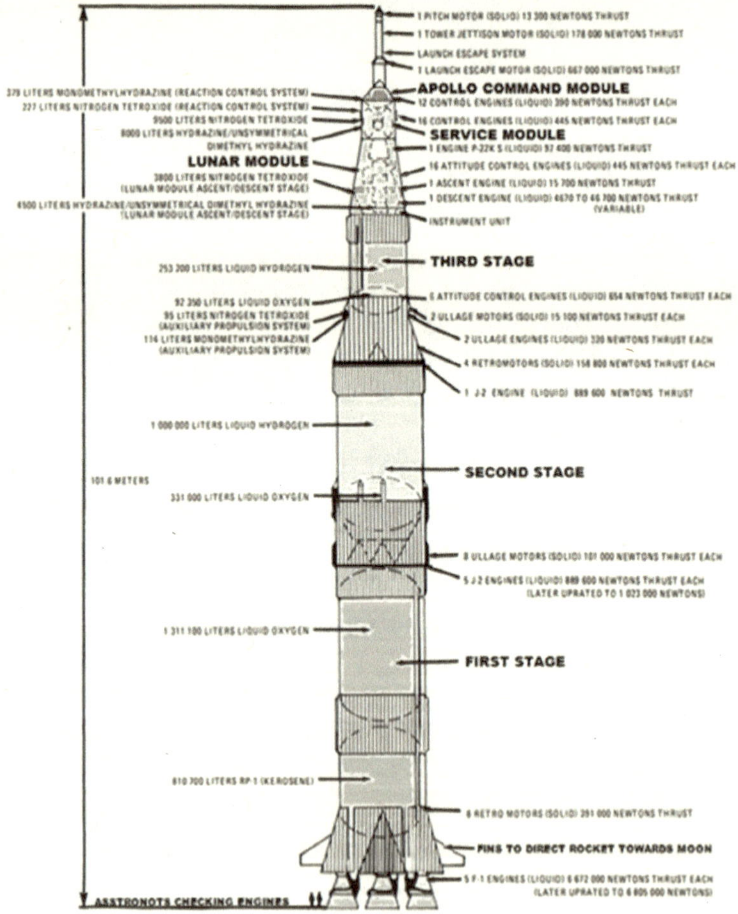

ചിത്രം 17 – സാറ്റേൺ V അപ്പോളോ വിക്ഷേപണ വാഹനത്തിന്റെയും കമാൻഡ് ആൻഡ് സർവീസ് മോഡ്യൂളിന്റെയും ലൂണാർ മോഡ്യൂളിന്റെയും ചേർന്നുള്ള രൂപരേഖ.

മീതൈൽ ഹൈഡ്രസീൻ ഇന്ധനമായും 3800 ലിറ്റർ ഡൈനൈട്രജൻ ടെട്രോക്സൈഡ് ഓക്സിഡൈസറായും കരുതിയിരുന്നു. കമാൻഡ് ആൻഡ് സർവീസ് മോഡ്യൂളിൽ 8000 ലിറ്റർ അൺസിമെട്രിക് ഡൈ മീതൈൽ ഹൈഡ്രസീൻ ഇന്ധനമായും 9500 ലിറ്റർ ഡൈനൈട്രജൻ ടെട്രോക്സൈഡ് ഓക്സിഡൈസറായും കരുതിയിരുന്നു. പേടകത്തിലെ മൂന്നു മോഡ്യൂളുകൾക്കും കൂടി 50.38 ടൺ (45,702 കിലോഗ്രാം) ഭാരമുണ്ടായിരുന്നു. വിക്ഷേപണ സമയത്ത് ബഹിരാകാശ വാഹനത്തിന്റെ മൊത്തം ഭാരം 64,77,875 പൗണ്ടും (2938.3 ടൺ) ഉയരം 363 അടിയുമായിരുന്നു. 7.5 ദശലക്ഷം പൗണ്ട് ത്രസ്റ്റ് (ഫോഴ്സ്) ആയിരുന്നു വിക്ഷേപണത്തിന് ഉപയോഗിക്കേണ്ടി വന്നത്. അപ്പോളോ വിക്ഷേപണ വാഹനത്തിന്റെയും കമാൻഡ് ആൻഡ് സർവീസ് മോഡ്യൂളിന്റെയും ലൂണാർ മോഡ്യൂളിന്റെയും ചേർന്നുള്ള രൂപരേഖ (sketch) ഇതോടൊപ്പം ചേർക്കുന്നു. (ചിത്രം 17)

വിജയകരമായി അമേരിക്കൻ ബഹിരാകാശ യാത്രികർ ചന്ദ്രനിൽ എത്തി 21 മണിക്കൂർ 36 മിനിറ്റ് സമയം ചന്ദ്രനിൽ ചെലവഴിച്ച് തങ്ങളിൽ നിക്ഷിപ്തമായിരുന്ന ദൗത്യങ്ങൾ നിർവ്വഹിക്കുകയും വിവിധ പരീക്ഷണ നിരീക്ഷണങ്ങൾ നടത്തുകയും ചെയ്ത ശേഷം സുരക്ഷിതമായി പസഫിക് സമുദ്രത്തിൽ തിരിച്ചിറങ്ങി. ഈ യാത്രയ്ക്ക് ഭൂമിയിൽനിന്നുള്ള വിക്ഷേപണത്തിനുശേഷം വേണ്ടിവന്നത് 195 മണിക്കൂർ 18 മിനിറ്റ് 35 സെക്കൻഡ് സമയമായിരുന്നു. 1969 ജൂലൈ 16 ന് അമേരിക്കയിലെ കേപ്പ് കാനവറാളിലെ കെന്നഡി ബഹിരാകാശ കേന്ദ്രത്തിൽനിന്നും ആരംഭിച്ച ഈ യാത്രയിലെ സുപ്രധാന സംഭവങ്ങൾ മാത്രം ചുരുങ്ങിയ വാക്കുകളിൽ കാലക്രമമനുസരിച്ച് (in chronological order) ഇവിടെ അവതരിപ്പിക്കുന്നു. ഭൂമിയിൽ ഓരോ പ്രദേശങ്ങളിലും സമയം വ്യത്യസ്തമായിരിക്കുമല്ലോ. അപ്പോളോ 11 ന്റെ വിക്ഷേപണം നടന്നത് അമേരിക്കയിൽ 1969 ജൂലൈ 16 ന് ഈസ്റ്റേൺ ഡേ ലൈറ്റ് സമയം (EDT) 9.32 am ന് ആയിരുന്നു. ഈ സമയത്തെ ഇന്ത്യയിലെ സമയം (ഇന്ത്യൻ സ്റ്റാൻഡേർഡ് സമയം) 7.02 pm ആയിരുന്നു. ഗ്രീൻവിച്ച് മീൻടൈം, ഈസ്റ്റേൺ ഡേ ലൈറ്റ് ടൈം (EDT), ഈസ്റ്റേൺ സ്റ്റാൻഡേർഡ് ടൈം (EST), യുണൈറ്റഡ് ടൈം കോർഡിനേറ്റ് (UTC) എന്നിങ്ങനെ സമയ നിർണ്ണയത്തിന് പല അടിസ്ഥാനങ്ങൾ നിലവിലുണ്ട്. ഗ്രീൻവിച്ച് മീൻടൈം, UTC (united time coordinate) ഇവ രണ്ടും ഒരേ സമയത്തെ തന്നെയാണ് സൂചിപ്പിക്കുന്നത്. എന്നാൽ EDT 9. 32 am UTC 13. 32 ന് തുല്യമാണ്. അതുകൊണ്ടു സംശയം ഒഴിവാക്കാൻ ഈ പഠനത്തിൽ സമയത്തെ റോക്കറ്റിന്റെ ഭൂമിയിൽനിന്നുള്ള വിക്ഷേപണത്തിന് ശേഷമുള്ള മണിക്കൂറുകളും മിനിറ്റുകളും സെക്കൻഡുകളുമായി കണക്കാക്കുന്ന രീതിയാണ് അവലംബിക്കുന്നത്. ഇതിന് GET ഗ്രൗണ്ട് ഇലാപ്സ് ടൈം (Ground Elapse Time) എന്നുപറയുന്നു.

GET 12 മിനിറ്റ് പൂർത്തിയായപ്പോൾ അപ്പോളോ പേടകം 183.2

കിലോമീറ്റർ X 189.9 കിലോമീറ്റർ പ്രദക്ഷിണ വലയത്തിൽ എത്തിച്ചേർന്നു. ഒന്നും രണ്ടും സ്റ്റേജുകൾ ഇതിനകം ജ്വലനം പൂർത്തിയാക്കി വിഘടിച്ച് അറ്റ്ലാന്റിക് സമുദ്രത്തിൽ പതിച്ചുകഴിഞ്ഞു. മൂന്നാമത്തെ സ്റ്റേജ് വിക്ഷേപണത്തിനുശേഷം ബഹിരാകാശപേടകവുമായി ചേർന്നു തന്നെ സഞ്ചരിച്ചുകൊണ്ടിരുന്നു. തുടർന്ന് ഭൂമിയെ ചുറ്റിയുള്ള രണ്ടാമത്തെ പ്രദക്ഷിണത്തിനിടയിൽ മൂന്നാമത്തെ സ്റ്റേജ് മോട്ടോർ രണ്ടാം പ്രാവശ്യം അഞ്ചു മിനിറ്റ് നാല്പത്തിയെട്ട് സെക്കൻഡ് നേരത്തേക്ക് ജ്വലിപ്പിക്കുകയും തല്ഫലമായി പേടകത്തിന് പലായന പ്രവേഗം (escape velocity) ആർജ്ജിക്കുവാൻ സാധിക്കുകയും ചെയ്തു. GET 02 മണിക്കൂർ 50 മിനിറ്റ് 13.3 സെക്കൻഡ് ആയപ്പോൾ മൂന്നു ബഹിരാകാശ യാത്രികരെയും വഹിച്ചുകൊണ്ട് അപ്പോളോ പേടകം ചന്ദ്രനെ ലക്ഷ്യമാക്കിയുള്ള ട്രാൻസ് ലൂണാർ ഓർബിറ്റിൽ പ്രവേശിച്ചിരുന്നു. ട്രാൻസ് ലൂണാർ ഓർബിറ്റിൽ എത്തിക്കഴിഞ്ഞാൽ ലൂണാർ ഓർബിറ്റിൽ എത്തുന്നതുവരെ റോക്കറ്റിന്റെ തുടർന്നുള്ള പ്രയാണത്തിന് ഇന്ധനശേഷി ആവശ്യമായിവരുന്നില്ല. ഇനിയും സുപ്രധാനമായ ഒരു ക്രമീകരണമാണ് പേടകത്തിൽ നടത്തുന്നത്. ഇതിനെ ട്രാൻസ് പൊസിഷനിങ് (Trans Positioning) എന്ന് പറയുന്നു. G E T 03:24:03 സമയം കമാൻഡ് ആൻഡ് സർവീസ് മൊഡ്യൂൾ മൂന്നാമത്തെ സ്റ്റേജ് മോട്ടോറിൽനിന്നും വിഘടിച്ചു മാറി 180 ഡിഗ്രി തിരിച്ച് കമാൻഡ് ആൻഡ്

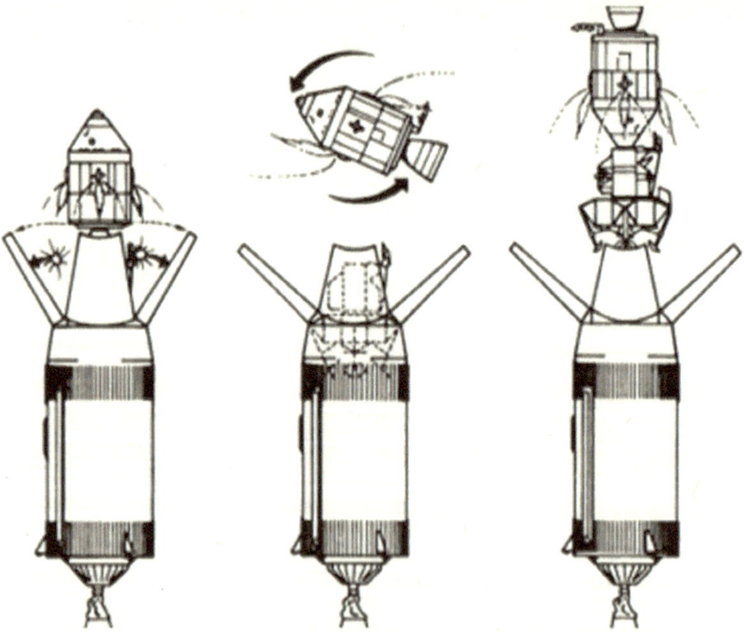

ചിത്രം 18 – ട്രാൻസ് പൊസിഷനിങ് വിശദമാക്കുന്ന ചിത്രീകരണം

സർവീസ് മൊഡ്യൂൾ ലൂണാർ ലാൻഡിങ് മോഡ്യൂളിന് മുൻപിലായി ഘടിപ്പിക്കുന്നു. താപകവചത്തിൽ മടക്കിവച്ചിരുന്ന ലൂണാർ മോഡ്യൂളിന്റെ കാലുകൾ ഇതോടൊപ്പം നിവർത്തിവയ്ക്കുന്നതിനും കമാൻഡ് മോഡ്യൂളിൽനിന്നും കോസ്മോനോട്ടുകളുടെ ലൂണാർ ലാൻഡിങ് മോഡ്യൂളിലേക്കുള്ള പ്രവേശനം സുഗമമാക്കുന്നതിനും ഇതുമൂലം സാധിക്കുന്നു.

തുടർന്ന് GET 04:40.03 സമയത്ത് ഉപയോഗം തീർന്ന മൂന്നാമത്തെ സ്റ്റേജ് പ്രത്യേക ചെറിയ റോക്കറ്റ് സംവിധാനങ്ങൾ ഉപയോഗിച്ച് ബഹിരാകാശത്തു സൂര്യനെച്ചുറ്റുന്ന ഹീലിയോ സെന്ററിക് ഓർബിറ്റിൽ ഇൻജെക്റ്റ് ചെയ്തു. ഇതുമൂലം വിഘടിപ്പിക്കപ്പെട്ട മൂന്നാമത്തെ സ്റ്റേജ് മോട്ടോർ ചന്ദ്രനിലോ ഭൂമിയിലോ പതിക്കുന്നതിനുള്ള സാദ്ധ്യതയും പേടകത്തെ തന്നെ പിൻപറ്റി കൂട്ടിയിടിക്കുന്നതിനുള്ള സാദ്ധ്യതയും ഒഴിവാക്കപ്പെട്ടിരിക്കുന്നു. ഇനിയും ലൂണാർ ഓർബിറ്റിൽ എത്താൻ

ചിത്രം 19 – അപ്പോളോ 11 ലെ അസ്ട്രോനോട്ടുകൾ കമാൻഡ് ആൻഡ് സെർസിവ് മോഡ്യൂളിനുള്ളിൽ

ആവശ്യാനുസരണം റോക്കറ്റിന്റെ ഗതി നിയന്ത്രണം (mid course correction) മാത്രമേ നടത്തേണ്ടി വരുന്നുള്ളു. യാത്രാമദ്ധ്യേ ജൂലൈ പതിനേഴിന് ലോകമെമ്പാടുമുള്ള ടി വി പ്രേക്ഷകർക്കുവേണ്ടി അപ്പോളോ പേടകത്തിൽ നിന്നുള്ള ആദ്യ ടെലിവിഷൻ ട്രാൻസ്മിഷൻ നടന്നു.

വിക്ഷേപണത്തിനുശേഷം 75 മണിക്കൂർ 49 മിനിറ്റ് 50 സെക്കൻഡ് കഴിഞ്ഞപ്പോൾ പേടകം 98 km X 272 km ലൂണാർ ഓർബിറ്റിൽ പ്രവേശിച്ചു. G E T 80:12 ന് സർവീസ് മോഡ്യൂളിലെ ത്രസ്റ്റ് സിസ്റ്റം ജ്വലിപ്പിച്ച് പേടകത്തെ ഏകദേശം വൃത്താകൃതിയിലുള്ള 87 km X106 സാ ലൂണാർ ഓർബിറ്റിൽ എത്തിച്ചു. ഈ ഓർബിറ്റിൽ ചന്ദ്രനെച്ചുറ്റിയുള്ള ഓരോ പ്രദക്ഷിണത്തിനും രണ്ടു മണിക്കൂർ സമയം വേണ്ടി വന്നിരുന്നു. G E T 100:14 ന് ലൂണാർ മോഡ്യൂളിന്റെ എല്ലാ സിസ്റ്റങ്ങളും സൂക്ഷ്മമായി പരിശോധിച്ചതിനുശേഷം ചന്ദ്രനെച്ചുറ്റിയുള്ള പതിമൂന്നാമത്തെ പ്രദക്ഷിണത്തിൽ കോളിൻസ് കൊളംബിയയിലും ആംസ്ട്രോങ്ങും ആൽഡ്രിനും ലൂണാർ മോഡ്യൂളിലുമായി പേടകം അൺഡോക് ചെയ്യുന്നു – (വിഘടിച്ചു മാറുന്നു). ലൂണാർ മോഡ്യൂളിന്റെ എൻജിൻ 29 സെക്കൻഡ് സമയം പ്രവർത്തിച്ചുകൊണ്ടു ലൂണാർ മൊഡ്യൂൾ ചന്ദ്രന്റെ പ്രതലത്തിൽ സാവധാനം ഇറങ്ങുന്നതിനുള്ള ശ്രമം ആരംഭിക്കുന്നു. ഇവിടെ എഞ്ചിന്റെ ത്രസ്റ്റ് ചന്ദ്രന്റെ ആകർഷണശക്തിക്കു പ്രതികൂലമായി നിയന്ത്രണവിധേയമാക്കുന്നു. ചന്ദ്രന്റെ പ്രതലത്തെ സൂക്ഷ്മനിരീക്ഷണം ചെയ്യുമ്പോൾ ഇറങ്ങാൻ പോകുന്ന സ്ഥലത്ത് പാറക്കല്ലുകൾ ഉണ്ടെന്നു മനസ്സിലാക്കിയ ആംസ്ട്രോങ് ലൂണാർ മോഡ്യൂളിന്റെ നിയന്ത്രണം ഏറ്റെടുത്ത് എഞ്ചിൻ GET 102:33 ന് അവസാനമായി ഒരിക്കൽക്കൂടി ജ്വലിപ്പിച്ചു. ഭൂമിയിലെ കൺട്രോൾ സ്റ്റേഷനുമായി ബന്ധപ്പെട്ട് സീ ഓഫ് ട്രാങ്കുലിറ്റിയിൽ നിശ്ചിത സമയത്തിന് ഒന്നര മിനിറ്റ് നേരത്തെ GET 102:45:40 ന് മുൻകൂട്ടി പ്ലാൻ ചെയ്തിരുന്ന ലക്ഷ്യസ്ഥാനത്തുനിന്നും ഏകദേശം നാല് കിലോമീറ്റർ അകലെ സുരക്ഷിതമായി ഇറങ്ങി. ഇതിനകം ലൂണാർ ഡിസെന്റ് മൊഡ്യൂളിലെ ഇന്ധനം ഏതാണ്ട് നിശ്ശേഷം ഉപയോഗിച്ചുകഴിഞ്ഞിരിക്കുന്നു. അവശേഷിച്ചത് കേവലം 30 സെക്കൻഡ് നേരത്തേക്കുകൂടി മാത്രം ഉതകുന്ന ഇന്ധനം.. 'Engine arm is off. Houston, Tranquility Base here. The Eagle has landed.' ഈ സന്ദേശം മിഷൻ കൺട്രോളിൽ ലഭിച്ചു.

ഈ അവസരത്തിൽ കൊളംബിയ ചന്ദ്രനെ പ്രദക്ഷിണം ചെയ്തുകൊണ്ടുതന്നെയിരിക്കുന്നു. എത്രയും ആകാംക്ഷാഭരിതങ്ങളായ നിമിഷങ്ങൾ. ഓരോ പ്രദക്ഷിണത്തിലും ഈഗിളിനെ വീക്ഷിക്കുവാൻ കോളിൻസ് ശ്രമിച്ചുകൊണ്ടിരുന്നു. അവിചാരിതമായി എന്തെങ്കിലും അത്യാഹിതമുണ്ടായാൽ തനിയെ തിരിച്ചു പോരുന്നതിനുള്ള നിർദ്ദേശമായിരുന്നു മിഷൻ സെന്ററിൽനിന്നും കോളിൻസിനു ലഭിച്ചിരുന്നത്. വിധിവൈപരീത്യം സംഭവിച്ചാൽ ലോകത്തോട് അറിയിക്കാനുള്ള സന്ദേശവും പ്രസിഡന്റ് നിക്സൺ മുൻകൂട്ടി കരുതിയിരുന്നു.

ഭക്ഷണത്തിനുശേഷം വിശ്രമസമയം ചുരുക്കി ആംസ്ട്രോങ്ങും ആൽഡ്രിനും ചേർന്ന് തുടർന്നുള്ള ചന്ദ്രപര്യവേക്ഷണത്തിനു ഒരുങ്ങി. എന്തെങ്കിലും പ്രതിസന്ധികളുണ്ടാകുന്നപക്ഷം അത്യാവശ്യമായി തിരിച്ചുപോകത്തക്കവണ്ണം ഈഗിളിനെ സജ്ജമാക്കി നിർത്തി. ഇനിയും അവർക്കു വളരെ കൃത്യമായ കർമ്മപദ്ധതിയുണ്ട്. പേടകം ചന്ദ്രനിൽ ഇറങ്ങിയതിനു ഏകദേശം ഏഴു മണിക്കൂർ സമയം കഴിഞ്ഞ് ചന്ദ്രനിൽ ആദ്യമനുഷ്യസ്പർശം ചിത്രീകരിക്കുന്നതിനുള്ള ടെലിവിഷൻ ക്യാമറ ചന്ദ്രന്റെ പ്രതലത്തിൽ GET 109:09:33 ന് ഈഗിളിൽനിന്നും 30 അടി അകലെ വിന്യസിപ്പിച്ചു. ആംസ്ട്രോങ് ടെക്സാസിലെ മിഷൻ കൺട്രോൾ സ്റ്റേഷനിൽ ചാർലീ ഡൂക്കുമായി (Charlie Duke) സംഭാഷണം നടത്തി. അതിനുശേഷം ചന്ദ്രന്റെ പ്രതലത്തിൽ, മറ്റൊരു ആകാശ ഗോളത്തിൽ– മനുഷ്യന്റെ ആദ്യത്തെ കാൽവയ്പ് GET സമയം: 109: 24; 19 ന് (1969 ജൂലൈ 21 UTC സമയം 02:56 ന്) സംഭവിച്ചു. മാനവരാശിയുടെ ചരിത്രത്തിലേക്ക് ആഴ്ന്നിറങ്ങിയ ശുഭ മുഹൂർത്തം – ഈ ചരിത്രവിസ്മയം ടെലിവിഷൻ ക്യാമറയുടെ സഹായത്തോടെ ഭൂമിയിലേക്ക് തല്ക്ഷണം ട്രാൻസ്മിറ്റ് ചെയ്യപ്പെട്ടു, ആംസ്ട്രോങ് ഇപ്രകാരം ഉച്ചരിച്ചു. “That's one small step for a man; one giant leap for mankind. (മനുഷ്യന്റെ ഒരു

ചിത്രം 20 – നീൽ ആംസ്ട്രോങ് ചന്ദ്രനിൽ അമേരിക്കൻ ദേശീയ പതാക നാട്ടിയിരിക്കുന്നു.

ചെറിയ കാൽവയ്പ്. മാനവരാശിയുടെ ഒരു വലിയ കുതിച്ചുചാട്ടം). മുൻകൂട്ടി തയ്യാറാക്കിയിരുന്ന വാചകമായിരുന്നെങ്കിലും വികാരാവേശം മൂലം ഒരു എന്ന ശബ്ദം അദ്ദേഹത്തിന് ഉച്ചരിക്കാൻ പറ്റാതെ പോയി. ആംസ്ട്രോങ് ചന്ദ്രനിൽ ഇറങ്ങി 18 മിനുറ്റുകൾക്കുശേഷം ആൽഡ്രിനും ചന്ദ്രനിൽ ഇറങ്ങി. ആൽഡ്രിൻ മിഷൻ കൺട്രോളിൽ വിവരം ധരിപ്പിച്ചു.

"You're looking good here." നിങ്ങൾ ഇവിടെ നന്നായി കാണപ്പെടുന്നു ഇതായിരുന്നു മിഷൻ കൺട്രോളിൽ നിന്നുള്ള ചാർലീ ഡൂക്കിന്റെ ആദ്യത്തെ പ്രതികരണം.

തയ്യാറാക്കിയിരുന്ന പദ്ധതിയനുസരിച്ച് അവർ ഈഗിളിനു (Lunar Module) സമീപം തന്നെ അമേരിക്കൻ ദേശീയ പതാക നാട്ടി (ചിത്രം 20 കാണുക). പ്രസിഡന്റ് നിക്സൺ അവരിരുവരെയും വൈറ്റ് ഹൗസിൽ നിന്നും ടെലിഫോണിൽ വിളിച്ച് അഭിനന്ദിക്കുകയും അവർ പ്രസിഡന്റ് നിക്സണുമായി സംസാരിക്കുകയും ചെയ്തു. ലോകത്തിലെ ഏറ്റവും ദീർഘദൂരത്തിൽ നിന്നുള്ള ടെലിഫോൺ സംഭാഷണം ഇതായിരുന്നു. അവർ ചെന്നിറങ്ങിയ സ്ഥലം നിരപ്പുള്ള നേർത്ത പൂഴി നിറഞ്ഞ മണൽപ്രദേശം പോലെ തോന്നുമായിരുന്നു. തിടുക്കത്തിൽ ആംസ്ട്രോങ് 'Here the men from planet Earth set foot upon Moon in July 1969 A D.. We Came for peace for all man kind' (ഇവിടെ എ ഡി 1969 ജൂലൈയിൽ ഭൂമിയിലെ മനുഷ്യർ ഇറങ്ങി. എല്ലാ മനുഷ്യർക്കും സമാധാനത്തിനുവേണ്ടിയാണ് ഞങ്ങൾ വന്നത്) എന്നു ആലേഖനം ചെയ്ത സന്ദേശ ഫലകം ചന്ദ്രനിൽ നിക്ഷേപിച്ചു. ആദ്യത്തെ ബഹിരാകാശ സഞ്ചാരി യൂറി ഗഗാറിന്റെയും ബഹിരാകാശത്തു വച്ച് അപകടത്തിൽ മൃതിയടഞ്ഞ വ്ളാഡിമർ കൊമറോവിന്റെയും അപ്പോളോ 1 ദുരന്തത്തിൽ മൃതിയടഞ്ഞ ഗസ്സ് ഗ്രിസോം, എഡ് വൈറ്റ്, റോജർ ബി ചാഫേ എന്നീ മൂന്ന് അമേരിക്കൻ അസ്ട്രോനോട്ടുകളുടെയും സ്മരണയ്ക്കായുള്ള മഹാമുദ്രകളും (medallios) അവർ ചന്ദ്രന്റെ പ്രതലത്തിൽ നിക്ഷേപിച്ചു. ഭൂമിയുടെ പ്രതലത്തിൽനിന്നും ചന്ദ്രനിലേക്കുള്ള ദൂരം അളക്കുന്നതിനുള്ള ലേസർ റേഞ്ചിങ് റിഫ്ളക്റ്റോ മീറ്റർ ചന്ദ്രന്റെ പ്രതലത്തിൽ സ്ഥാപിച്ചു. ഭൂമിയുടെ കാന്തികവലയത്തിനു വെളിയിൽ സൗരവാതങ്ങളെക്കുറിച്ചു പഠിക്കുന്നതിനുള്ള പരീക്ഷണമായിരുന്നു സോളാർ വിൻഡ് കോമ്പോസിഷൻ എക്സ്പെരിമെന്റ്. ചന്ദ്രനിൽ സോളാർ വിൻഡ് കോമ്പോസിഷൻ പരീക്ഷണം അവരുടെ കർമ്മ പരിപാടിയുടെ ഭാഗമായിരുന്നു. ചന്ദ്രനിൽ നിന്നുള്ള കാഴ്ച അവരെ വിസ്മയഭരിതരാക്കി. ചക്രവാളം ഭൂമിയിലേതുപോലെ വിദൂരമായി തോന്നിയില്ല. അന്തരീക്ഷത്തിന്റെ അഭാവത്തിൽ ആകാശം അന്ധകാരാവൃതമായി കാണപ്പെട്ടു. ചന്ദ്രനിൽ നിന്നുള്ള ദൃശ്യങ്ങൾ അവർ ക്യാമറയിൽ പകർത്തി. ആൽഡ്രിൻ ചന്ദ്രനിലെ പൊടിമണൽ ഷൂസ് കൊണ്ട് തട്ടിത്തെറിപ്പിച്ചു. ഭൂമിയിലേതിൽനിന്നും കുറഞ്ഞ ഗുരുത്വാകർഷണത്തിൽ പൊടി ഭൂമിയിലേതുപോലുള്ള അന്തരീക്ഷമില്ലാത്ത ആകാശത്തിലേക്കു

കൂടുതൽ ഉയരത്തിലേക്ക് ഉയർന്നു പൊങ്ങുന്നത് പഠനത്തിന്റെ ഭാഗമായി നിരീക്ഷണ വിധേയമാക്കി. ചന്ദ്രനിൽ ഭൂകമ്പമോ ഉല്ക്കകളുടെ പതനമോ ഉണ്ടായാൽ രേഖപ്പെടുത്തുന്നതിനുള്ള സീസ്മോമീറ്റർ ചന്ദ്രന്റെ പ്രതലത്തിൽ സ്ഥാപിച്ചു. ഈ സീസ്മോമീറ്റർ സൗരോർജ്ജംകൊണ്ട് പ്രവർത്തിക്കുന്നവയായിരുന്നു. 300 അടിയോളം ദൂരം അവർ ചന്ദ്രന്റെ പ്രതലത്തിലൂടെ സഞ്ചരിച്ചു. ചന്ദ്രന്റെ പ്രതലത്തിലൂടെയുള്ള നടത്തം വിചാരിച്ചതിലും അധികം ആയാസരഹിതമായി അവർക്കനുഭവപ്പെട്ടു. 48.5 പൗണ്ട് ചന്ദ്രനിലെ വ്യത്യസ്ത പാറക്കഷണങ്ങളുടെ സാമ്പിളുകൾ ശേഖരിച്ചു. ലക്ഷ്യമിട്ടിരുന്ന പരിപാടികൾ പൂർത്തിയാക്കി. ഇനിയും ഭൂമിയിലേക്ക് തിരിച്ചുപോകണം. ആദ്യം ആൽഡ്രിനും തുടർന്ന് ആംസ്ട്രോങ്ങും ഈഗിളിലെ അസെന്റ് മോഡ്യൂളിൽ പ്രവേശിച്ചു. ഡിസന്റ് മൊഡ്യൂൾ അസന്റ് മോഡ്യൂളിൽ പ്രവേശിക്കുന്നതിനുള്ള പടിയായി പ്രയോജനപ്പെട്ടു GET 111 മണിക്കൂർ 39 മിനിറ്റിന് അവരുടെ ചന്ദ്രന്റെ പ്രതലത്തിലെ പരീക്ഷണ നിരീക്ഷണങ്ങൾക്ക് വിരാമമിട്ടു. GET 111 മണിക്കൂർ 39 മിനിറ്റ് 13 സെക്കന്റിനു പേടകത്തിന്റെ ഹാച്ച് അടച്ചു. ആംസ്ട്രോങ് 2 മണിക്കൂർ 32 മിനിറ്റ് ചന്ദ്രന്റെ പ്രതലത്തിൽ ചെലവഴിച്ചു. ആൽഡ്രിൻ ചെലവഴിച്ച സമയം അതിലും പതിനഞ്ചു മിനിറ്റ് കുറവായിരുന്നു.

7 മണിക്കൂർ ഉറക്കത്തിനു സമയമുണ്ടായിരുന്നുവെങ്കിലും വിസ്മയലോകത്തെ കാഴ്ചകളിൽ അവർ ഉണർന്നു തന്നെയിരുന്നു. ഡിസെന്റ് മൊഡ്യൂൾ സീ ഓഫ് ട്രാൻക്വിലിറ്റിയിൽ തന്നെ ഉപേക്ഷിക്കപ്പെട്ടു. വിശ്രമവേളയ്ക്കുശേഷം GET 124 മണിക്കൂർ 22 മിനിറ്റ് സമയം മുതൽ അസെന്റ് മോഡ്യൂളിലെ എഞ്ചിൻ 435 സെക്കൻഡ് പ്രവർത്തിച്ചതിന്റെ ഫലമായി അസെന്റ് മൊഡ്യൂൾ ചന്ദ്രന്റെ മുകളിൽ 17.7 X 88.5 കിലോമീറ്റർ ഓർബിറ്റിൽ എത്തിച്ചേർന്നു. ഈയവസരത്തിൽ കൊളംബിയ ചന്ദ്രനെ ചുറ്റിയുള്ള ഇരുപത്തിയഞ്ചാമത്തെ പ്രദക്ഷിണത്തിൽ ആയിരുന്നു. GET 125 മണിക്കൂർ 19 മിനിറ്റ് സമയത്ത് റിയാക്ഷൻ കൺട്രോൾ സിസ്റ്റം ജ്വലിപ്പിച്ച് അസെന്റ് മോഡ്യൂളിനെ 97.1 X 112 കിലോമീറ്റർ പ്രദക്ഷിണ വലയത്തിൽ കൊളംബിയയുടെ സമീപം എത്തിക്കുകയും GET 128 മണിക്കൂർ 3 മിനിറ്റ് സമയത്തിന് കൊളംബിയയുമായി ഡോക് ചെയ്യുകയും തുടർന്ന് ആംസ്ട്രോങ്ങും ആൽഡ്രിനും അനായാസം കമാൻഡ് ആൻഡ് സർവീസ് മൊഡ്യൂളിൽ പ്രവേശിക്കുകയും ചെയ്തു. 28 മണിക്കൂറോളം സമയം കൊളംബിയയിൽ ചന്ദ്രനെ പ്രദക്ഷിണം ചെയ്തുകൊണ്ടിരുന്ന കോളിൻസിനു ഉറങ്ങാൻ സാധിച്ചിരുന്നില്ല. ചന്ദ്രന്റെ പ്രതലത്തിലിറങ്ങിയ ഈഗിളിനെ വീക്ഷിക്കാൻ അദ്ദേഹം ഓരോ പ്രദക്ഷിണത്തിലും ശ്രമിച്ചു. അതിനുവേണ്ടി കൺട്രോൾ സെന്ററുമായി ബന്ധപ്പെട്ടുകൊണ്ടിരുന്നു. ഏകാന്തതയും ഭയാശങ്കകളും അദ്ദേഹത്തെ ബാധിച്ചിരുന്നില്ല. ഒരു പ്രത്യേക ആനന്ദ ലഹരി അദ്ദേഹത്തിന് അനുഭവപ്പെട്ടിരിക്കണം. ഫ്യൂവൽ സെല്ലിൽ ശേഖരിച്ചുവന്ന ജലാംശം

നീക്കം ചെയ്തു. ആംസ്ട്രോങ്ങിനെയും ആൽഡ്രിനെയും പ്രതീക്ഷിച്ച് കൊളംബിയയിൽ ചില ക്രമീകരണങ്ങൾ ചെയ്തിരുന്നു. രണ്ടു മണിക്കൂർ സമയത്തിന് ശേഷം ലൂണാർ അസന്റ് സ്റ്റേജിനെ വിഘടിച്ച് ലൂണാർ ഓർബിറ്റിലേക്ക് തള്ളിമാറ്റി നീക്കം ചെയ്തു. ഇതിനകം കോളിൻസ് ചന്ദ്രനെ 30 പ്രാവശ്യം പ്രദക്ഷിണം ചെയ്തു കഴിഞ്ഞു. GET 135: 23: 42 ന് കമാൻഡ് മോഡ്യൂളിലെ SPS എഞ്ചിൻ രണ്ടര മിനിറ്റ് ജ്വലിപ്പിച്ച് ട്രൻസ് എർത്ത് ഓർബിറ്റിൽ ഭൂമിയിലേക്ക് യാത്ര തിരിച്ചു. ഭൂമിയിലെത്താൻ ഏകദേശം 60 മണിക്കൂർ സമയമുണ്ട്. സർവീസ് മൊഡ്യൂൾ ഭൂമിയിലേക്ക് തിരിച്ചുകൊണ്ടുവരാൻ ഉദ്ദേശിച്ചിട്ടില്ല. കമാൻഡ് മൊഡ്യൂൾ മാത്രമേ ഭൗമാന്തരീക്ഷത്തിന്റെ ഘർഷണത്തെ അതിജീവിച്ചു ഭൂമിയിൽ തിരിച്ചെത്താൻ തക്കവണ്ണം രൂപകല്പന ചെയ്തിരുന്നുള്ളു. സർവീസ് മോഡ്യൂളിലെ ഇന്ധനം ജ്വലിപ്പിച്ച് അതിനെ ബഹിരാകാശ ത്തേക്ക് വ്യതിചലിപ്പിച്ചു. തുടർന്ന് സർവീസ് മൊഡ്യൂൾ ഭൗമാന്തരീ

ചിത്രം 21 – അപ്പോളോ 11 ലെ കമാൻഡ് മൊഡ്യൂളിന്റെ ഉൾഭാഗം

ചിത്രം 22 – പസഫിക് സമുദ്രത്തിൽ തിരിച്ചിറങ്ങിയ അപ്പോളോ 11 മോഡ്യൂളിനെ ഹെലികോപ്റ്റർ കണ്ടെത്തുന്നു.

ക്ഷത്തിൽ കത്തിനശിച്ചു. ഇനിയും അസ്ട്രോനോട്ടുകൾക്ക് സുഖമായി ഉറങ്ങാനായി പത്തുമണിക്കൂർ. തുടർന്നുള്ള യാത്രക്കിടയ്യിൽ ജൂലൈ 22 ന് GET 150:30 ന് ഒരിക്കൽ മാത്രമേ ഗതിനിയന്ത്രണം (mid - course correction) ആവശ്യമായിവന്നുള്ളൂ. യാത്രയ്ക്കിടയിൽ ക്യാബിനിൽനിന്നും രണ്ടുപ്രാവശ്യം ചിത്രങ്ങൾ ട്രാൻസ്മിറ്റ് ചെയ്യുകയുണ്ടായി. ജൂലൈ 24 ന് ലൂണാർ ഓർബിറ്റിൽനിന്നും വിട്ടുപോന്നതിന് 44 മണിക്കൂറിന് ശേഷം ഭൂമിയിൽ തിരിച്ചിറങ്ങുന്നതിനുള്ള ക്രമീകരണങ്ങൾക്ക് ആരംഭമിട്ടു. കൺട്രോൾ മൊഡ്യൂളിന്റെ താപ കവചം ഭൂമിക്കഭിമുഖമാകത്തക്കവണ്ണം മൊഡ്യൂളിന്റെ ദിശ ക്രമീകരിച്ചു. 4,00,000 അടി(122 കിലോമീറ്റർ) ഉയരത്തിൽ നിന്നുമുതൽ നേരിയതോതിൽ അന്തരീക്ഷത്തിന്റെ സാന്നിദ്ധ്യം പേടകത്തെ ബാധിച്ചു തുടങ്ങി. ഭൗമാന്തരീക്ഷത്തിൽ എത്തുന്നതിനു മുൻപ് പേടകത്തിന് മണിക്കൂറിൽ 24700 മൈൽ (11.04 കിലോമീറ്റർ/ സെക്കൻഡ്) വെലോസിറ്റി ഉണ്ടായിരുന്നു. 24000 അടി ഉയരത്തിൽ വച്ച് രണ്ടു ഡ്രോഗ് പാരച്യൂട്ടുകളുടെയും, 10,000 അടി ഉയരത്തിൽ വച്ച്, GET 195 മണിക്കൂർ 13 മിനിറ്റിന് 83 അടി വ്യാസമുള്ള മുഖ്യ പാരച്യൂട്ടുകളുടേയും വിന്യാസം നടന്നു. അതോടൊപ്പം തയ്യാറാക്കി നിറുത്തിയിരുന്ന USS ഹോർനെറ്റ് എന്ന കപ്പലുമായി റേഡിയോ ബന്ധവും സ്ഥാപിക്കപ്പെട്ടു. GET 195:18 ന് ഉദ്ദേശിച്ചിരുന്നതിൽ

ചിത്രം 23 – അപ്പോളോ 11 ലെ അസ്ട്രോനോട്ടുകൾ – നീൽ ആംസ്ട്രോങ്, ബുസ് ആൽഡ്രിൻ & മൈക്കിൾ കോളിൻസ്

നിന്നും 36 മിനിറ്റ് വൈകി USS ഹോർനെറ്റിൽനിന്നും 13 കിലോമീറ്റർ അകലെ അപ്പോളോ 11 പസഫിക് സമുദ്രത്തിൽ പതിച്ചു. കാലാവസ്ഥ യുടെ പ്രതികൂലത നിമിത്തം അപ്പോളോ 11 ഇറങ്ങുന്നതിന് നിശ്ചയിച്ചി രുന്ന സ്ഥാനം 250 കിലോമീറ്റർ വ്യത്യാസപ്പെടുത്തേണ്ടി വന്നിരുന്നു. പസഫിക് സമുദ്രത്തിൽ പ്ലവനം ചെയ്ത പേടകത്തെ അമേരിക്കയുടെ നേവി ഹെലികോപ്റ്റർ കണ്ടെത്തി. പേടകത്തിൽനിന്നും മൂവ്വരെയും വീണ്ടെടുത്ത് മുൻകൂട്ടി തയ്യാറാക്കിയിരുന്ന പദ്ധതിയനുസരിച്ച് കൂടുതൽ മനുഷ്യ സംസർഗ്ഗമില്ലാതെ, ക്വാറൻറ്റൈനിൽ മൂന്നാഴ്ചക്കാലം വൈദ്യ പരിശോധനയ്ക്ക് വിധേയമാക്കി സംരക്ഷിച്ചതിനുശേഷമായിരുന്നു പൊതു സ്വീകരണ ചടങ്ങുകളിൽ പങ്കെടുപ്പിച്ചത്.

1961 മെയ് 25 ന് നടന്ന അമേരിക്കൻ കോൺഗ്രസിന്റെ സംയുക്ത സമ്മേളനത്തിൽ പ്രസിഡന്റ് ജോൺ കെന്നഡി ഇപ്രകാരം പ്രഖ്യാപി ച്ചിരുന്നു: “ഈ ദശകം അവസാനിക്കുംമുമ്പ് ചന്ദ്രനിൽ ഒരു മനുഷ്യനെ ഇറക്കി തിരിച്ചുകൊണ്ടുവരികയെന്ന ലക്ഷ്യം നിറവേറ്റുന്നതിൽ രാഷ്ട്രം പ്രതിജ്ഞാബദ്ധമാണ്.” വിധിവൈപരീത്യമെന്നോണം 1963 നവംബറിൽ പ്രസിഡന്റ് കെന്നഡി വധിക്കപ്പെട്ടു. എങ്കിലും അദ്ദേഹം രാഷ്ട്രത്തിനു നല്കിയ വിലപ്പെട്ട പ്രത്യാശ സാക്ഷാൽക്കരിക്കപ്പെട്ടു. മാനവരാശിയുടെ തന്നെ ഇതഃപര്യന്തമുള്ള ചരിത്രത്തിലെ ഏറ്റവും വലിയ ഒരു നേട്ടമായി ഇതിനെ വിശേഷിപ്പിക്കാം.

ചരിത്രം സൃഷ്ടിച്ച വൻ വിജയം ആഘോഷിക്കുന്നതിനും അമേരി ക്കയുടെ പ്രഭാവം ഉയർത്തിക്കാണിക്കുന്നതോടൊപ്പം ബഹിരാകാശ

യാത്രയുടെ അറിവുകളും അനുഭവങ്ങളും ലോക രാഷ്ട്രങ്ങളുമായി പങ്കു വയ്ക്കുന്നതിനുമായി അമേരിക്കൻ പ്രസിഡന്റ് നിക്സൺന്റെ അംഗീകാരത്തോടെ ചന്ദ്രയാത്രികർ ജയന്റ് അപ്പോളോ ടൂർ എന്ന പേരിൽ 45 ദിവസത്തെ ലോക പര്യടനം നടത്തി ആറ് ഭൂഖണ്ഡങ്ങളിലുമായി 24 രാജ്യങ്ങളിലെ 27 നഗരങ്ങൾ സന്ദർശിച്ചു. എല്ലാ രാഷ്ട്രങ്ങളും അവരെ അതിഥികളായി സ്വീകരിച്ച് ആദരിച്ചു. പതിനായിരങ്ങൾ നിറഞ്ഞ സദസ്യർ അവരെ അനുമോദിച്ചു. 1969 സെപ്തംബർ 28 ന് അവർ ഇന്ത്യ സന്ദർശിച്ചു. ഡോക്ടർ വിക്രം സാരാഭായിയുടെ നേതൃത്വത്തിൽ അവർക്കു മുംബൈയിലെ ആസാദ് മൈതാനിയിൽവച്ച് വലിയ പൗരസ്വീകരണം നല്കുകയുണ്ടായി. അവർ കൊണ്ടുവന്ന ഒരു തുണ്ട് ചന്ദ്ര ശില ഒരു ചെറിയ പളുങ്ക് പേടകത്തിൽ ഇസ്രോക്കു സമ്മാനമായി ലഭിച്ചു. ഈ അമൂല്യനിധി വിവിധ കേന്ദ്രങ്ങളിൽ പൊതുജനങ്ങൾക്കായി പ്രദർശിപ്പിക്കുകയുണ്ടായി. തിരുവനന്തപുരത്ത് സ്പേസ് സയൻസ് ആൻഡ് ടെക്നോളജി സെന്ററിന്റെ പ്രധാന ലോബിയിൽ ഈ ചെറിയ പാറക്കഷണം പ്രദർശിപ്പിച്ചിരുന്നു. പില്ക്കാലത്തു വിശ്വവിഖ്യാതരായി ത്തീർന്ന ഇന്ത്യയിലെ യുവ ശാസ്ത്രജ്ഞൻമാർ, എ പി ജെ അബ്ദുൾ കലാം (ഇന്ത്യയുടെ മുൻ പ്രസിഡന്റ്), ജി മാധവൻ നായർ (ISRO യുടെ മുൻ ചെയർമാൻ), എ ഇ മുത്തുനായകം, ഡോക്ടർ വസന്ത് ഗോവാരിക്കർ, പ്രമോദ് കാലേ, എം ആർ കുറുപ്പ്, എം സി ഉത്തം, ആർ അരവാമുടൻ, തുടങ്ങിയവർ ഈ കാലയളവിൽ ഇന്ത്യയിൽ ബഹിരാകാശ ഗവേഷണത്തിന് തുടക്കം കുറിച്ചുകൊണ്ട് സൗണ്ടിങ് റോക്കറ്റുകൾ വികസിപ്പിക്കുന്നതിൽ വ്യാപൃതരായിരുന്നു.

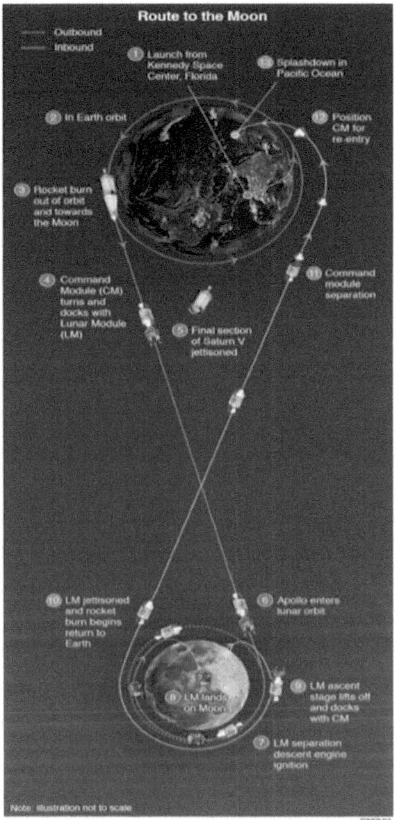

ചിത്രം 24 – അപ്പോളോ 11 ന്റെ സഞ്ചാര മാർഗ്ഗവും ബന്ധപ്പെട്ട പ്രധാന സംഭവങ്ങളും – രൂപരേഖ.

ചിത്രത്തിൽ *നീലരേഖ ഭൂമി*യിൽ നിന്നുള്ള യാത്രയെയും ചുവന്ന

രേഖ ചന്ദ്രനിൽനിന്ന് തിരിച്ചുള്ള യാത്രയെയും കാണിക്കുന്നു. നീൽ ആംസ്ട്രോങ്ങ് 2012 ൽ ലോകത്തോട് യാത്രപറഞ്ഞു. 2021 ഏപ്രിൽ 19 ന് മൈക്കൽ കോളിൻസ് അന്തരിച്ചു. 91 വയസ്സുള്ള ആൽഡ്രിൻ ജീവിച്ചിരിക്കുന്നു

41 രാജ്യങ്ങളിൽ നിന്നുമായി കാർമാൻ രേഖയ്ക്ക് മുകളിൽ 569 അസ്ട്രോനോട്ടുകൾ അഥവാ കോസ്മോനോട്ടുകൾ FAI യുടെ പരിഗണനയും അംഗീകാരവും അർഹിക്കും വിധം ബഹിരാകാശ യാത്ര നടത്തിയിട്ടുണ്ട്. എന്നാൽ ഈ അഞ്ഞൂറ്റി അറുപത്തിഒൻപതുൾപ്പെടെ അമേരിക്കൻ ഡിഫെൻസ് ഡിപ്പാർട്മെന്റിന്റെ പരിഗണനകൾ അനുസരിച്ചു 579 പേരാണ് ബഹിരാകാശയാത്ര നടത്തിയിട്ടുള്ളത്. 80 കിലോമീറ്ററിനു മുകളിലുള്ള ആകാശ യാത്രയെയും ബഹിരാകാശ യാത്രയുടെ നിർവ്വചനത്തിൽ പെടുത്താമെന്നുമുള്ള പരിഗണനയാണ് കണക്കുകളിലെ ഈ വ്യത്യാസത്തിന് കാരണം. 569 പേരിൽ 566 പേരും ഭൂമിയെ പ്രദക്ഷിണം ചെയ്തിട്ടുണ്ട്. 24 പേർ ഭൂമിയെച്ചുറ്റിയുള്ള ലോ എർത്ത് ഓർബിറ്റിന് മുകളിൽ സഞ്ചരിച്ചിട്ടുണ്ട്. 12 പേർ ചന്ദ്രോപരിതലത്തിൽ സഞ്ചരിച്ചിട്ടുള്ളവരാണ്. 3 പേരുടെ യാത്ര സബ് ഓർബിറ്റൽ ഫ്ലൈറ്റ് ആയി പരിഗണിക്കപ്പെടുന്നു. അതായത് ഭൂമിയെ ഒരുപ്രാവശ്യം പൂർണ്ണമായി പ്രദക്ഷിണം ചെയ്തിരുന്നില്ല എന്നർത്ഥം. ഭൂമിയിൽനിന്നും ഏറ്റവും അകലെ എത്തിയത് അമേരിക്കയുടെ അപ്പോളോ 13 പേടകത്തിലെ അസ്ട്രോനോട്ടുകളായിരുന്നു.

ചന്ദ്രനെ ചുറ്റിയുള്ള അപ്പോളോ 13 ന്റെ സാഹസികയാത്ര

ചന്ദ്രനിൽ ഇറങ്ങുന്നതിനുവേണ്ടിയുള്ള അമേരിക്കയുടെ മൂന്നാമത്തെ ദൗത്യമായിരുന്നു അപ്പോളോ 13. 1970 ഏപ്രിൽ 11 ന് കേപ്പ് കാനാവെരാളിൽനിന്നും വിക്ഷേപിക്കപ്പെട്ടു. ഭൂമിയിൽനിന്നും വിക്ഷേപിക്കപ്പെട്ട് മുപ്പതു മണിക്കൂർ നാല്പതു മിനിറ്റ് സമയത്തു പേടകത്തിനാവശ്യമായിരുന്ന ഗതിനിയന്ത്രണം (മിഡ്കോർസ് കറക്ഷൻ) നടത്താൻ സാധാരണപോലെ സാധിച്ചിരുന്നു. പ്രാരംഭത്തിൽ എല്ലാം ശുഭമായിരുന്നെങ്കിലും യാത്രാമദ്ധ്യേ വലിയ ദുർഘടം നേരിട്ടു. യാത്ര പുറപ്പെട്ട് അൻപത്തിആറാമത്തെ മണിക്കൂറിൽ ഓക്സിജൻ ടാങ്കിൽ ഒന്നിൽ പൊട്ടിത്തെറിയുണ്ടായി. സർവീസ് മൊഡ്യൂളിൽ നിന്നും ദ്രവീകരിച്ച ഓക്സിജൻ നഷ്ടപ്പെട്ടു. മാത്രമല്ല ഒരു ഇലക്ട്രിക് ഷോർട്ട് സർക്യൂട്ടും സംഭവിച്ചു. തുടർന്ന് കമാൻഡ് ക്യാബിനിലേക്കുള്ള വൈദ്യുതി ബന്ധം നിലച്ചു. ഇതിനു മിനിറ്റുകൾക്കുമുൻപ് വരെ യാത്രയുടെ വിവരങ്ങൾ ഭൂമിയിലേക്ക് ട്രാൻസ്മിറ്റ് ചെയ്തുകൊണ്ടിരുന്നു. ഈ അവസരത്തിൽ പേടകം ഭൂമിയിൽ നിന്നും മൂന്നുലക്ഷത്തി ഇരുപത്തി രണ്ടായിരം കിലോമീറ്റർ അകലെ എത്തിയിരുന്നു. ഇലക്ട്രിക് ഫാൻ പ്രവർത്തിക്കാതിരുന്നതുമൂലം സർവീസ് മൊഡ്യൂളിൽ താപവർദ്ധനയുണ്ടായി. അസ്ട്രോനോട്ടുകൾ ഗത്യന്തരമില്ലാതെ ലൂണാർ മോഡ്യൂളിലേക്കു മാറി. അവശ്യസാധനങ്ങളുടെയും ഇന്ധനത്തിന്റെയും കുറവ് പരിഗണിച്ചുകൊണ്ട് ചന്ദ്രനിൽ ഇറങ്ങാതെ ഭൂമിയിലേക്ക് തിരിച്ചു പോരുന്നതിനുള്ള രക്ഷാമാർഗ്ഗം കൺട്രോൾ സെന്ററുമായി ആലോചിച്ച് അവർ രൂപപ്പെടുത്തി. ചന്ദ്രന്റെ ഭൂമിക്കഭിമുഖമല്ലാത്ത പിൻവശത്തുകൂടി വളഞ്ഞു ചുറ്റി (Took a sling shot) ചന്ദ്രന്റെ ഓർബിറ്റൽ വെലോസിറ്റി കൂടി ഉപയോഗപ്പെടുത്തി ട്രാൻസ് ഏർത് ഓർബിറ്റിൽ പ്രവേശിക്കുകയെന്നതായിരുന്നു അവർ

ചിത്രം 25 – അപ്പോളോ 13 ലെ അസ്ട്രോനോട്ടുകൾ.

കണ്ടെത്തിയ ഏക രക്ഷാ മാർഗ്ഗം. പ്രശ്നങ്ങളുടെ നൂലാമാലകൾ ഒന്നിനുപിറകെ ഒന്നായി അനുഭവപ്പെട്ടു. ലൂണാർ മൊഡ്യൂളിൽ ശേഖരിച്ചിരുന്ന ഭക്ഷണവും ജലവും ആവശ്യത്തിന് മതിയാകുമായിരുന്നില്ല. എങ്കിലും വിവരിക്കാനാവാത്ത ആത്മധൈര്യം ഉൾക്കൊണ്ടുകൊണ്ട് നിർണ്ണായക നിമിഷത്തിൽ ചന്ദ്രന്റെ ആകർഷണ വലയത്തിൽ നിന്നും വിമുക്തമാക്കുന്നതിനുള്ള ത്രസ്റ്ററുകൾ ജ്വലിപ്പിച്ച് ട്രാൻസ് എർത്ത് ഓർബിറ്റിൽ പ്രവേശിച്ചു. രണ്ടുപേർക്കു 45 മണിക്കൂർ നേരത്തേക്കുള്ള ഓക്സിജനേ ലൂണാർ ക്യാബിനിൽ ഉണ്ടായിരുന്നുള്ളു. ജലം അല്പമായി മാത്രം കുടിച്ച് അവർ ജീവൻ നിലനിർത്തി. തിരിച്ചെത്തുമ്പോൾ ജലാംശം നഷ്ടപ്പെട്ട് മൂന്നുപേരുടെയും തൂക്കം ഗണ്യമായി കുറഞ്ഞിരുന്നു. 1970 ഏപ്രിൽ 17 ന് പകൽ ഒരു മണിക്ക് മുൻപ് അവർ പസഫിക് സമുദ്രത്തിൽ ഇറങ്ങുമ്പോൾ ജനലക്ഷങ്ങൾ ആനന്ദാശ്രുക്കൾ പൊഴിച്ചു. കാത്തുനിന്ന കപ്പലിൽ അവരെ സ്വീകരിച്ചു. വീരോചിതമായി രാഷ്ട്രം ആദരിച്ചു. ജെയിംസ് എ ലോവെൽ (James A. Lovell Jr),ജോൺ എൽ സ്വിജേർട് ജൂനിയർ (John L. Swigert Jr.), ഫ്രെഡ് ഡബ്ല്യു ഹൈസ് ജൂനിയർ (Fred W. Haise Jr.)എന്നിവരായിരുന്നു അപ്പോളോ 13 ലെ അസ്ട്രോനോട്ടുകൾ.

1970 ഏപ്രിൽ 15 ന് അവർ എത്തിച്ചേർന്ന ഭൂമിയിൽനിന്നുള്ള കൂടിയ ദൂരം 4,00,171 കിലോമീറ്റർ ആയിരുന്നു. അവർ എത്തിച്ചേർന്ന പരമാവധി

അകലം ഒരു സർവ്വകാല റിക്കാർഡായി ഇന്നും നിലകൊള്ളുന്നു. ചന്ദ്രനെ ലക്ഷ്യമിട്ടുള്ള യാത്രയിൽ ഒരു അപകടാവസ്ഥ തരണം ചെയ്യുന്നതിനുള്ള - ഭൂമിയിലേക്ക് തിരിച്ചു വരാനുള്ള - സാഹസിക പരിശ്രമത്തിലാണ് ഈ കൂടിയ അകലം കൈവരിക്കാനിടയായത്.

1972 ൽ അപ്പോളോ പ്രോഗ്രാം അവസാനിച്ചതിനുശേഷം ബഹിരാകാശത്തിൽ ഭൂമിയെ ചുറ്റിയുള്ള ലോ എർത്ത് ഓർബിറ്റിനുമുകളിൽ ഇതുവരെ മനുഷ്യൻ- അസ്ട്രോനോട്ട് - എത്തിയിട്ടില്ല.

വിജയ പരിസമാപ്തിയിലെത്തിയ അപ്പോളോ 12, 14, 15, 16, 17 എന്നീ ചന്ദ്രപര്യവേക്ഷണ യാത്രകൾ

നാസയുടെ രണ്ടാമത്തെ വിജയകരമായ ചന്ദ്രപര്യവേക്ഷണ മിഷൻ അപ്പോളോ 12 ന്റെ വിക്ഷേപണം 1969 നവംബർ 14 ന് ആയിരുന്നു. അസ്ട്രോനോട്ടുകളായ ചാൾസ് പിറ്റേ കൊണാർഡും (Charles Pete Conard) അലൻ എൽ ബീനും (Alan L Bean) ചന്ദ്രോപരിതലത്തിൽ നവംബർ പത്തൊൻപതിനു ഓഷിയാനസ് പ്രോസെല്ലാറം (Oceanus procellarum) എന്ന സ്ഥലത്ത് സുരക്ഷിതമായി ഇറങ്ങി. അവർ ഒരു ദിവസവും ഏഴ് മണിക്കൂറും ചന്ദ്രോപരിതലത്തിൽ ചെലവഴിച്ചു. ചന്ദ്രനിൽനിന്നും സാമ്പിളുകൾ ശേഖരിക്കുകയും, ചന്ദ്രന്റെയും ബഹിരാകാശത്തിന്റെയും ചിത്രങ്ങളെടുക്കുകയും ചന്ദ്രന്റെ പ്രതലത്തിലൂടെ 500 മീറ്ററോളം ദൂരം സഞ്ചരിക്കുകയും ചെയ്തു. ഈ അവസരത്തിൽ ഭൂമിയിൽ നിന്നുള്ള സഹയാത്രികനായിരുന്ന റിച്ചാർഡ് എഫ് ഗോർഡൻ (Richard F Gordon) എന്ന അസ്ട്രോനോട്ട് ചന്ദ്രനെച്ചുറ്റിയുള്ള ഭ്രമണപഥത്തിൽ ഏകനായി സഞ്ചരിച്ചുകൊണ്ടിരുന്നു. മൂന്നുപേരും ഒരുമിച്ചു പ്രോഗ്രാമനുസരിച്ചു നവംബർ 24 ന് ഭൂമിയിൽ തിരിച്ചെത്തി. യാത്രയ്ക്ക് വേണ്ടിവന്ന മൊത്തം സമയം 10 ദിവസം 4 മണിക്കൂർ 36 മിനിറ്റ് ആയിരുന്നു.

കെന്നഡി സ്പേസ് സെന്ററിൽ നിന്നുള്ള അപ്പോളോ 14 ന്റെ വിക്ഷേപണം 1971 ജനുവരി 31 ന് ആയിരുന്നു. അലൻ ഷെപേഡ് ജൂനിയർ, എഡ് ഗാർഡ് ഡി മൈക്കിൾ എന്നിവർ ഫെബ്രുവരി 5 ന് ചന്ദ്രോപരിതലത്തിൽ ഫ്രാമൗറ താഴ്വരയിൽ ഇറങ്ങി. 33 മണിക്കൂർ അവർ ചന്ദ്രോപരിതലത്തിൽ ചെലവഴിച്ചു. 13 വ്യത്യസ്ത സ്ഥലങ്ങളിൽ നിന്നുമായി സാമ്പിളുകൾ ശേഖരിച്ചു. ഈ അവസരത്തിൽ സ്റ്റുവർട്ട് എ റോസാ (Stuart A Rosa) എന്ന അസ്ട്രോനോട്ട് ചന്ദ്രനെച്ചുറ്റിയുള്ള ഭ്രമണ

ചിത്രം 26 – ചന്ദ്രോപരിതലത്തിൽ ലൂണാർ റോവർ

പഥത്തിൽ ആയിരുന്നു. ഫെബ്രുവരി 9 ന് അവർ ഒരുമിച്ച് ഭൂമിയിൽ തിരിച്ചെത്തി. ഈ യാത്രയിൽ മൊത്തം ചെലവഴിച്ച സമയം 9 ദിവസം 1 മിനിറ്റ് 58 സെക്കൻഡ് ആയിരുന്നു. മുൻ വർഷങ്ങളിൽ വന മേഖലയിൽ ജോലി ചെയ്തിരുന്ന റോസാ ചന്ദ്രയാത്രയിൽ നിരവധി വൃക്ഷങ്ങളുടെ വിത്തുകൾ കൂടെ കൊണ്ടുപോയിരുന്നു. തിരിച്ചുവന്നശേഷം അവ മുളപ്പിച്ചു ചന്ദ്ര മരത്തൈകൾ എന്നപേരിൽ വിതരണം ചെയ്യുകയുണ്ടായി.

കേപ്പ് കാനവരാൽ (Cape Canaveral, Florida, USA) സ്പേസ് സെന്ററിൽ നിന്നുള്ള അപ്പോളോ 15 ന്റെ വിക്ഷേപണം 1971 ജൂലൈ 26 ന് ആയിരുന്നു. അസ്ട്രോനോട്ടുകളായിരുന്ന ഡേവിഡ് ആർ സ്കോട്ട്, (David R Scott) ആൽഫ്രഡ് എം വോർഡൻ (Alfred M Worden) എന്നിവർ ജൂലൈ 30 ന് ചന്ദ്രോപരിതലത്തിൽ ഹഡ് ലെ അപനൈൻ എന്ന സ്ഥലത്ത് സുരക്ഷിതമായി ഇറങ്ങി. അവിടം ലാവാ ഘനീഭവിച്ച ഒരു സമതല പ്രദേശമായിരുന്നു (Hadley Delta was a smooth plain of basaltic lava). അവർ മൊത്തം രണ്ടുദിവസം 19 മണിക്കൂർ ചന്ദ്രോപരിതലത്തിൽ ചെലവഴിച്ചു. വിജ്ഞാനപ്രദമായ നിരവധി പരീക്ഷണങ്ങൾ അവർക്കു ചന്ദ്രന്റെ പ്രതലത്തിൽവച്ച് നടത്തുവാൻ സാധിച്ചു. ഇതിൽ 18.5 മണിക്കൂർ പേടകത്തിന് വെളിയിൽ ചന്ദ്രന്റെ പ്രതലത്തിൽ തന്നെയായിരുന്നു ചെലവഴിച്ചത്. അവർ ചരിത്രത്തിലാദ്യമായി ചന്ദ്രന്റെ പ്രതലത്തിലൂടെ റോവർ വാഹനത്തിൽ 27.36 കിലോമീറ്റർ ദൂരം സഞ്ചരിക്കുകയുണ്ടായി (The Apollo 15 lunar roving vehicle (LRV) covered over 17 miles while traveling on the surface of the Moon). ഈ അവസരത്തിൽ ജെയിംസ് ബി ഇർവിൻ (James B Irvin) എന്ന

അസ്ട്രോനോട്ട് ഭ്രമണപഥത്തിൽ ചന്ദ്രനെ ചുറ്റിക്കൊണ്ടിരുന്നു. ലൂണാർ റോവർ വാഹനത്തിന്റെ ചിത്രം ഇതിൽ ചേർക്കുന്നു (ചിത്രം 26 കാണുക) ചന്ദ്രന്റെ പ്രതലത്തിൽ 82 കിലോഗ്രാം ഭാരം (ഭൂമിയിലെ 490 കിലോഗ്രാമിന് തുല്യം) വഹിക്കുവാൻ കഴിയുംവിധമായിരുന്നു റോവർ രൂപകല്പന ചെയ്തിരുന്നത്.

വാഹനത്തിന്റെ മാത്രം ഭാരം 210 കിലോഗ്രാം. ഫ്രെയിമിന്റെ നീളം 3.1 മീറ്റർ, വീൽ ബേസ് 2.3 മീറ്റർ ഗ്രൗണ്ട് ക്ലിയറൻസ് 36 സെന്റീമീറ്റർ, രണ്ടു സീറ്റുകൾക്കിടയിലായി കൈ വയ്ക്കുന്നതിനുള്ള ആംറെസ്റ്റ്. സീറ്റ് ബെൽറ്റ്, സൗകര്യപ്രദമായ ഫുട്റെസ്റ്റ്, വാഹനത്തിന്റെ നടുവിലായി ഉയർത്തി നാട്ടിയിരിക്കുന്ന ആന്റിന, അസ്ട്രോനോട്ടുകൾക്കു സുരക്ഷിതമായി യാത്ര ചെയ്യാവുന്ന മറ്റു സംവിധാനങ്ങൾ ഇവയെല്ലാമായിരുന്നു ലൂണാർ റോവർ വാഹനത്തിന്റെ സവിശേഷതകൾ. ലൂണാർ റോവർ സൗകര്യപ്രദമായ വിധത്തിൽ മടക്കി വയ്ക്കത്തക്കവിധത്തിൽ രൂപകല്പന ചെയ്തിരുന്നു. ലൂണാർ മൊഡ്യൂളിന്റെ പ്രത്യേക അറയിൽ മടക്കിവെച്ചായിരുന്നു വാഹനത്തെ ചന്ദ്രോപരിതലത്തിൽ എത്തിച്ചത്.

സിൽവർ - സിങ്ക് പൊട്ടാസ്യം ഹൈഡ്രോക്സൈഡ് ബാറ്ററികൾ ഉപയോഗിച്ച് വാഹനത്തിന്റെ ചലനത്തിനും സ്റ്റീയറിങ് സംവിധാനങ്ങൾക്കുമുള്ള ഊർജ്ജം പകർന്നിരുന്നു. തികച്ചും അത്യാധുനികമായ

ചിത്രം 27 - ലൂണാർ റോവറിന്റെ ഭാഗങ്ങൾ മടക്കിവെച്ചിരിക്കുന്നു.

സംവിധാനങ്ങൾ ആയിരുന്നു വാഹനത്തിന്റെ നിയന്ത്രണത്തിന് ഉപയോഗിച്ചിരുന്നത്. മണിക്കൂറിൽ 17 കിലോമീറ്റർ വേഗത്തിൽ 65 കിലോമീറ്റർ ദൂരം വരെ സഞ്ചരിക്കുവാൻ വാഹനം ഉപയോഗിക്കുവാൻ സാധിക്കുമായിരുന്നെങ്കിലും ലൂണാർ മൊഡ്യൂളിൽനിന്നും ഏറെ അകന്നു പോകാതിരിക്കാനുള്ള കരുതലായി പ്രഥമയാത്ര അഞ്ചു കിലോമീറ്റർ പരിധിക്കുള്ളിൽ ഒതുക്കി.

മുൻകൂട്ടി നിശ്ചയിച്ചിരുന്ന പരിപാടികൾ പൂർത്തിയാക്കി മൂന്നുപേരും ഒരുമിച്ച് പ്രോഗ്രാമനുസരിച്ച് ആഗസ്ത് 7 ന് ഭൂമിയിൽ തിരിച്ചെത്തി. യാത്രയ്ക്ക് വേണ്ടിവന്ന മൊത്തം സമയം 12 ദിവസം 7 മണിക്കൂർ ആയിരുന്നു.

അമേരിക്കയിലെ കെന്നഡി സ്പേസ് സെന്ററിൽ നിന്നുമുള്ള അപ്പോളോ 16 ന്റെ വിക്ഷേപണം 1972 ഏപ്രിൽ 16 ന് ആയിരുന്നു. പേടകത്തിന്റെ മൊത്തം ഭാരം 52,759 കിലോഗ്രാം ആയിരുന്നു. ഏപ്രിൽ 21 ന് ചന്ദ്രനിലെ ഡെസ് കാർട്ടസ് (Descartes) എന്ന പർവ്വത പ്രദേശത്ത് അസ്ട്രോനോട്ടുകളായ ജോൺ യങ്ങും (John Young) ചാൾസ് ഡൂക്കും (Charles Duke) ഇറങ്ങി. അവർ മൂന്നു ദിവസത്തോളം (71 മണിക്കൂർ) ചന്ദ്രോപരിതലത്തിൽ പരീക്ഷണ നിരീക്ഷണങ്ങൾ നടത്തുകയും ചിത്രങ്ങൾ എടുക്കുകയും ചെയ്തു. പേടകത്തിന് വെളിയിൽ 20 മണിക്കൂർ 14 മിനിറ്റ് EVA യ്ക്കായി (Extra Vehicular Activity) ചെലവഴിച്ചു. 95.8 കിലോഗ്രാം ചന്ദ്രനിൽ നിന്നുള്ള വിവിധ സാമ്പിളുകൾ ശേഖരിച്ചു.

ചന്ദ്രന്റെ പ്രതലത്തിലൂടെ 20.7 കിലോമീറ്റർ ദൂരം റോവറിൽ സഞ്ചരിച്ചു. ഈ അവസരത്തിൽ മൂന്നാമത്തെ അസ്ട്രോനോട്ട് കെൻ മാറ്റിങ്ലി (Ken Mattingly) കമാൻഡ് ആൻഡ് സർവീസ് മൊഡ്യൂളിൽ ചന്ദ്രനെച്ചുറ്റിയുള്ള ഭ്രമണപഥത്തിൽ സഞ്ചരിച്ചുകൊണ്ടിരുന്നു. അദ്ദേഹത്തിന് ചന്ദ്രനെ പ്രദക്ഷിണം ചെയ്യേണ്ടിവന്ന സമയം 126 മണിക്കൂർ ആയിരുന്നു. ഈ സമയത്തിനുള്ളിൽ അദ്ദേഹം 64 പ്രാവശ്യം ചന്ദ്രനെ പ്രദക്ഷിണം ചെയ്തു. തിരിച്ചുള്ള യാത്രയിൽ സാധാരണ പോലെ അസെൻഡ് മൊഡ്യൂൾ സർവീസ് ആൻഡ് കമാൻഡ് മൊഡ്യൂളുമായി ഡോക്കുചെയ്യുകയും അസെൻഡ് മൊഡ്യൂളിനെ വേർപെടുത്തിയശേഷം മൂന്നുപേരും ഒരുമിച്ച് ഏപ്രിൽ 25 ന് കമാൻഡ് മൊഡ്യൂളിൽ ഭൂമിയെ ലക്ഷ്യമിട്ടുള്ള യാത്ര ആരംഭിക്കുകയും ഭൂമിയിൽ ഏപ്രിൽ 27 ന് തിരിച്ചെത്തുകയും ചെയ്തു. ഈ യാത്രയ്ക്ക് മൊത്തം വേണ്ടിവന്ന സമയം 11 ദിവസം 1 മണിക്കൂർ 51 മിനിറ്റ് 5 സെക്കൻഡ് ആയിരുന്നു.

നാസയുടെ മൂന്നു അസ്ട്രോനോട്ടുകളോടുകൂടിയുള്ള അപ്പോളോ 17 ന്റെ വിക്ഷേപണം 1972 ഡിസംബർ 7 ന് ആയിരുന്നു. ഇത് അപ്പോളോ പദ്ധതിയിലെ അവസാനത്തെ വിക്ഷേപണമായിരുന്നു. ലൂണാർ മൊഡ്യൂൾ ചന്ദ്രോപരിതലത്തിൽ ടോറസ് ലിറ്ററോ (Taurus Littro) എന്ന സ്ഥലത്ത് ഇറങ്ങി. അസ്ട്രോനോട്ടുകളായ യൂജിൻ സെർമാൻ (Eugene Cerman), ഹാരിസൺ സ്മിത്ത് (Harison Smith) എന്നിവർ ചന്ദ്രനിൽ

നിന്നുള്ള സാമ്പിളുകൾ ശേഖരിച്ചും പരീക്ഷണ നിരീക്ഷണങ്ങൾ നടത്തിയും വിശ്രമിച്ചും മൂന്നു ദിവസം 2 മിനിറ്റ് ചന്ദ്രോപരിതലത്തിൽ ചെലവഴിച്ചു. 22 മണിക്കൂർ 4 മിനിറ്റ് സമയം അവർ പേടകത്തിന് വെളിയിൽ സ്പേസ് വാക് EVA നടത്തുകയുണ്ടായി. 35 കിലോമീറ്റർ ദൂരം ചന്ദ്രന്റെ പ്രതലത്തിൽ ലൂണാർ റോവറിൽ സഞ്ചരിച്ചു. ഈ അവസരത്തിലെല്ലാം കമാൻഡ് ആൻഡ് സർവീസ് മൊഡ്യൂൾ പൈലറ്റ് റൊണാൾഡ് ഇവാൻസ് (Ronald Evans) പ്രദക്ഷിണപഥത്തിൽ ചന്ദ്രനെ ചുറ്റിയും ചിത്രങ്ങൾ എടുത്തും ജാഗ്രത പുലർത്തിയിരുന്നു. റൊണാൾഡ് ഇവാൻസ് ചന്ദ്രനെ ചുറ്റിക്കൊണ്ട് കമാൻഡ് ആൻഡ് സർവീസ് മൊഡ്യൂളിൽ ചെലവഴിച്ച സമയം 147 മണിക്കൂർ 48 മിനിറ്റ് ആയിരുന്നു. തിരിച്ചുള്ള യാത്രയിൽ ഒരു മണിക്കൂർ 6 മിനിറ്റ് സ്പേസ് വാക് നടത്തിയതുൾപ്പെടെ അദ്ദേഹം ബഹിരാകാശത്ത് ചെലവഴിച്ച സമയം 301 മണിക്കൂർ 51 മിനിറ്റ് ആയിരുന്നു. മൂവരും ഒരുമിച്ചു ഡിസംബർ 19 ന് ഭൂമിയിൽ തിരിച്ചെത്തി.

അടിക്കുറിപ്പ്

ഒരിക്കലും സൂര്യപ്രകാശം ഏറ്റിട്ടില്ലാത്ത ചന്ദ്രന്റെ ധ്രുവപ്രദേശങ്ങളിൽ വിവിധ സാന്ദ്രതയുള്ള മഞ്ഞുകട്ടകൾ അടങ്ങിയിരിക്കുന്നുവെന്ന് ഇന്ത്യയുടെ ചന്ദ്രയാൻ പഠനങ്ങൾ കണ്ടെത്തിയിരിക്കുന്നു. ചന്ദ്രയാൻ 2 ഓർബിറ്ററിലെ ഡ്യൂവൽ ഫ്രീക്വൻസി സിന്തറ്റിക് അപ്പർച്ചർ റഡാർ ആണ് ഈ നിരീക്ഷണം നടത്തിയത്. ചന്ദ്രോപരിതലത്തിൽ നിന്നും ഏതാനും മീറ്റർ ആഴത്തിൽവരെ എത്തിനോക്കാൻ ഈ ഉപകരണം സഹായിക്കുന്നു. ചന്ദ്രനിൽനിന്നുള്ള ഇലക്ട്രോമാഗ്നെറ്റിക് റേഡി യേഷൻ (ചന്ദ്രന്റെ ഇലക്ട്രോമാഗ്നെറ്റിക് സ്പെക്ട്രം) ഉപയോഗപ്പെടുത്തി ഇമേ ജിങ് ഇൻഫ്രാറെഡ് സ്പെക്ട്രോ മീറ്ററിന്റെ (ഐ ഐ ആർ എസ്) സഹായത്തോടെ ചന്ദ്രന്റെ ധാതുഘടന മനസ്സിലാക്കാനുള്ള പഠനങ്ങൾ ഐ എസ് ആർ ഓ നടത്തി ക്കൊണ്ടിരിക്കുന്നു. ചന്ദ്രന്റെ ധ്രുവ പ്രദേശത്ത് ഓട്ടോമാറ്റിക് റോവർ ഇറക്കുവാൻ റഷ്യക്കും ചൈനയ്ക്കും സാധിച്ചിട്ടുണ്ട്.

ചന്ദ്രനിൽ മനുഷ്യന്റെ അവസാന പാദ സ്പർശം ഏറ്റിട്ട് ഇപ്പോൾ നാല്പത്തിഒൻപതു വർഷമായി. അപ്പോളോ 17 നുശേഷം മനുഷ്യനെ ചന്ദ്രനിൽ എത്തിക്കുന്നതിനുള്ള ഉദ്യമങ്ങളൊന്നും നടന്നിട്ടില്ല. അമേരിക്ക തന്നെയും മുന്നോട്ടു നീങ്ങാതിരിക്കാൻ കാരണം സാമ്പത്തിക പ്രതിബന്ധങ്ങളായിരിക്കുമെന്നു ധരിക്കേണ്ടിയിരിക്കുന്നു. സോവിയറ്റ് റഷ്യ തന്നെയും പല സ്വതന്ത്ര രാഷ്ട്രങ്ങളായി വിഭജിക്കപ്പെട്ടു. മാത്രമല്ല വികസിത രാഷ്ട്രങ്ങൾ കൂടുതൽ ശ്രദ്ധ കൊടു ത്തുകാണുന്നത് മനുഷ്യനെ കൂടുതൽ സമയം ബഹിരാകാശത്തു വസിപ്പിക്കുന്നതിലും ചൊവ്വ പര്യവേക്ഷണത്തിലുമാണ്. ഈ അവസരത്തിൽ ഇന്ത്യയുടെ ചന്ദ്രയാൻ–3 പദ്ധതി ഏറെ പ്രാധാന്യമർഹിക്കുന്നു.

അമേരിക്കയും റഷ്യയും ചേർന്നുള്ള അപ്പോളോ സോയുസ് ടെസ്റ്റ് പ്രോജക്റ്റ്

ആയിരത്തിത്തൊള്ളായിരത്തി അമ്പത്തിഏഴിൽ സ്പുട്നിക് 1 ന്റെ വിക്ഷേപണത്തോടെ ആരംഭിച്ച വൻ ശക്തികളുടെ ബഹിരാകാശ ഗവേഷണ രംഗത്തെ കിടമത്സരത്തിന് അന്ത്യംകുറിച്ചുകൊണ്ട് ഇരു രാജ്യങ്ങളും ചേർന്നുള്ള ആദ്യത്തെ ഇന്റർനാഷണൽ സ്പേസ് മിഷനായിരുന്നു 1975 ജൂലൈ അപ്പോളോ സോയുസ് ടെസ്റ്റ് പ്രോജക്റ്റ്. മുൻകൂട്ടി തയ്യാറാക്കിയ പദ്ധതിയനുസരിച്ചു അമേരിക്കയുടെ അപ്പോളോ മിഷനും റഷ്യയുടെ സോയുസ് മിഷനും പരസ്പരം സഹകരിച്ചുള്ള ബഹിരാകാശ യാത്ര (Orbital flight) ആയിരുന്നു അപ്പോളോ സോയുസ് ടെസ്റ്റ് പ്രോജക്റ്റ് (ASTP). റഷ്യ അവരുടെ ബഹിരാകാശ മിഷന് സോയുസ് 19 എന്ന് ക്രമനമ്പർ കൊടുത്തിരുന്നെങ്കിലും ഈ അപ്പോളോ പ്രോഗ്രാമിന് അമേരിക്ക ക്രമനമ്പറില്ലാതെ അപ്പോളോ സോയുസ് എന്ന് മാത്രമാണ് പേരു നല്കിയിരുന്നത്. അമേരിക്കയുടെ അവസാനത്തെ അപ്പോളോ മൊഡ്യൂൾ ആയിരുന്നു വിക്ഷേപണത്തിനുപയോഗിച്ചത്. അലക്സി ലിയോനോവ് (Alexei Leonov), വലേറി കുബസോവ് (Valeri Kubasov) എന്നിവരായിരുന്നു റഷ്യൻ കോസ്മോനോട്ടുകൾ. 1975 ജൂലൈ 15 ഈസ്റ്റേൺ ഡേ ടൈം (EDT) 08: 20 ന് ബൈക്കനൂർ കോസ് മോഡ്രോമിൽനിന്നും റഷ്യയുടെ സോയുസ് ബഹിരാകാശ വാഹന ത്തിന്റെ വിക്ഷേപണം നടന്നു. തോമസ് പി സ്റ്റാഫ്ഫോർഡ് (Thomas P. Stafford), വാൻസ് ഡി ബ്രാൻഡ് (Vance D. Brand), ഡേകെ സ്ലൈറ്റോൺ (Deke Slayton) എന്നിവരായിരുന്നു അമേരിക്കൻ അസ് ട്രോനോട്ടുകൾ. ജൂലൈ 15 ഈസ്റ്റേൺ ഡേ ടൈം (EDT) 3:50 pm നു ഫ്ളോറിഡയിലെ കെന്നഡി സ്പേസ് സെന്ററിൽ നിന്നുമായിരുന്നു അപ്പോളോ ബഹിരാകാശ പേടകത്തിന്റെ വിക്ഷേപണം. ബഹിരാകാശത്ത്

അവർ ഒരുമിച്ചും ഓരോരുത്തരായും വിവിധ പരീക്ഷണങ്ങളിൽ ഏർപ്പെടുകയുണ്ടായി. രണ്ടു ദിവസത്തിനുള്ളിൽ രണ്ടു ബഹിരാകാശ പേടകങ്ങളുടെയും ഭ്രമണ പഥത്തിൽ ക്രമീകരണങ്ങൾ വരുത്തി 229 കിലോമീറ്റർ വ്യാസത്തിൽ വൃത്താകൃതിയിലുള്ള ഭ്രമണപഥത്തിൽ പേടകങ്ങൾ എത്തിച്ചേർന്നു. ജൂലൈ 17 ഈസ്റ്റേൺ ഡേ ടൈം (EDT) 12:12 pm ന് അറ്റ്ലാന്റിക് സമുദ്രത്തിന്റെ മുകൾ ഭാഗത്തുവച്ച് ഇരുപേടകങ്ങളും തമ്മിൽ പരസ്പരം ബന്ധിപ്പിച്ചുകൊണ്ട് ഹാർഡ് ഡോക്കിങ് നടത്തി. ലോകമെമ്പാടുമുള്ള ടി വി പ്രേക്ഷകർ ഈ രംഗങ്ങൾ സംഭ്രമത്തോടെ വീക്ഷിച്ചുകൊണ്ടിരുന്നു. കോസ്മോനോട്ടുകൾക്കു പരസ്പരം രണ്ടു പേടകങ്ങളിലേക്കും ഇടകലരാൻ സാധിക്കുംവിധം അവ രണ്ടിന്റെയും ഷട്ടറുകൾ അഥവാ ഹാച്ചുകൾ EDT 3:17 നു തുറന്നു. ഇരു പേടകങ്ങളിലെയും കോസ്മോനോട്ടുകൾ പരസ്പരം അഭിവാദ്യം ചെയ്യുകയും ഹസ്തദാനം നടത്തുകയും ചെയ്തു. സോവിയറ്റ് കമ്യൂണിസ്റ്റ് പാർട്ടി ജനറൽ സെക്രട്ടറി ലിയോനോയിഡ് ബ്രഷ്നേവും അമേരിക്കൻ പ്രസിഡണ്ട് ജെറാൾഡ് ഫോർഡും ടെലിഫോണിൽ വിളിച്ചു അസ്ട്രോനോട്ടുകളെ അഭിനന്ദിച്ചു. അവർ ഈ സംഗമത്തിന്റെ സ്മരണയ്ക്കായി പരസ്പരം ഉപഹാരങ്ങൾ കൈമാറി. ഒരുമിച്ചു ഭക്ഷണം കഴിച്ചു; അതിനുശേഷം ഹാച്ചുകൾ അടച്ചു ഒന്നാം ദിവസത്തെ പരിപാടികൾ അവസാനിച്ചു.

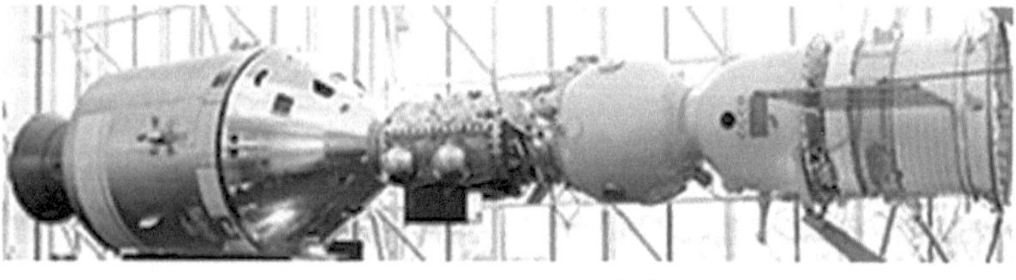

ചിത്രം 28 – അമേരിക്കയിലെ വാഷിങ്ടൺ D C യിൽ നാഷണൽ എയർ ആൻഡ് സ്പേസ് മ്യൂസിയത്തിൽ പ്രദർശനത്തിലിരിക്കുന്ന അപ്പോളോ സോയൂസ് പേടകങ്ങളുടെ ഡോക് ചെയ്ത മോഡൽ.

വിശ്രമത്തിനു ശേഷമുള്ള രണ്ടാം ദിവസം അവർക്കു തിരക്കിട്ട പരിപാടികളുണ്ടായിരുന്നു. കുബസോവിനോപ്പം വാൻസ് ഡി ബ്രാൻഡ് സോയൂസിലേക്കും സ്റ്റാഫ്ഫോർഡിനും സ്ലൈറ്റോണും ഒപ്പം ലിയോനോവ് അപ്പോളോവിലേക്കും താല്ക്കാലികമായി മാറി. വീണ്ടും കോസ്മോനോട്ടുകൾ പരസ്പരം മാറി ഇരുപേടകങ്ങളുടെയും സൗകര്യങ്ങൾ പ്രയോജനപ്പെടുത്തി. അവർ ടി വി പ്രേക്ഷകർക്ക് പേടകങ്ങളുടെ ഉൾഭാഗങ്ങൾ കാണിച്ചുകൊടുത്തു. പല ശാസ്ത്രീയ പരീക്ഷണങ്ങളും അവർക്കു നടത്താനുണ്ടായിരുന്നു. അവർ തങ്ങളുടെ കർത്തവ്യങ്ങൾ നിർവ്വഹിച്ച ശേഷം പരസ്പരം ഹസ്തദാനം നടത്തി താന്താങ്ങളുടെ പേടകങ്ങളിലേക്കു പിൻവാങ്ങുകയും അതേത്തുടർന്ന് പേടകങ്ങളുടെ

ഹാച്ചുകൾ അടയ്ക്കുകയും ചെയ്തു. ജൂലൈ 19 ഈസ്റ്റേൺ ഡേ ടൈം (EDT) 8:02 am നു അൺഡോക് ചെയ്യുകയും ഇരുപേടകങ്ങളുടെയും പരസ്പര സഹകരണത്തോടെ സൂര്യന്റെ കൊറോണയുടെ വ്യക്തമായ ചിത്രങ്ങൾ സോയൂസിൽനിന്നും എടുക്കുകയുമുണ്ടായി. കൊറോണയുടെ ചിത്രമെടുക്കുന്നതിനുവേണ്ടി അപ്പോളോ ക്യാപ്സ്യൂൾ സൂര്യനെ മറച്ചുകൊണ്ട് താല്ക്കാലികമായി ഒരു കൃത്രിമ സൂര്യഗ്രഹണം തന്നെ സൃഷ്ടിച്ചു. അതിനുശേഷം പേടകങ്ങൾ വീണ്ടും ഡോക് ചെയ്യുകയും അവസാനമായി 11:26 am ന് അൺ ഡോക് ചെയ്ത് വേർപിരിയുകയും ചെയ്തു. മൊത്തം 19 മണിക്കൂർ 55 മിനിറ്റ് സമയമായിരുന്നു രണ്ടു വിഭാഗങ്ങളും ഒരുമിച്ചുള്ള പ്രവർത്തനങ്ങളിൽ ഏർപ്പെട്ടിരുന്നത്. വീണ്ടും ഒരുദിവസത്തിനു ശേഷം സോയൂസ് 19 റിട്രോ റോക്കറ്റുകൾ ജ്വലിപ്പിച്ചു ഭൂമിയിലേക്ക് തിരിക്കുകയും ജൂലൈ 21 ന് 11 am ന് ബൈക്കൊന്നൂരിന് 7 കിലോമീറ്റർ അകലെ സുരക്ഷിതമായി ഭൂമിയിൽ വന്നിറങ്ങുകയും ചെയ്തു. ഭൗമനിരീക്ഷണത്തിനും മറ്റു പരീക്ഷണങ്ങൾക്കുമായി മൂന്നു ദിവസം കൂടി ബഹിരാകാശത്തു ചെലവഴിച്ച ശേഷം അപ്പോളോ പേടകം ഭൂമിയിലേക്ക് തിരിക്കുകയും ജൂലൈ 24 ന് ഹവായിക്കു പടിഞ്ഞാറായി പസഫിക് സമുദ്രത്തിൽ 5:18 pm ന് സുരക്ഷിതമായി ഇറങ്ങുകയും ചെയ്തു. പിന്നീട് ആറ് വർഷങ്ങൾക്ക് ശേഷം 1981 ഏപ്രിൽ 12 ന് മാത്രമാണ് അമേരിക്കയുടെ സ്പേസ് ഷട്ടിൽ രംഗപ്രവേശം ചെയ്യുന്നത്. മിർഷട്ടിൽ, ഇന്റർനാഷണൽ സ്പേസ് സ്റ്റേഷൻ തുടങ്ങിയ സംയുക്ത സംരംഭങ്ങൾക്ക് മുന്നോടിയായിത്തീരുകയും ബഹിരാകാശത്തെ കിടമത്സരങ്ങൾക്ക് അന്ത്യം കുറിക്കുകയും ചെയ്ത മഹൽസംഭവമായിരുന്നു അപ്പോളോ സോയൂസ് പ്രോഗ്രാം.

റഷ്യയുടെ സോയൂസ് പ്രോഗ്രാം

ആയിരത്തിത്തൊള്ളായിരത്തി അറുപത് കാലഘട്ടത്തിൽത്തന്നെ ചന്ദ്രപര്യവേഷണത്തിനായി റഷ്യ വികസിപ്പിച്ച ബഹിരാകാശ പേടകമായിരുന്നു സോയൂസ്. എന്നാൽ ചന്ദ്ര പര്യവേഷണ പദ്ധതികളിൽ അമേരിക്ക 1969 ൽ കൈവരിച്ച വിജയകരമായ ദൗത്യത്തിനു ശേഷം അസ്ട്രോനോട്ടുകളെ ചന്ദ്രനിൽ എത്തിക്കുന്നതിനുള്ള പരിശ്രമത്തിൽ നിന്നും റഷ്യ താല്ക്കാലികമായി പിൻമാറി. പകരം സോയൂസ് ബഹിരാകാശ പേടകങ്ങളുടെ സഹായത്തോടെ മനുഷ്യനെ ദീർഘകാലം ബഹിരാകാശത്തു വസിപ്പിക്കുന്നതിനുള്ള പദ്ധതികൾ 1970 കളുടെ ആരംഭത്തിൽതന്നെ രൂപീകരിച്ചു. ചന്ദ്രപര്യവേഷണത്തിന് ഉദ്ദേശിച്ചുള്ള N1 എന്ന വലിയ ബൂസ്റ്റർ മോട്ടോർ തന്നെയും ഇതിനകം വികസിപ്പിക്കുവാൻ റഷ്യക്ക് സാധിച്ചിരുന്നില്ല. അമേരിക്കയുടെ സാറ്റേൺ റോക്കറ്റിനോട് കിടപിടിക്കാവുന്ന റഷ്യയുടെ നാല് N1 മോട്ടോറുകൾ പരീക്ഷണവേളയിൽത്തന്നെ പൊട്ടിത്തെറിക്കുകയാണുണ്ടായത്. റഷ്യയുടെ ലൂണ 15, 1969 ജൂലൈ 21 ന്, ചന്ദ്രോപരിതലത്തിൽ വീണു പൊട്ടിച്ചിതറി ഉപയോഗശൂന്യമായിത്തീർന്നത് റഷ്യക്ക് പറ്റിയ മറ്റൊരു വൻ പരാജയമായിരുന്നു. അപ്പോളോ 11 ന്റെ വിക്ഷേപണത്തിന് മൂന്നു ദിവസം മുൻപേ കോസ്മോനോട്ടുകളില്ലാതെ വിക്ഷേപിക്കപ്പെട്ട ലൂണ-15 ന്റെ ലക്ഷ്യം അമേരിക്കയ്ക്കു മുൻപേ ചന്ദ്രനിലെത്തി റോബോട്ടുകളെ ഉപയോഗിച്ച് ചന്ദ്രനിലെ മണ്ണ് ശേഖരിച്ച് ഭൂമിയിൽ തിരിച്ചെത്തുകയെന്നതായിരുന്നു. നിർഭാഗ്യവശാൽ അമേരിക്കൻ അസ്ട്രോനോട്ടുകൾ ചന്ദ്രനിലിറങ്ങി സ്പേസ് വാക് പൂർത്തിയാക്കി ഭൂമിയിലേക്ക് തിരിക്കുന്നതിന് (before lift off from lunar surface) ഏതാനും മണിക്കൂറുകൾക്കു മുൻപായിരുന്നു ലൂണ 15 ചന്ദ്രോപരിതലത്തിൽ തകർന്നുവീണത്. [2]

വൻ പരാജയങ്ങളുടെ പശ്ചാത്തലത്തിൽ മനുഷ്യനെ ചന്ദ്രനിൽ അയച്ച് തിരികെ ഭൂമിയിൽ എത്തിക്കുന്നതിനുള്ള പദ്ധതി റഷ്യൻ പ്രധാനമന്ത്രി ബ്രഷ്നേവ് 1974 ൽ നിർത്തിവയ്ക്കുകയും ചെയ്തു.

1960 നു ശേഷം റഷ്യ വികസിപ്പിച്ച സോയൂസ് റോക്കറ്റ് ആദ്യമായി ഉപഗ്രഹ വിക്ഷേപണത്തിന് ഉപയോഗിച്ചത് 1966 ൽ ആയിരുന്നു. ആദ്യ വിക്ഷേപണത്തിൽ കോസ്മോനോട്ടുകൾ ഉണ്ടായിരുന്നില്ല.

സോയൂസ് 1 ന്റെ വിക്ഷേപണവും വ്ളാഡിമർ കൊമോറോവിന്റെ ദാരുണമായ അന്ത്യവും

ചിത്രം 29 – വ്ളാഡിമർ കൊമോറോവ്

കോസ്മോനോട്ടിനോടുകൂടിയുള്ള സോയൂസിന്റെ ആദ്യവിക്ഷേപണം 1967 ഏപ്രിൽ 23 ന് ആയിരുന്നു. വ്ളാഡിമർ കൊമോറോവ് ആയിരുന്നു സോയൂസ് 1 ലെ കോസ്മോനോട്ട്. വിജയം വരിച്ച മൂന്ന് കോസ്മോനോട്ടുകളടങ്ങിയ വോഷ്കോഡ് 1 ലെ കമാൻഡർ ഇദ്ദേഹം തന്നെയായിരുന്നു.

ബഹിരാകാശത്തുവച്ചുതന്നെ പേടകത്തിലെ സോളാർ പാനലുകളുടെ പ്രവർത്തനത്തിന് ഭംഗം സംഭവിക്കുകയും ഓർബിറ്റിന്റെ നിയന്ത്രണം ദുഷ്കരമായിത്തീരുകയും ചെയ്തു. ഓട്ടോമാറ്റിക് സംവിധാനങ്ങൾ തികച്ചും വിഫലമായിത്തീർന്നു. സംവിധാനങ്ങളുടെ മനുഷ്യനിയന്ത്രണവും പ്രായോഗികമല്ലാതായി. പതിമൂന്നാമത്തെ പ്രദക്ഷിണ സമയത്ത് കൊമറോവ് പ്രതിസന്ധി കൺട്രോൾ സെന്ററിനെ അറിയിച്ചു. മിഷൻ അവസാനിപ്പിക്കാൻ മിഷൻ കൺട്രോൾ നിർദ്ദേശിച്ചതനുസരിച്ച് പതിനെട്ടാമത്തെ പ്രദക്ഷിണത്തിനുശേഷം കൊമോറോവ് റിട്രോ റോക്കറ്റുകൾ ജ്വലിപ്പിച്ചു. പേടകം ഭൂമിയിലേക്ക് തിരിച്ചു. ഭൗമാന്തരീക്ഷത്തിൽ പ്രവേശിച്ചപ്പോൾ പാരച്യൂട്ടുകൾ വിടർത്താനുള്ള കമാൻഡ് നല്കി. എന്നാൽ തിരിച്ചുള്ള യാത്രയിൽ പേടകത്തിലെ പാരച്യൂട്ടുകൾ നിവർന്നു പ്രവർത്തിക്കാതിരുന്നതുമൂലം പേടകം നിയന്ത്രണ വിധേയമല്ലാതെ അതിവേഗത്തിൽ റഷ്യയിലെ ഔറൻബെർഗിൽനിന്നും 275 കിലോമീറ്റർ

അകലെ യുറാൾ പർവ്വതത്തിന്റെ താഴ്വരയിൽ പതിച്ചു. അന്തരീക്ഷവുമായുള്ള ഘർഷണത്തിൽ പേടകത്തിന് തീ പിടിക്കുകയും കൊമോറോവ് വെന്തുമരിക്കുകയും ചെയ്തു. ജ്വലിച്ചു വീണ പേടകത്തോടുകൂടി കൊമോറോവിന്റെ ശരീരത്തിൽ തീ ആളിപ്പടർന്നുകൊണ്ടിരുന്നു. തീയും പുകയും മൂലം പേടകത്തെ സമീപിച്ച് തീ അണയ്ക്കുന്നതിനു രക്ഷാപ്രവർത്തകർക്ക് ഏറെ പ്രയത്നിക്കേണ്ടിവന്നു. ഇതിനകം കൊമോറോവിന്റെ ശരീരം കത്തിക്കരിഞ്ഞ് അവയവങ്ങൾപോലും തിരിച്ചറിയാനാകാത്ത വിധം വിരൂപമായിരുന്നു. അന്തരീക്ഷത്തിൽ വിടരാതെ കത്തിപ്പിടിച്ച പാരച്യൂട്ട് ഭൂമിയിലേക്ക് വീഴുമ്പോൾ കൊമോറോവിന്റെ ദീനരോദനം അമേരിക്കൻ ഇന്റലിജൻസ് ഏജൻസിക്കു പിടിച്ചെടുക്കാൻ സാധിച്ചിരുന്നു. കത്തിക്കരിഞ്ഞു ശക്തിയായ ആഘാതത്തോടെ ഭൂമിയിൽ പതിച്ച കൊമോറോവിന്റെ ജഡം തികച്ചും വികൃതമായിരുന്നു.

ചില റിപ്പോർട്ടുകളനുസരിച്ചു അദ്ദേഹത്തിന്റെ കാലിലെ ഒരസ്ഥി മാത്രമേ തിരിച്ചറിയാവുന്ന അവസ്ഥയിൽ ആയിരുന്നുള്ളു. മനുഷ്യന്റെ ബഹിരാകാശയാത്രയിലെ ഏറ്റവും ദയനീയമായ സംഭവമായിരുന്നു. കൊമോറോവിന്റെ ജീവനോടെയുള്ള ദഹനം.

കൊമോറോവ് സഞ്ചരിച്ച സോയൂസ് പേടകത്തിന്റെ മോഡലിന്റെ ചിത്രവും അദ്ദേഹത്തിന്റെ കത്തിക്കരിഞ്ഞ ജഡത്തിന്റെ ചിത്രവും താഴെ ചേർത്തിരിക്കുന്നു. (ചിത്രം 30)

ചിത്രം 30 - llustration of the Soyuz 1 capsule, the spacecraft Komorov piloted before his tragic crash

ചിത്രം 31 – *The charred remains of Vladimir Komorov*

സോവിയറ്റ് റഷ്യയുടെ ബഹിരാകാശ ഗവേഷണത്തിലെ പല സംഭവങ്ങളും അജ്ഞാതമായിത്തന്നെ ബാഹ്യലോകത്തിൽ മറഞ്ഞിരിക്കുന്നു. മനുഷ്യന്റെ ബഹിരാകാശ യാത്രയിലെ ആദ്യത്തെ രക്തസാക്ഷി കൊമോറോവിന്റെ പേടകം പതിച്ച സ്ഥലത്ത് റഷ്യ പിന്നീട് ഒരു സ്മാരകം നിർമ്മിക്കുകയുണ്ടായി.

സോയൂസ് രണ്ടും സോയൂസ് മൂന്നും

പതിനെട്ട് മാസത്തെ ഇടവേളയ്ക്കുശേഷം കോസ്മോനോട്ടുകളെ കൂടാതെയുള്ള അടുത്ത സോയൂസ് പേടകത്തിന്റെ വിക്ഷേപണം (സോയൂസ് –2), 1968 ഒക്ടോബർ 25 ന് ആയിരുന്നു. പേടകത്തിന്റെ ഭാരം 6520 കിലോഗ്രാം ആയിരുന്നു. പേടകത്തിന്റെ സഞ്ചാരപഥത്തിന്റെ പെരിജി 196 കിലോമീറ്ററും അപോജി 200 കിലോമീറ്ററും ഇൻക്ലിനേഷൻ ആംഗിൾ 51.65 ഡിഗ്രിയും ആയിരുന്നു. ഒരു പ്രദക്ഷിണത്തിനു വേണ്ടി വരുന്ന സമയം 88.50 മിനിറ്റ്. തൊട്ടടുത്ത ദിവസം, 1968 ഒക്ടോബർ 26 ന് തന്നെ, സോയൂസ് 3 ന്റെ വിക്ഷേപണം നടന്നു. പേടകത്തിന്റെ ഭാരം 6575 കിലോഗ്രാം, പെരിജി 196 കിലോമീറ്റർ; അപോജി 241 കിലോമീറ്റർ. ഇൻക്ലിനേഷൻ ആംഗിൾ 51.66 ഡിഗ്രി. ഒരു പ്രദക്ഷിണത്തിനു വേണ്ടി വരുന്ന സമയം 88.87 മിനിറ്റ്. ജോർജി ബെർഗോവോയ് (Georgy Beregovoy), ആയിരുന്നു സോയൂസ് 3 ലെ കോസ്മോനോട്ട്. സോയൂസ് 2മായി ബഹിരാകാശത്തുവച്ച് ഡോക് ചെയ്യുക എന്നതായിരുന്നു പദ്ധതിയുടെ ഒരു പ്രധാന ലക്ഷ്യം. പേടകത്തെ സോയൂസ് 2 ന്റെ 200 മീറ്റർ സമീപം വരെയും എത്തിച്ചുവെങ്കിലും ഡോക് ചെയ്യാൻ സാധിച്ചില്ല. രണ്ടു പേടകങ്ങളുടെയും ഡോക്കിങ് പോർട്ടുകൾ അഭിമുഖമായി കൊണ്ടുവരുന്നതിനുള്ള ആവർത്തിച്ചുള്ള പരിശ്രമത്തിൽ ഇന്ധനം ഏറെ ചെലവായി. അതുകൊണ്ടു ഒക്ടോബർ 28 ന് സോയൂസ് 2 നെ ഭൂമിയിലേക്ക് തിരിച്ചയച്ചു. ബെർഗോവോയ് രണ്ടുദിവസം കൂടി ഭൂമിയുടെ പ്രതലത്തെക്കുറിച്ച് പഠനങ്ങൾ നടത്തിയും കാലാവസ്ഥ സംബന്ധമായ നിരീക്ഷണങ്ങൾ നടത്തിയും ബഹിരാകാശത്ത് ചെലവഴിച്ചു. ഭൂമിയെച്ചുറ്റി 81 പ്രദക്ഷിണങ്ങൾക്കുശേഷം ഒക്ടോബർ 30 ഗ്രീൻവിച്ച് മീൻസമയം 07: 25:03 ന് കസഖ്സ്ഥാനിൽ കരാഗാണ്ട എന്ന സ്ഥലത്ത്

സുരക്ഷിതമായി തിരിച്ചിറങ്ങി. സോയൂസ് 3 ന്റെ വിജയം ഭാഗികമായിരുന്നെങ്കിൽത്തന്നെയും ബഹിരാകാശ പേടകത്തിന്റെ സുരക്ഷിതമായ നിർമ്മാണത്തെക്കുറിച്ചും പ്രവർത്തനത്തെക്കുറിച്ചും പൂർണ്ണ ആത്മവിശ്വാസം കൈവരിക്കാൻ സോവിയറ്റ് റഷ്യക്ക് ഉപകരിച്ചു. സോയൂസ് രണ്ടുമായി ഡോക്ക് ചെയ്യുന്നതിൽ വന്ന പരാജയം തന്നെയും ഇക്കാര്യത്തിൽ ശ്രദ്ധിക്കേണ്ട കാര്യങ്ങളെക്കുറിച്ച് പുതിയ ഉൾക്കാഴ്ചകൾ ലഭിക്കുവാൻ പര്യാപ്തമായിരുന്നു. സോയൂസ് വിക്ഷേപണ വാഹനത്തിന്റെയും ബഹിരാകാശ പേടകത്തിന്റെയും ചിത്രങ്ങൾ സോവിയറ്റ് റഷ്യ പരസ്യപ്പെടുത്തി.

സോയൂസ് നാലും സോയൂസ് അഞ്ചും

തൊട്ടടുത്ത രണ്ടു ദിവസങ്ങളിൽ ആയിരുന്നു സോയൂസ് നാലിന്റെയും സോയൂസ് അഞ്ചിന്റെയും വിക്ഷേപണം. വ്ളാഡിമിർ ഷാറ്റലോവ് ആയിരുന്നു സോയൂസ് നാലിന്റെ കമാൻഡർ. പേടകത്തിന്റെ ഭാരം 6625 കിലോഗ്രാം ആയിരുന്നു. 205 കിലോമീറ്റർ പെരിജി, 223 കിലോമീറ്റർ അപോജി പ്രദക്ഷിണ വലയത്തിൽ 51.3 ഡിഗ്രി ഇൻക്ലിനേഷൻ ആംഗിളിൽ 1969 ജനുവരി 14 ഗ്രീൻവിച്ച് സമയം 07:30 ന് പേടകം വിക്ഷേപിക്കപ്പെട്ടു. ഒരു പ്രദക്ഷിണത്തിന് വേണ്ടിവരുന്ന സമയം 88.72 മിനിറ്റ്.

ബോറിസ് വോളിനോവ് ആയിരുന്നു സോയൂസ് അഞ്ചിന്റെ കമാൻഡർ. അലക്സി യെലിസേവ് (Aalexi Yelislev), യെവജ്നി ഖുർനോവ് (Yevgeny Khurnov) എന്നീ രണ്ടു കോസ്മോനേട്ടുകൾകുടി വോളിനോവിനൊപ്പം ഉണ്ടായിരുന്നു. പേടകത്തിന്റെ ഭാരം 6585 കിലോഗ്രാം ആയിരുന്നു. 210 കിലോമീറ്റർ, പെരിജി, 233 കിലോമീറ്റർ അപോജി പ്രദക്ഷിണ വലയത്തിൽ 51. 69 ഡിഗ്രി ഇൻക്ലിനേഷൻ ആംഗിളിൽ 1969 ജനുവരി 15 ഗ്രീൻവിച്ച് സമയം 07:04:57 ന് പേടകം വിക്ഷേപിക്കപ്പെട്ടു. ഒരു പ്രദക്ഷിണത്തിന് വേണ്ടിവരുന്ന സമയം 88.87 മിനിറ്റ്. പ്രദക്ഷിണ പഥത്തിലെത്തി ഏതാനും മണിക്കൂറുകൾക്കുശേഷം എലിസെവും ഖുർനോവും പേടകത്തിന് വെളിയിൽ സ്പേസ് സ്യൂട്ടുകൾ ധരിച്ച് സ്പേസ് വാക് നടത്തുകയുണ്ടായി. രണ്ടുപേർ ചേർന്നുള്ള ആദ്യത്തെ സ്പേസ് വാക് 37 മിനിറ്റ് സമയം നീണ്ടുനിന്നു.

ജെമിനിപ്രോഗ്രാമിന്റെ ഭാഗമായി അസ്ട്രോനോട്ടുകൾക്ക് ബഹിരാ

കാശ പേടകത്തിന് വെളിയിൽ പല പരീക്ഷണ നിരീക്ഷണങ്ങളും നട ത്തേണ്ടിയിരുന്നു. അപ്പോളോ പ്രോഗ്രാം രൂപപ്പെട്ടപ്പോൾ ചന്ദ്രനിൽ ഇറ ങ്ങുന്നതിനും പേടകത്തിന് വെളിയിൽ ദീർഘനേരം ചെലവഴി ക്കേണ്ടതിനും കൂടുതൽ സങ്കീർണ്ണങ്ങളായ സ്പേസ് സൂട്ടുകൾ നിർമ്മി ക്കേണ്ടിവന്നു. ബഹിരാകാശത്തിന്റെയും ഭൂമിയുടെയും ചിത്രങ്ങൾ എടു ക്കുക. പേടകത്തിന്റെ കേടുപാടുകൾ പരിഹരിക്കുക തുടങ്ങിയ നിരവധി കർത്തവ്യങ്ങൾ അസ്ട്രോനോട്ടുകൾക്ക് നിർവ്വഹിക്കേണ്ടിവരുന്നു. ഇവയെല്ലാം എക്സ്ട്രാ വെഹികുലാർ ആക്ടിവിറ്റി (Extra Vehicular Activity - EVA) എന്നപേരിലാണ് അറിയപ്പെടുന്നത്. സ്പേസ് സൂട്ടു കളിലെ താപനിയന്ത്രണം, ശുദ്ധവായു, കുടിക്കാനുള്ള ശുദ്ധജലം, മലമൂത്ര വിസർജ്ജനം, ശ്വസിക്കുന്ന വായുവിൽനിന്നും കാർബൺ ഡയോക്സൈഡ് നീക്കൽ, കൺട്രോൾ സെന്ററുമായി സന്ദേശങ്ങൾ കൈമാറുന്നതിനുള്ള സൗകര്യങ്ങൾ എന്നിങ്ങനെ നിരവധി പ്രാഥമികാ വശ്യങ്ങൾക്ക് അനിവാര്യമായ സംവിധാനങ്ങളുള്ള സംരക്ഷണ കവചമാണ് ആധുനിക സ്പേസ് സൂട്ട് എന്ന് പറയാം. പതിനഞ്ച് മിനിറ്റ് മാത്രം നീണ്ടുനിന്ന അല്ലൻ ഷെപേഡിന്റെ ബഹിരാകാശ യാത്രയിൽ ഉപയോഗിച്ചിരുന്നത് രണ്ടു ലെയറുള്ള പ്രഷർ സൂട്ട് ആയിരുന്നു. EVA യുടെ ആവശ്യങ്ങൾക്കായി പില്ക്കാലത്ത് സ്പേസ് സൂട്ടുകൾ പരിഷ് കരിച്ചു. പല ഇലക്ട്രോണിക് സാമഗ്രികളും (gadgets) സ്പേസ് സൂട്ടിന്റെ ഭാഗമായുണ്ട്. വിവിധ സിന്തറ്റിക് പോളിമറുകൾ കൊണ്ടാണ് സ്പേസ് സൂട്ടുകൾ നിർമ്മിച്ചിരിക്കുന്നത്. ഏറ്റവും അടിയിലെ ലെയർ നൈലോൺ ടെറിക്കോട്ട് ഫൈബർ കൊണ്ടോ ശരീരത്തിന് ചേരുന്ന സ്പാൻഡെക്സ് (spandex) ഫൈബർകൊണ്ടോ നിർമ്മിക്കുന്നു. വിവിധ ഘടകങ്ങൾ അതിവിദഗ്ദ്ധമായി സംയോജിപ്പിച്ചാണ് സ്പേസ് സൂട്ടിന്റെ നിർമ്മാണം പൂർത്തിയാക്കുന്നത്. ഓരോ അസ്ട്രോനോട്ടിന്റെയും അളവിനനുസരി ച്ചുള്ള സ്പേസ് സൂട്ടുകൾ മുൻകൂട്ടി തയ്യാറാക്കുന്നു. സ്പേസ് സൂട്ടുകൾ ഉപയോഗിക്കുന്നതിനും പരിശീലനം ആവശ്യമാണ്. ബഹിരാകാശ പേട കത്തിനകത്തും പുറത്തും വ്യത്യസ്ത സ്പേസ് സൂട്ടുകൾ ആണ് ആവ ശ്യമായി വരിക. വളരെ സുരക്ഷിതത്തമുള്ള ക്രൂ ക്യാബിൻ ആയ തുകൊണ്ട് പേടകത്തിനകത്ത് സ്പേസ് സൂട്ട് അനിവാര്യമല്ല. എന്നാൽ സ്പേസ് വാക് നടത്തുമ്പോൾ സ്പേസ് സൂട്ട് കൂടിയേ തീരു. ആദ്യ മായി സ്പേസ് സൂട്ട് ധരിച്ച് ബഹിരാകാശത്ത് സഞ്ചരിച്ചത് റഷ്യയുടെ വോഷ്കോഡ് 2 ലെ കോസ്മോനോട്ട് അലക്സി ലിയനോവ് (Alexei Leonov) ആയിരുന്നു.

ചന്ദ്രനിൽ ഇറങ്ങുന്ന അസ്ട്രോനോട്ടുകൾക്ക് വളരെ ഉറപ്പുള്ള പാറകളുള്ള പ്രതലത്തിലൂടെ നടക്കേണ്ടിവരുമെന്നുള്ളതുകൊണ്ട് സ്പേസ് സൂട്ടിന്റെ ഭാഗമായി ബലമുള്ള ഷൂസ് ആവശ്യമായിരുന്നു. ഒരു സാധാരണ സ്പേസ് സൂട്ടിനു ഭൂമിയിൽ 127 (280 pounds) കിലോഗ്രാം ഭാരം വരും. എന്നാൽ ബഹിരാകാശത്ത് ഭ്രമണം ചെയ്യുന്ന പേടകത്തിനകത്തും പുറത്തും സ്പേസ് സൂട്ടിന്റെ ഭാരം പൂജ്യം തന്നെയായിരിക്കും. എങ്കിലും ഭൂമിയുടെ ആറിലൊന്നു ഗുരുത്വാകർഷണമനുഭവപ്പെടുന്ന ചന്ദ്രോപരിതലത്തിൽ ആനുപാതികമായ ഭാരം അനുഭവപ്പെടും.

ഭൂമിയിൽനിന്നും ഇരുന്നൂറിലധികം കിലോമീറ്റർ ഉയരത്തിലും മണിക്കൂറിൽ ഏകദേശം 28,000 കിലോമീറ്റർ വേഗത്തിലുമാണ് കോസ്മോനോട്ടുകൾ ബഹിരാകാശപേടകത്തിനു വെളിയിൽ പറന്നുനില്ക്കുന്നത്. നിരന്തരമായ പരിശീലനത്തിലൂടെ എത്രമാത്രം കഴിവുകളാണ് മനുഷ്യന് ആർജ്ജിക്കാൻ സാധിക്കുന്നത്! 1969 ജനുവരി 16 ഗ്രീൻവിച്ച് മീൻസമയം 08:20 ന് സോയൂസ് നാല് ഭൂമിയെച്ചുറ്റിയുള്ള അതിന്റെ മുപ്പത്തിഅഞ്ചാമത്തെ പ്രദക്ഷിണത്തിൽ സോയൂസ് അഞ്ചുമായി ഡോക് ചെയ്തു. ഈ സമയം സോയൂസ് അഞ്ച് അതിന്റെ പതിനെട്ടാമത്തെ പ്രദക്ഷിണത്തിൽ ആയിരുന്നു. കോസ്മോനോട്ടുകൾക്കു ഒരു പേടകത്തിൽനിന്നും പുറത്തിറങ്ങാതെ മറ്റൊന്നിൽ പ്രവേശിക്കുന്നതിനുള്ള ടണൽ സംവിധാനം ഈ സോയൂസ് പേടകങ്ങളിൽ ഉണ്ടായിരുന്നില്ല. ഈ അവസരത്തിൽ ഖുർനോവ് ഒരു മണിക്കൂർ സ്പേസ് വാക് നടത്തി ആദ്യമായി സോയൂസ് നാലിൽ പ്രവേശിക്കുകയും തുടർന്ന് എലിസെവും സോയൂസ് നാലിൽ പ്രവേശിക്കുകയും ചെയ്തു. അവർ ഭൂമിയിൽനിന്നും കൊണ്ടുവന്നിരുന്ന പത്രങ്ങളും എഴുത്തുകളും ഷാറ്റലോവിനെ ഏല്പിച്ചു. ഷാറ്റലോവിന്റെ സഹായത്തോടെ അവരിരുവരും സ്പേസ് സൂട്ടുകൾ അഴിച്ചുമാറ്റി. രണ്ടുപേർ ചേർന്ന് ബഹിരാകാശത്തു സ്പേസ് വാക് നടത്തുന്നതും രണ്ടുപേർചേർന്ന് ഒരു പേടകത്തിൽനിന്നും മറ്റൊരു പേടകത്തിൽ പ്രവേശിക്കുന്നതും ബഹിരാകാശ ചരിത്രത്തിലെ ആദ്യ സംഭവമായിരുന്നു. ഗ്രീൻവിച്ച് സമയം 12: 55 ന് പേടകങ്ങൾ അൺഡോക് ചെയ്ത് വിട്ടുമാറി. പേടകങ്ങൾ 4 മണിക്കൂർ 35 മിനിറ്റ് സമയം ബഹിരാകാശത്തു പരസ്പരം ഘടിപ്പിക്കപ്പെട്ട അവസ്ഥയിൽ ആയിരുന്നു. അതിവേഗത്തിൽ ബഹിരാകാശത്തു സഞ്ചരിച്ചുകൊണ്ടിരിക്കുന്ന രണ്ടു പേടകങ്ങളുടെ സഞ്ചാരവേഗം കൃത്യമായി നിയന്ത്രിച്ച് നിശ്ചലമെന്നു തോന്നാവുന്ന അവസ്ഥയിൽ എത്തിച്ചെങ്കിൽ മാത്രമേ ഡോക്കിങ് സാധിക്കുകയുള്ള. ഏറെ സങ്കീർണ്ണമായ ഈ പ്രക്രിയയെപ്പോലെ തന്നെ

പ്രാധാന്യമേറിയതാണ് പേടകത്തിന്റെ ഭാഗങ്ങൾ ആവശ്യാനുസരണം വായുവിമുക്തമാക്കുകയും തിരിച്ച് ശ്വസനയോഗ്യമായവിധം വായു നിറയ്ക്കുകയും ചെയ്യുകയെന്നത്.

ഈ സംഭവത്തിന് രണ്ടു മാസങ്ങൾക്ക് ശേഷം 1969 മാർച്ചിൽ അപ്പോളോ 9 ന്റെ വിക്ഷേപണത്തോടെ മാത്രമാണ് ബഹിരാകാശ പേടകങ്ങൾ തമ്മിൽ ഡോക്ക് ചെയ്തതിനുശേഷം ഒരു പേടകത്തിൽനിന്നും മറ്റൊന്നിലേക്കു മാറി പ്രവേശിക്കുന്നതിനുള്ള സാങ്കേതിക വൈദഗ്ധ്യം പ്രവൃത്തിപഥത്തിലെത്തിക്കുവാൻ അമേരിക്കയ്ക്ക് സാധിച്ചുള്ളൂ. എന്നാൽ അപ്പോളോ 9 ൽ ക്രൂ ട്രാൻസ്ഫർ നടന്നത് സ്പേസ് വാക് കൂടാതെ പേടകങ്ങൾ പരസ്പരം ഘടിപ്പിക്കുമ്പോൾ രൂപപ്പെടുന്ന ടണലിൽക്കൂടിയായിരുന്നു.

വേർപെട്ട സോയൂസ് 4 ഡി ഓർബിറ്റ് ചെയ്ത് ഭൗമാന്തരീക്ഷത്തിൽ പ്രവേശിക്കുകയും ജനുവരി 17 നു ഗ്രീൻവിച്ച് സമയം 06:50:47 ന് കരഗാണ്ടയ്ക്ക് 100 കിലോമീറ്റർ തെക്കു പടിഞ്ഞാറു ഭാഗത്തു കസാഖ്സ്ഥാനിൽ സുരക്ഷിതമായി ലാൻഡ് ചെയ്യുകയും ചെയ്തു.

സോയൂസ് 5 ലെ വോളിനോവിന്റെ തിരിച്ചുള്ള യാത്ര സുഗമവും സുരക്ഷിതവും ആയിരുന്നില്ല. സർവീസ് മൊഡ്യൂൾ ഡിസെന്റ് മോഡ്യൂളിൽ നിന്നും യഥാസമയം വിട്ടുമാറാതിരുന്നതുമൂലവും പാരച്യൂട്ടിന്റെ കേബിളുകൾ കുരുങ്ങിക്കിടന്നതുമൂലവും ഗതി നിയന്ത്രണം അസാദ്ധ്യമായിത്തീർന്നു, ഭൗമാന്തരീക്ഷത്തിൽ പ്രവേശിച്ചതോടെ പേടകത്തിന് അന്തരീക്ഷവുമായുള്ള ഘർഷണത്തിൽ അസഹ്യമായ ചൂടും അനുഭവപ്പെട്ടിരുന്നു. താപകവചം വെന്തുരുകാൻ തുടങ്ങിയിരുന്നു. നിർദ്ദിഷ്ട സ്ഥാനത്തുനിന്നും വളരെ ദൂരെ ഓറെൻബെർഗിനടത്ത് കസാഖിസ്ഥാനിൽ യുറാൾ പർവ്വത പ്രദേശത്ത് അതിശൈത്യം നിറഞ്ഞ അന്തരീക്ഷത്തിൽ, (മൈനസ് 38 ഡിഗ്രി സെന്റീഗ്രേഡ് ഊഷ്മാവിൽ) പേടകം ഇടിച്ചിറങ്ങുകയുണ്ടായി, ഇടിയുടെ ആഘാതത്തിൽ അദ്ദേഹത്തിന്റെ ഏതാനും മുൻനിര പല്ലുകൾക്ക് കേടു സംഭവിച്ചു. രക്ഷപ്പെടുത്തുന്നതിനുള്ള ഹെലികോപ്റ്റർ തന്നെ കണ്ടെത്തുന്നതിനുള്ള കാലതാമസം മനസ്സിലാക്കിയ വോളിനോവ് പേടകത്തിൽനിന്നും പുറത്തിറങ്ങി ഏതാനും കിലോമീറ്ററുകൾ സഞ്ചരിച്ച് ഒരു സ്ഥലവാസിയുടെ ഭവനത്തിൽ എത്തിച്ചേരുകയാണുണ്ടായത്. യൂറി ഗഗാറിന്റേതിനേക്കാൾ അതി സാഹസികമായ സാഹചര്യങ്ങളിൽക്കൂടിയായിരുന്നു വോളീനോവിന് രക്ഷപ്പെടാനായത്.

അടിക്കുറിപ്പ്

മനുഷ്യന്റെയും ജീവജാലങ്ങളുടെയും സംരക്ഷണത്തിനാവശ്യമായ പരിസ്ഥിതി തികച്ചും സ്വാഭാവികമായി ഭൂമിയിൽ നിലനില്ക്കുന്നു. ജീവൻ നിലനിർത്തുന്നതിനാവശ്യമായ ജലവും അന്തരീക്ഷ വായുവും, താപ നിലവാരവും അന്തരീക്ഷമർദ്ദവും ബഹിരാകാശത്തിലെ രൂക്ഷതയേറിയ റേഡിയേഷൻ കിരണങ്ങളിൽ നിന്നുമുള്ള സംരക്ഷണവും എല്ലാമുൾപ്പെടുന്ന ഒരു സംരക്ഷണ വലയത്തിലാണ് മനുഷ്യൻ ജീവിച്ചുവരുന്നത്. എന്നാൽ ബഹിരാകാശത്ത് ഈ വക സംരക്ഷണങ്ങൾ ഒന്നും നിലവിലില്ല. എല്ലാം കൃത്രിമമായി സ്വരുക്കൂട്ടിയെങ്കിലേ മിനിറ്റു നേരത്തേക്കെങ്കിലും ജീവൻ നിലനിർത്താൻ പറ്റൂ. സ്പേസ് സൂട്ടുകൾ ആദ്യമായി ഉപയോഗപ്പെടുത്തിയത് ഉയരങ്ങളിൽ പറക്കുന്ന പോർവിമാനങ്ങളിലായിരുന്നു. വിമാനം പറന്നുയരുമ്പോൾ അന്തരീക്ഷമർദ്ദം തീരെ ശുഷ്കമായിത്തീരുന്നു. ശ്വസിക്കുന്നതിനുള്ള ഓക്സിജൻ ലഭ്യമല്ലാതായിത്തീരുന്നു. ഈ സാഹചര്യങ്ങളിൽ വൈമാനികരുടെ സുരക്ഷയ്ക്കുവേണ്ടിയായിരുന്നു സ്പേസ് സൂട്ടുകൾ നിർമ്മിച്ചത്. തീവ്രതയേറിയ പ്രകാശ രശ്മികളെ എതിർ ദിശയിലേക്കു പ്രതിഫലിപ്പിച്ച് അസ്ട്രോനോട്ടുകൾക്ക് സംരക്ഷണം നല്കുന്നതിന് അമേരിക്കയുടെ മെർക്കുറി പ്രോഗ്രാമിൽ സ്പേസ് സൂട്ടുകൾക്ക് സിൽവർ നിറം കൊടുത്തിരുന്നു.

ഒരുമിച്ചുള്ള സോയൂസ് 6, സോയൂസ് 7, സോയൂസ് 8 എന്നീ ബഹിരാകാശ വിക്ഷേപണങ്ങൾ

അടുത്തടുത്ത മൂന്നു ദിവസങ്ങളിലായി സോയൂസ് 6, സോയൂസ് 7, സോയൂസ് 8 എന്നീ ബഹിരാകാശ പേടകങ്ങൾ വിക്ഷേപിക്കപ്പെട്ടു. ഒരേ സമയം മൂന്നു ബഹിരാകാശ പേടകങ്ങൾ സമാനമായ ഓർബിറ്റുകളിൽ വിന്യസിപ്പിക്കുവാൻ റഷ്യക്ക് സാധിച്ചു. മൂന്നുപേടകങ്ങളിലുമായി 7 കോസ്മോനോട്ടുകൾ ഒരേ സമയം ബഹിരാകാശത്തു ഏതാനും മണിക്കൂർ വിഹരിച്ചുകൊണ്ടിരുന്നു. 1969 ഒക്ടോബർ 11,12,13, എന്നീ തീയതികളിലായിരുന്നു സോയൂസ് 6,7,8 എന്നീ വിക്ഷേപണങ്ങൾ നടന്നത്. ഗ്രീൻവിച്ച് സമയമനുസരിച്ചു യഥാക്രമം 11:10:00, 10:44:42, 10:19:9 എന്നീ സമയങ്ങളിൽ കൃത്യമായി വിക്ഷേപണങ്ങൾ നടന്നു. ഓരോ പേടകവും 80 പ്രാവശ്യം വീതം ഭൂമിയെ പ്രദക്ഷിണം ചെയ്തു. പ്രദക്ഷിണത്തിന്റെ വിവരങ്ങൾ ചാർട്ടിൽ ഉൾക്കൊള്ളിച്ചിരിക്കുന്നു.

ജോർജി സനോണിൻ (Georgyi Snonin), വലേറി കുബസോവ് (Valeri Kubasov) എന്നിവരായിരുന്നു സോയൂസ് 6 ലെ കോസ്മോനോട്ടുകൾ, സോയൂസ് 7 ൽ വിക്റ്റർ ഗോർബട്കോ (Victor Gorbatko), വ്ളാഡിസ്ലാവ് വോൾക്കോവ് (Vladislav Volkov) അനറ്റോളി ഫിലിപ്ചെങ്കോ (Anatoly Filipchenko) എന്നീ മൂന്നു കോസ്മോനോട്ടുകളും. സോയൂസ് 8 ൽ വ്ളാഡിമിർ ഷാറ്റലോവ് (vladimir shatalov) അലക്സി യെല്ലിസ്ലീവ് (Aleksi Yellislev) എന്നീ രണ്ടു കോസ്മോനോട്ടുകളും ഉണ്ടായിരുന്നു. (വ്ളാഡിമിർ ഷാറ്റലോവ് സോയൂസ് 4, സോയൂസ് 8, സോയൂസ് 10 എന്നീ ബഹിരാകാശപേടകങ്ങളിൽ ബഹിരാകാശ യാത്ര നടത്തിയിട്ടുണ്ട്)

സോയൂസ് ഏഴും എട്ടുമായി ബഹിരാകാശത്ത് വച്ച് ഡോക് ചെയ്യുന്നതിനും തത്സമയം സോയൂസ് 6 ൽനിന്നും ഈ സംഭവത്തിന്റെ

ചാർട്ട് I

ബഹിരാകാശ പേടകം	*സോയൂസ് 6*	*സോയൂസ് 7*	*സോയൂസ് 8*
വിക്ഷേപണ തീയതിയും സമയവും	11 ഒക്ടോബർ 1969 11: 10: 00 GMT	12 ഒക്ടോബർ 1969 10: 44: 42 GMT	13 ഒക്ടോബർ 1969 10: 19:09 GMT
തിരിച്ചെത്തിയ തീയതിയും സമയവും	16 ഒക്ടോബർ 1969 09: 52: 47	17 ഒക്ടോബർ 1969 09: 25:05	18 ഒക്ടോബർ 1969 09: 09 : 58
പേടകത്തിന്റെ ഭാരം (Launch mass) പെരിജി (Perijee)	6577 kg 192 km	6570 kg 210km	6646 kg 210km
അപോജി (Apogee)	231 km	223km	227 km
ഇൻക്ലിനേഷൻ ആംഗിൾ	51.68^{0}	51.65^{0}	51.65^{0}
പ്രദക്ഷിണ സമയം	88.67 മിനിറ്റ്	88.77 മിനിറ്റ്	88.72 മിനിറ്റ്
ബഹിരാകാശത്ത് ചെലവഴിച്ച സമയം	4 ദിവസം, 22 മണിക്കൂർ 42 മിനിറ്റ് 49 സെക്കന്റ്	4 ദിവസം, 22 മണിക്കൂർ 40 മിനിറ്റ് 23 സെക്കന്റ്	4 ദിവസം, 22 മണിക്കൂർ 50 മിനിറ്റ് 49 സെക്കന്റ്
തിരിച്ചെത്തിയ സ്ഥലം (Landing site)	കസാഖ്സ്ഥാനിലെ കരഗാണ്ടയിൽനിന്നും 180 കിലോമീറ്റർ വടക്കു പടിഞ്ഞാറ്	കസാഖ്സ്ഥാനിലെ കരഗാണ്ടയിൽനിന്നും 150 കിലോമീറ്റർ വടക്കു പടിഞ്ഞാറ്	കസാഖ്സ്ഥാനിലെ കസാഖ് സ്റ്റെപ്പെ
ഭൂമിയെച്ചുറ്റിയുള്ള പ്രദക്ഷിണങ്ങളുടെ എണ്ണം	80	80	80

ചാർട്ട് 1 സോയൂസ് 6, സോയൂസ് 7, സോയൂസ് 8 എന്നീ ബഹിരാകാശ പേടകങ്ങളുടെ വിക്ഷേപണം സംബന്ധിച്ച വിവരങ്ങൾ

വീഡിയോ ചിത്രങ്ങൾ എടുക്കുന്നതിനും ആയിരുന്നു പദ്ധതിയിട്ടിരുന്നത്. പദ്ധതിയനുസരിച്ച് ബഹിരാകാശ പേടകങ്ങൾ തമ്മിൽ ഡോക്ക് ചെയ്യുന്നതിനുള്ള ശ്രമങ്ങൾ നടന്നു. ഒക്ടോബർ 14, 15 തീയതികളിൽ സോയൂസ് 8 സോയൂസ് 7 ന്റെ സമീപത്തെത്തിയെങ്കിലും ഡോക്ക് ചെയ്യുന്നതിനുള്ള ശ്രമം ഫലിച്ചില്ല. പരസ്പരം അടുത്ത് സഞ്ചരിക്കാൻ സാധിച്ചുവെങ്കിലും ഡോക്കിങ് സാദ്ധ്യമായില്ല. ഒക്ടോബർ 18 ന് സോയൂസ് 8 ഭൂമിയിൽ തിരിച്ചെത്തി. റഷ്യയുടെ ചന്ദ്രപര്യവേഷണ യാത്രയിൽ പ്രയോഗിക്കാൻ ആവശ്യമായിരുന്ന ഡോക്കിങ് സംവിധാനത്തിന്റെ പരീക്ഷണം കൂടിയായിരുന്നു പരാജയപ്പെട്ടത്. ഈ പരാജയവും റഷ്യയുടെ ചന്ദ്രപര്യവേഷണ യാത്ര നിർത്തിവയ്ക്കുന്നതിനുള്ള കാരണങ്ങളിൽ ഒന്നായിരുന്നു. പ്രഥമ പരിശ്രമത്തിൽ ഡോക് ചെയ്യാൻ സാധിച്ചില്ലെങ്കിലും പ്രോഗ്രാം വലിയ വിജയമായിരുന്നു. എഞ്ചിനീയറിങ് റിസർച്ച്, ബയോമെഡിക്കൽ എഞ്ചിനീയറിങ്, ഭൂമിയുടെ അന്തരീക്ഷത്തെക്കുറിച്ചുള്ള ഗവേഷണം എന്നീ രംഗങ്ങളിൽ വിലപ്പെട്ട അറിവുകൾ സമാഹരിക്കാൻ ഈ വിക്ഷേപണങ്ങൾ പ്രയോജനപ്പെട്ടു. മൂന്നു ബഹിരാകാശ പേടകങ്ങളുമായും ഭൂമിയിലെ കൺട്രോൾ സ്റ്റേഷനുമായും നിരന്തരം റേഡിയോ സംവിധാനം വഴി സമ്പർക്കത്തിലായിരിക്കുവാനും പേടകങ്ങളിൽനിന്നും തുടർച്ചയായി ടെലിവിഷൻ ട്രാൻസ്മിഷൻ ചെയ്യാനും സാധിച്ചിരുന്നു. റിമോട്ട് വെൽഡിങ് ഉപകരണങ്ങൾ ഉപയോഗിച്ച് ശൂന്യാകാശത്തിൽ ഭാരമനുഭവപ്പെടാത്ത അവസ്ഥയിൽ വെൽഡിങ് നടത്തുന്നതിനുള്ള പരീക്ഷണങ്ങൾ തികഞ്ഞ വിജയമായിരുന്നു. ഒക്ടോബർ 16, 17, 18 എന്നീ തീയതികളിൽ കോസ്മോനോട്ടുകൾ ഭൂമിയിൽ തിരിച്ചെത്തി.

സോയൂസ് 9

ആൻഡ്രിയൻ നിക്കോളയെവ് (Aandriyaan Nikolayev), വിറ്റലി സെവെസ്റ്റാനോവ് (Vitaly Sevastyanov) എന്നീ രണ്ടു കോസ്മോനോട്ടുകളോടുകൂടെ കസാഖ്സ്ഥാനിലെ ബൈക്കനൂർ വിക്ഷേപണ കേന്ദ്രത്തിൽനിന്നും 1970 ജൂൺ 1 ന് സോയൂസ് 9 വിക്ഷേപിക്കപ്പെട്ടു. റഷ്യയുടെ R 7 മിസൈലിൽനിന്നും രൂപപ്പെടുത്തിയ വോഷ്ടോക് റോക്കറ്റ് ഉപയോഗിച്ചായിരുന്നു 1957 ൽ ചരിത്രത്തിലാദ്യമായി സോവിയറ്റ് റഷ്യ സ്പുട്നിക് ബഹിരാകാശ പേടകങ്ങളുടെ വിക്ഷേപണം നടത്തിയത്. 1961 ൽ യൂറി ഗഗാറിന്റെ ബഹിരാകാശ യാത്രയ്ക്കും ഇതേ മാതൃകയിലുള്ള റോക്കറ്റുകൾ ഉപയോഗിച്ചിരുന്നു. വൊഷ്ടോക്കിന്റെ തന്നെ പരിഷ്കരിച്ച മോഡൽ ആയിരുന്നു സോയൂസ് 9 പേടകത്തിന്റെ വിക്ഷേപണത്തിനുപയോഗിച്ച സോയൂസ് റോക്കറ്റ്. ബഹിരാകാശ പേടകത്തിന്റെ ഭാരം 6460 കിലോഗ്രാം ആയിരുന്നു. 207 കിലോമീറ്റർ പെരിജി 222 കിലോമീറ്റർ അപോജി

ചിത്രം 32 – സോയൂസ് 9 ന്റെ വിക്ഷേപണം

ചിത്രം 33 – ആൻഡ്രിയൻ നിക്കോളയെവും വിറ്റലി സെവെസ്റ്റ്യാനോവും

ഓർബിറ്റിൽ കോസ്മോനോട്ടുകൾ 18 ദിവസം ബഹിരാകാശത്തു ചെലവഴിച്ചു. അഞ്ചു വർഷം മുൻപിലത്തെ 14 ദിവസം നീണ്ടു നിന്ന ജെമിനി 7 ന്റെ റിക്കാർഡിനെ സോയൂസ്– 9 തിരുത്തിക്കുറിച്ചു.

ബഹിരാകാശത്തുനിന്നും തിരിച്ചെത്തിയ കോസ്മോനോട്ടുകൾക്കു ഭൂമിയിലെ ഗുരുത്വാകർഷണവുമായി വീണ്ടും പൊരുത്തപ്പെടാൻ ബുദ്ധി മുട്ടുള്ളതായി അനുഭവപ്പെട്ടു. തിരിച്ചെത്തിക്കഴിഞ്ഞപ്പോൾ ഭൂമിയിലെ ഗുരുത്വം 4 –5 മടങ്ങു വർദ്ധിച്ചിരുന്നതുപോലെ അവർക്ക് അനുഭവപ്പെട്ടു. പൾസ് 90 – 100 ലെവലിൽ എത്തിയിരുന്നു. ശരീരത്തിന് ചെറിയ പനിയും (37.8 ഡിഗ്രി സെന്റീഗ്രേഡ്) ബാധിച്ചു. വീണ്ടും പൊരുത്തപ്പെടാൻ വിശ്രമം ആവശ്യമായിരുന്നു. അതിൽനിന്നും കോസ്മോനോട്ടുകൾക്കു ബഹി രാകാശ പേടകത്തിൽതന്നെ വ്യായാമം ചെയ്യുന്നതിനുള്ള ഉപക രണങ്ങൾ കരുതേണ്ടതിന്റെ ആവശ്യം ബോദ്ധ്യപ്പെട്ടു.

സ്പേസ്ഷട്ടിൽ വിഭാഗത്തിൽപ്പെട്ട ബഹിരാകാശ യാനങ്ങൾ

ഭാഗികമായി വീണ്ടെടുത്ത് ഉപയോഗിക്കാവുന്ന ഭാഗങ്ങളോടു കൂടിയ ബഹിരാകാശ വാഹനമായിരുന്നു സ്പേസ് ഷട്ടിൽ. എന്റർപ്രൈസ്, കൊളംബിയ, ചലഞ്ചർ, ഡിസ്കവറി, അറ്റ്ലാന്റിസ്, എൻഡേവർ എന്നീ പേരുകളിൽ ആറ് സ്പേസ് ഷട്ടിൽ വിക്ഷേപണ വാഹനങ്ങളായിരുന്നു നാസ വികസിപ്പിച്ചത്. സ്പേസ് ഷട്ടിൽ സിസ്റ്റത്തിൽ അമേരിക്ക ആദ്യമായി 1976 ൽ നിർമ്മിച്ച എന്റർപ്രൈസ് അന്തരീക്ഷത്തിൽ അഞ്ചു ടെസ്റ്റ് ഫ്ളൈറ്റുകൾക്കുമാത്രമേ ഉപയോഗിക്കുകയുണ്ടായുള്ളൂ. ആവശ്യമായ വ്യത്യാസങ്ങൾ വരുത്തി ബോയിങ് 747 വിമാനത്തിൽ നിന്നുമായിരുന്നു ടെസ്റ്റ് ഫ്ളൈറ്റുകൾ നടത്തിയത്. സ്പേസ് ഷട്ടിൽ കൊളംബിയ മെച്ചപ്പെട്ട ഡിസൈനിൽ നിർമ്മിച്ചതുകൊണ്ടു ആദ്യത്തെ സ്പേസ് ഷട്ടിൽ – എന്റർപ്രൈസ് പ്രദർശനവസ്തുവായി മാറി. ഇപ്പോൾ ന്യൂയോർക്കിലെ ഇന്റർപിഡ് സീ, എയർ ആൻഡ് സ്പേസ് മ്യൂസിയത്തിൽ (Interpid Sea Air and Space Museum) സ്ഥാനം പിടിച്ചിരിക്കുന്നു.

പ്രാഥമികമായി, വിക്ഷേപണത്തിനാവശ്യമായ ഊർജ്ജം (Thrust) നല്കുന്ന രണ്ടു വലിയ ഖര ഇന്ധന റോക്കറ്റ് മോട്ടോറുകൾ, മൂന്ന് എഞ്ചിനുകളിലേക്കും ആവശ്യമായ ദ്രവ ഇന്ധനം സംഭരിച്ച് വയ്ക്കുന്നതിനുള്ള തുരുമ്പു നിറത്തിലുള്ള ഇന്ധന സംഭരണി, രണ്ടു വശത്തുമായി ചിറകുകളുള്ള ഓർബിറ്റർ ഇവയായിരുന്നു സ്പേസ് ഷട്ടിലിന്റെ മുഖ്യ ഘടകങ്ങൾ. അസ്ട്രോനോട്ടുകൾക്കുള്ള ക്യാബിൻ, പേലോഡിനുള്ള പ്രത്യേക അറ, മൂന്നു എഞ്ചിനുകൾക്കുള്ള എഞ്ചിൻ കമ്പാർട്ട്മെന്റ് ഇവയും ഓർബിറ്ററിന്റെ ഭാഗമായിരുന്നു. വിക്ഷേപണ സമയത്ത് സ്പേസ് ഷട്ടിലിന്റെ ഭാരം രണ്ടായിരം ടൺ (രണ്ടു ദശലക്ഷം കിലോഗ്രാം) വരുമായിരുന്നു. ദ്രവ ഹൈഡ്രജനും ദ്രവ ഓക്സിജനും ചേരുന്ന ക്രയോ

ജനിക് ഇന്ധനമാണ് മൂന്ന് മുഖ്യ എഞ്ചിനുകളിലുമായി വിക്ഷേപണ ത്തിന് ഉപയോഗിച്ചിരുന്നത്. വാഹനത്തിന്റെ ഇരു പാർശ്വങ്ങളിലുമായി രണ്ടു ഖര ഇന്ധന ബൂസ്റ്റർ മോട്ടോറുകൾ വിക്ഷേപണത്തിനാവശ്യമായ ഉയർന്ന ത്രസ്റ്റ് നല്കുന്നതിനായി ഉപയോഗപ്പെടുത്തിയിരുന്നു. ഓരോ ബൂസ്റ്റർ മോട്ടോറിന്റെയും മൊത്തം ഭാരം 590 ടൺ ആയിരുന്നു. അതിൽ പ്രൊപ്പെല്ലന്റിന്റെ മാത്രം ഭാരം 500 ടൺ വരുമായിരുന്നു. രണ്ടു മോട്ടോറു കളും ഒരേ സമയത്തുതന്നെ ജ്വലിച്ച് 127 സെക്കൻഡുകൊണ്ട് 45 കിലോമീറ്റർ ഉയരത്തിൽ വച്ച് ജ്വലനം പൂർത്തിയാക്കുകയും മോട്ടോർ കേസുകൾ കടലിൽ പതിക്കുകയും ചെയ്തിരുന്നു. 135 വിക്ഷേപണങ്ങൾക്ക് 270 ബൂസ്റ്റർ മോട്ടോറുകൾ ആവശ്യമായി വരുമായിരുന്നു. എന്നാൽ ഓരോ പ്രാവശ്യവും മോട്ടോർ കേസുകൾ സമുദ്രത്തിൽനിന്നും വീണ്ടെ ടുത്തിരുന്നു. അവയിൽ പലതും കർശനമായ ഗുണ പരിശോധനകൾക്കു വിധേയമാക്കി വീണ്ടും വീണ്ടും ഉപയോഗപ്പെടുത്തുവാൻ സാധിച്ചു. നാലെണ്ണം മാത്രമായിരുന്നു വീണ്ടെടുക്കാൻ സാധിക്കാതെ പോയത്. പൊട്ടിത്തെറിച്ച ചലഞ്ചറിന്റെ മോട്ടോറുകളും പാരച്യൂട്ടിന്റെ പ്രവർത്ത നത്തിൽ പിഴവ് വന്നതുമൂലം സ്പേസ് ഷട്ടിൽ STS 4 ന്റെ മോട്ടോറുകളും വീണ്ടെടുക്കാൻ സാധിച്ചില്ല. ഒരു വിമാനത്തിന്റെ ചിറകുകൾപോലുള്ള ചിറകുകളോടു കൂടിയ ഓർബിറ്റർ ആണ് ഭൂമിയെ പ്രദക്ഷിണം ചെയ്തിരുന്നത്. ഓർബിറ്റർ ഒരു സയൻസ് ലബോറട്ടറിയായിട്ടും പ്രയോജ നപ്പെടുത്തിയിരുന്നു. ജ്യോതിശാസ്ത്രപരവും ജീവശാസ്ത്രപരവുമാ യുള്ള പല പഠനങ്ങളും ഭൂമിയിൽ സാദ്ധ്യമല്ലാത്ത പല മൈക്രോഗ്രാവിറ്റി പരീക്ഷണങ്ങളും ഓർബിറ്ററിൽ വച്ച് നടത്തുവാൻ സാധിച്ചിരുന്നു. ഓർബി റ്ററിൽ സാധാരണ ഏഴ് അസ്ട്രോ നോട്ടുകളാണ് ബഹിരാകാശ യാത്ര നടത്തിയിരുന്നത്. ഒരിക്കൽ മാത്രം എട്ടുപേരും യാത്ര ചെയ്തു. ഓർ ബിറ്റർ നിലത്തിറങ്ങുന്നത് വിമാനം ഇറങ്ങുന്നതുപോലെ തന്നെയാ യിരുന്നു. ഓർബിറ്ററിനടിയിലായി ടയറുകൾ മടക്കിവച്ചിരുന്നു. അവ യഥാസമയം പുറത്തുവരികയും ലാൻഡ് ചെയ്യുമ്പോൾ റൺവേയി ലൂടെ സഞ്ചരിച്ച് ഓർബിറ്റർ നിശ്ചിത സ്ഥാനത്തു എത്തിനില്ക്കുകയും ചെയ്യുമായിരുന്നു..

ചിത്രം 34 – വിക്ഷേപണത്തിനൊരു ങ്ങുന്ന സ്പേസ് ഷട്ടിൽ STS 116

കൊളംബിയയുടെ ആദ്യ വി ക്ഷേപണം 1981 ഏപ്രിൽ 12 നും അവ സാനവിക്ഷേപണം 2003 ജനുവരി 13

നും ആയിരുന്നു. ഈ വിക്ഷേപണത്തോടെ കൊളംബിയ സ്ഫോടനത്തിൽ കത്തിനശിക്കുകയും കൊളംബിയയിലെ ഏഴു ബഹിരാകാശ യാത്രികരും മരണപ്പെടുകയും ചെയ്തു. ചലഞ്ചറിന്റെ പ്രഥമ വിക്ഷേപണം1983 ഏപ്രിൽ 4 നും അവസാനത്തെ വിക്ഷേപണം 1986 ജനുവരി 28 നും ആയിരുന്നു. 7 അസ്ട്രോനോട്ടുകളോടുകൂടി ഈ വിക്ഷേപണ വാഹനവും വിക്ഷേപണത്തിൽ കത്തി നശിച്ചു. അറ്റ്ലാന്റിസിന്റെ പ്രഥമ വിക്ഷേപണം 1985 ഒക്ടോബർ 3 നു ആയിരുന്നു. 2011 ജൂലൈ 8 നുള്ള അവസാനത്തെ വിക്ഷേപണത്തിനു ശേഷം സ്പേസ് ഷട്ടിലിന്റെ തുടർന്നുള്ള വിക്ഷേപണങ്ങൾ അമേരിക്ക നിർത്തിവെക്കുകയുണ്ടായി. ഈ വിക്ഷേപണ വാഹനം ഇപ്പോൾ അമേരിക്കയിൽ കെന്നഡി സ്പേസ് സെന്ററിൽ പ്രദർശനത്തിനു വച്ചിരിക്കുന്നു. എൻഡേവേറിന്റെ പ്രഥമ വിക്ഷേപണം 1992 മെയ് 7 നും അവസാന വിക്ഷേപണം 2011 മെയ് 16 നുമായിരുന്നു. ഇപ്പോൾ കാലിഫോർണിയയിലെ സയൻസ് സെന്ററിൽ പ്രദർശനത്തിന് വച്ചിരിക്കുന്നു.

ഏറ്റവുമധികം സമയം ബഹിരാകാശത്തു ചെലവഴിച്ചത് സ്പേസ് ഷട്ടിൽ S T S 80 വിക്ഷേപണമായിരുന്നു, 1996 നവംബറിലെ ഈ വിക്ഷേപണം 17 ദിവസവും 15 മണിക്കൂറും ബഹിരാകാശത്തു ചെലവഴിച്ചു. 1981 മുതൽ 2011 വരെയുള്ള 30 വർഷ കാലത്തിനുള്ളിൽ സ്പേസ് ഷട്ടിലിന്റെ 135 വിക്ഷേപണങ്ങൾ നടന്നു. 16 രാഷ്ട്രങ്ങളിൽനിന്നുമായി 355 അസ്ട്രോനോട്ടുകൾ അഞ്ചു സ്പേസ് ഷട്ടിലുകളിലുമായി ബഹിരാകാശത്തു സഞ്ചരിച്ചിട്ടുണ്ട്. 1322 ദിവസം 19 മണിക്കൂർ 21 മിനിറ്റ് 23 സെക്കൻഡ് സമയമാണ് അസ്ട്രോനോട്ടുകൾ മൊത്തത്തിൽ ബഹിരാകാശത്തു സ്പേസ് ഷട്ടിലിൽ ചെലവഴിച്ചത്. വിക്ഷേപണത്തിനുള്ള കൗണ്ട് ഡൗൺ അവസാനിക്കുമ്പോൾ നിശ്ചലാവസ്ഥയിൽനിന്നും ഉയർന്നു പൊങ്ങുന്ന സ്പേസ് ഷട്ടിൽ ഓർബിറ്റിൽ വിക്ഷേപിക്കപ്പെടുന്ന അവസരത്തിൽ മണിക്കൂറിൽ 28,000 കിലോമീറ്റർ (7.7 കിലോമീറ്റർ/സെക്കൻഡ്) ഗതി വേഗം (VELOCITY) ആർജ്ജിച്ചിരിക്കും. സ്പേസ് ഷട്ടിലിനു ഒരു പ്രാവശ്യം ഭൂമിയെ പ്രദക്ഷിണം ചെയ്യുന്നതിന് വേണ്ടി വരുന്ന സമയം 90 മിനിറ്റായിരുന്നു. ഭൂമിയെച്ചുറ്റിയുള്ള നിരവധി ബഹിരാകാശ പേടകങ്ങളുടെയും ഹബ്ബിൾ ടെലിസ്കോപ്പിന്റെയും ഏതാനും ഗോളാന്തര ഗവേഷണോപകരണങ്ങളുടെയും വിക്ഷേപണം, ബഹിരാകാശത്തെ അടിസ്ഥാനമാക്കിയുള്ള ശാസ്ത്രീയ പരീക്ഷണങ്ങൾ, റഷ്യയുടെ മിർ സ്പേസ് സ്റ്റേഷനുമായി സഹകരിച്ചുള്ള പഠനങ്ങൾ, ബഹിരാകാശത്തുവച്ച് ഇന്റർനാഷണൽ സ്പേസ് സ്റ്റേഷന്റെ മൊഡ്യൂളുകളുടെ ഘട്ടം ഘട്ടമായുള്ള സംയോജനം എന്നിങ്ങനെ ബഹിരാകാശ രംഗത്തു നിരവധി വൻ കാര്യങ്ങൾ സ്പേസ് ഷട്ടിലുകളുടെ സഹായത്തോടെ സാധിച്ചിട്ടുണ്ട്. സ്പേസ് ഷട്ടിൽ റഷ്യയുടെ മിർ സ്പേസ് സ്റ്റേഷനുമായി 9 പ്രാവശ്യം ഡോക്ക് ചെയ്യുകയും ഇന്റർ നാഷണൽ സ്പേസ് സ്റ്റേഷൻ 37 പ്രാവശ്യം സന്ദർശിക്കുകയും ചെയ്തിരുന്നു. 1990

ഏപ്രിൽ 24 ന് സ്പേസ് ഷട്ടിൽ ഡിസ്കവറി (S T S 31) ഉപയോഗിച്ചായിരുന്നു ഹബ്ബിൾ ടെലിസ്കോപ്പിന്റെ വിക്ഷേപണം. സ്പേസ് ഷട്ടിൽ ഹബ്ബിൾ ടെലിസ്കോപ്പുമായി ബന്ധപ്പെട്ട സേവനങ്ങൾക്കായി കൈവരിച്ച പരമാവധി ഉയരം 560 കിലോമീറ്റർ (350 മൈൽ) ആയിരുന്നു.

എല്ലാ വിക്ഷേപങ്ങളും ഫ്ളോറിഡയിലെ കെന്നഡി സ്പേസ് സെന്ററിൽനിന്നുമായിരുന്നു. അതിൽ 78 എണ്ണം കെന്നഡി സ്പേസ് സെന്ററിലെ ലാൻഡിങ് സ്ഥലത്തും, 54 എണ്ണം കാലിഫോർണിയയിലെ എഡ്വേർഡ് എയർ ഫോഴ്സ് സെന്ററിലും ഒരെണ്ണം ന്യൂ മെക്സിക്കോയിലെ വൈറ്റ് സാൻഡ്സിലും സുരക്ഷിതമായി തിരിച്ചിറങ്ങി. രണ്ടെണ്ണം ശിഥിലമാക്കപ്പെട്ട് വൻനാശനഷ്ടത്തിൽ കലാശിച്ചു.

ദുരന്ത പര്യവസായിയായിത്തീർന്ന രണ്ട് സ്പേസ് ഷട്ടിൽ വിക്ഷേപണങ്ങൾ

സ്പേസ് ഷട്ടിൽ ചലഞ്ചറിന്റെ പത്താമത്തെ വിക്ഷേപണമായിരുന്നു 1986 ജനുവരി 28 ലെ STS- L 51. അഞ്ചു കോസ്മോനോട്ടുകളും രണ്ട് പേലോഡ് സ്പെഷ്യലിസ്റ്റുകളുമായി കേപ്പ് കാനവെറലിൽ നിന്നും ഉയർന്ന ചലഞ്ചർ, വിക്ഷേപണത്തെ തുടർന്ന് 73 സെക്കൻഡുകൾക്കു ശേഷം അതിദയനീയമായി പൊട്ടിത്തെറിച്ച് ശിഥിലമായി അറ്റ്ലാന്റിക്

ചിത്രം 35 – ചലഞ്ചർ വിക്ഷേപണ പ്ലാറ്റ്ഫോമിലേക്കു കൊണ്ടുപോകുന്നു

ചിത്രം 36 – കല്പന ചൗള ഉൾപ്പെടെ കൊളംബിയ
STS _ 107 ലെ അസ്ട്രോനോട്ടുകൾ

സമുദ്രത്തിൽ പതിച്ചു. ശിഥിലമാക്കപ്പെട്ട സ്പേസ് ഷട്ടിലിന്റെ ഭാഗങ്ങൾ സമുദ്രത്തിൽ ചിതറി വീണു. മൃതദേഹങ്ങൾ പലതും തിരിച്ചറിയാൻ പറ്റാത്തവണ്ണം വിരൂപമായും ചിന്നിച്ചിതറിയ നിലയിലുമായിരുന്നു. പരാജയത്തിന്റെ കാരണം മുൻകരുതലുകളില്ലാത്ത ചില ഡിസൈൻ തകരാറുകളായിരുന്നുവെന്ന് പിന്നീട് വ്യക്തമായി. ഖര ഇന്ധന റോക്കറ്റ് മോട്ടോറിലെ രണ്ട് ഖണ്ഡങ്ങൾ ഒരു ഗ്രൂവിൽ ഇറക്കിവച്ചിരുന്ന O റിങ്ങിന്റെ സഹായത്തോടെ വായുനിബദ്ധമായി (air tight) യോജിപ്പിച്ച് ഒരുക്കിനിറുത്തിയിരുന്നു. എന്നാൽ വിക്ഷേപണം നടന്നത് അതിശൈത്യമുള്ള കാലാവസ്ഥയിൽ ആയിരുന്നതിലാൽ O റിങ് സങ്കോചിച്ച് ജോയിന്റിൽ വിടവ് വരാൻ ഇടയായി. വിടവ് വന്ന ഭാഗത്തുകൂടി ജ്വലനസമയത്തെ തീ ഉള്ളിലേക്ക് പ്രവേശിച്ചതാണ് സ്ഫോടനത്തിന് കാരണമായിത്തീർന്നത്.

മറ്റൊരു വൻ ദുരന്തമായിരുന്നു കൊളംബിയയുടെ അവസാന ദൗത്യം പൂർത്തിയാകുന്ന അവസരത്തിൽ സംഭവിച്ചത്. കൊളംബിയ ഇതിനകം 27 വിക്ഷേപണങ്ങൾ വിജയകരമായി പൂർത്തിയാക്കിയിരുന്നു. 2003 ജനുവരി 16 ലെ ഇരുപത്തിയെട്ടാമത്തെ വിക്ഷേപണം ഇന്റർനാഷണൽ സ്പേസ് സ്റ്റേഷന്റെ നിർമ്മാണവുമായി ബന്ധപ്പെട്ടതായിരുന്നു. 16 ദിവസത്തെ ദൗത്യം പൂർത്തിയാക്കി തിരിച്ച് ഭൂമിയിലേക്കുള്ള

യാത്രയിൽ 2003 ഫെബ്രുവരി 1 ന് ഭൗമാന്തരീക്ഷത്തിൽ എത്തുമ്പോൾ ആയിരുന്നു ദുരന്തം സംഭവിച്ചത്. കൊളംബിയ ഭൗമാന്തരീക്ഷത്തിൽ പ്രവേശിച്ചപ്പോൾ അന്തരീക്ഷവുമായുള്ള ഘർഷണത്തിൽ ഷട്ടിലിന്റെ പുറമെയുള്ള ഇന്ധന ടാങ്കിന്റെ പുറത്തുനിന്നും ഒരു നല്ല ഭാഗം പൊളിയുറെതെൻ ഫോം അടർന്നുപോകുകയും അത് ഷട്ടിലിന്റെ ചിറകിൽ ഇടിച്ച് വിള്ളൽ സൃഷ്ടിക്കുകയും ചെയ്തു, അതുവഴി ചൂടുള്ള വായു അതിവേഗത്തിൽ ചിറകിൽ പ്രവേശിച്ചതുമൂലം ഷട്ടിൽ നിയന്ത്രണ വിധേയമല്ലാതാവുകയും പൊട്ടിത്തകരുകയും ചെയ്തുവെന്നാണ് ഇത് സംബന്ധിച്ച അന്വേഷണ സംഘം കണ്ടെത്തിയത്. ലാൻഡ് ചെയ്യുന്നതിനായി ടെക്സാസ് സംസ്ഥാനത്തിന്റെ മുകളിലൂടെ പറക്കുമ്പോളായിരുന്നു അപകടം സംഭവിച്ചത്. ഇന്ത്യൻ വംശജയായിരുന്ന കല്പന ചൗള ഉൾപ്പെടെ ഏഴു അസ്ട്രോനോട്ടുകൾ മൃതിയടഞ്ഞു. മൃതശരീരങ്ങളും ഷട്ടിലിന്റെ ഛിന്നഭിന്നമാക്കപ്പെട്ട ഭാഗങ്ങളും ടെക്സാസ് സ്ഥാനത്തിൽ അങ്ങിങ്ങായി ചിതറി വീണു. വൻ പരാജയങ്ങളുടെ പശ്ചാത്തലത്തിൽ സ്പേസ് ഷട്ടിലിന്റെ പ്രവർത്തനം 2011 ൽ അമേരിക്ക നിർത്തിവച്ചു. തുടർന്ന് ഇന്റർനാഷണൽ സ്പേസ് സ്റ്റേഷനിലേക്കുള്ള യാത്രകൾക്ക് സോയൂസ് വാഹനങ്ങളെയാണ് 2020 വരെ അമേരിക്ക ഉപയോഗപ്പെടുത്തിയത്.

ചിത്രം 37 – സോളാർ പാനലിന്റെ റിപ്പയറിനുവേണ്ടി സ്പേസ് വാക് (EVA) നടത്തുന്ന സ്പേസ് ഷട്ടിൽ SS 120 യിലെ അസ്ട്രോനോട്ട്

ബഹിരാകാശത്തെ വാസഗൃഹങ്ങൾ (orbital space stations)

ഓർബിറ്റൽ സ്പേസ് സ്റ്റേഷനുകൾ എന്ന പദത്തിന് സമാനമായി ബഹിരാകാശ നിലയമെന്ന പദം മലയാളഭാഷയിൽ സാധാരണ അർത്ഥത്തിൽ പ്രയോഗിക്കുന്നു. ബഹിരാകാശത്തിലെ വാസഗൃഹങ്ങൾ എന്നത് പുതുമയുള്ള ഒരു പദപ്രയോഗമാണെങ്കിലും ആശയം വ്യക്തമാണെന്നു കരുതട്ടെ.

ദീർഘകാലം അസ്ട്രോനോട്ടുകൾക്കു താമസിച്ച് പരീക്ഷണ നിരീക്ഷണങ്ങൾ നടത്തുന്നതിനുള്ള സംവിധാനങ്ങളോടുകൂടിയ കൃത്രിമ ഉപഗ്രഹങ്ങളെയാണ് ഓർബിറ്റൽ സ്പേസ് സ്റ്റേഷനുകൾ എന്ന് പറയുന്നത്. ഈ സ്പേസ് സ്റ്റേഷനുകളിൽ മറ്റു ബഹിരാകാശ നൗകകളുമായി ഡോക് ചെയ്യുന്നതിനുള്ള (ഘടിപ്പിക്കുന്നതിനുള്ള) സംവിധാനങ്ങളുണ്ടായിരിക്കും. അത് വഴി അസ്ട്രോനോട്ടുകൾക്കു സ്പേസ് സ്റ്റേഷനിൽ പ്രവേശിക്കുന്നതിനും തിരിച്ചു പോകുന്നതിനും സൗകര്യമുണ്ടായിരിക്കും. ഇവിടെ കൃത്രിമ ഉപഗ്രഹങ്ങൾ മനുഷ്യന്റെ ബഹിരാകാശത്തിലെ വാസഗൃഹങ്ങളായി പരിണമിക്കുന്നു.

സ്പേസ് സ്റ്റേഷനുകൾ നിർമ്മിച്ചിരിക്കുന്നത് ബലമുള്ള അലുമിനിയം അലോയ് കൊണ്ടോ, അലുമിനൈസ് ചെയ്ത പോളി ഇമൈഡ് കൊണ്ടോ, കെവ്ലാർ പോലുള്ള ബലമുള്ള പോളിമെറുകൾ കൊണ്ടോ ആയിരിക്കും. റഷ്യയുടെ സല്യൂട്ട്- 1, സല്യൂട്ട് – 2 ഇവ രണ്ടും പ്രദക്ഷിണ വലയത്തിൽ എത്തിയെങ്കിലും പൂർണ്ണ വിജയം കൈവരിച്ചില്ല അമേരിക്കയുടെ സ്കൈ ലാബ്, റഷ്യയുടെ സല്യൂട്ട്–3, സല്യൂട്ട്–4, സല്യൂട്ട്- 5, സല്യൂട്ട്–6. സല്യൂട്ട്–7, റഷ്യയുടെ മിർ, ചൈനയുടെ ട്യാങ് ഗോങ്- 1. ട്യാങ് ഗോങ്- 2, ഇന്റർനാഷണൽ സ്പേസ് സ്റ്റേഷൻ ഇവയാണ് വിദൂരമല്ലാത്ത/

ഭൂമിക്കടുത്ത സഞ്ചാരപഥത്തിൽ (low earth orbit) ഇതുവരെ വിക്ഷേപിക്കപ്പെട്ടിട്ടുള്ള പ്രാധാന്യമർഹിക്കുന്ന സ്പേസ് സ്റ്റേഷനുകൾ. ഇവയിൽ ഇന്നും പ്രവർത്തനനിരതമായിട്ടുള്ളത് ഇന്റർനാഷണൽ സ്പേസ് സ്റ്റേഷൻ മാത്രമാണ്.

റഷ്യയുടെ സല്യൂട്ട് 1

ആയിരത്തിത്തൊള്ളായിരത്തി അറുപതുകളിൽ നിലനിന്ന അമേരിക്കൻ - റഷ്യൻ ശീതസമര കാലത്തു മിലിറ്ററി ആവശ്യങ്ങൾക്കുവേണ്ടി റഷ്യ രൂപപ്പെടുത്തിയ ബഹിരാകാശ നിലയമായിരുന്നു അല്മാസ് (almaz). മുഖ്യമായും അല്മാസ് സ്പേസ് സ്റ്റേഷന്റെ ഫ്രെയിം ഉപയോഗപ്പെടുത്തിയായിരുന്നു സല്യൂട്ട് ബഹിരാകാശ നിലയം പിന്നീട് രൂപപ്പെടുത്തിയത്. 1970 ൽ ആയിരുന്നു സല്യൂട്ട് 1 ന്റെ നിർമ്മാണം ആരംഭിച്ചത്. വിവിധ ഭാഗങ്ങൾ ബൈക്കോനോർ കോസ്മോഡ്രോമിൽ എത്തിച്ച് ലംബമായി നിർത്തി സംയോജിപ്പിക്കുകയാണു ചെയ്തത്. സോയൂസ് ബഹിരാകാശ പേടകത്തിന്റെ നിർമ്മാണത്തിന് സാരഥ്യം വഹിച്ച കെരിം കെരിമോവ് ആയിരുന്നു സല്യൂട്ട് പ്രോഗ്രാമിന്റെ മുഖ്യ സംഘാടകൻ.

1971 ഏപ്രിൽ 19 ൽ റഷ്യ വിക്ഷേപിച്ച സല്യൂട്ട് - 1 ആയിരുന്നു ലോകത്തിലെ ആദ്യ ബഹിരാകാശ നിലയം. യൂറിഗഗാറിന്റെ പ്രഥമ ബഹിരാകാശ യാത്രയുടെ പത്താം വാർഷികമെന്നനിലയിൽ 1971 ഏപ്രിൽ 12 ന് വിക്ഷേപിക്കാനായിരുന്നു ക്രമീകരണങ്ങൾ ചെയ്തത്. എന്നാൽ ചില സാങ്കേതിക കാരണങ്ങളാൽ 1971 ഏപ്രിൽ 19 വരേക്കും വിക്ഷേപണം നീട്ടിവയ്ക്കേണ്ടി വന്നു. സല്യൂട്ട് 1 ന് 18,425 കിലോഗ്രാം തൂക്കവും 20 മീറ്റർ നീളവും 4 മീറ്റർ വീതിയും 99 ക്യുബിക് മീറ്റർ വ്യാപ്തവും ഉണ്ടായിരുന്നു. സല്യൂട്ട് - 1 ൽ കോസ്മോനോട്ടുകൾക്കുവേണ്ടി വായുമർദ്ദമുള്ള മനുഷ്യവാസയോഗ്യമായ 3 കംപാർട്ട്മെന്റുകളും കൂടാതെ എഞ്ചിൻ കമ്പാർട്ടുമെന്റും ഉണ്ടായിരുന്നു. സല്യൂട്ടിന്റെ ഇരുവശത്തും രണ്ടു ചിറകുകൾപോലെ സോളാർ പാനലുകൾ വിന്യസിപ്പിച്ചിരുന്നു. രഹസ്യ സ്വഭാവം മറച്ചു പിടിക്കാൻ സല്യൂട്ട് - 1

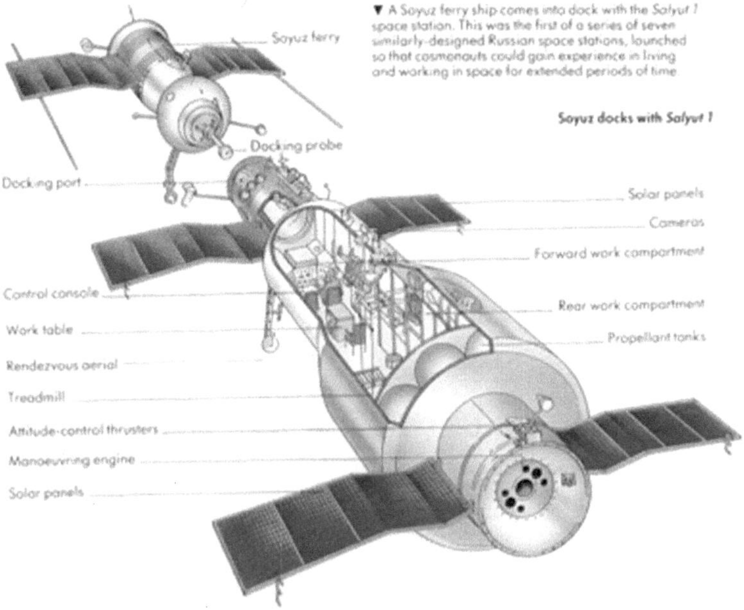

ചിത്രം 38 – റഷ്യയുടെയും ലോകത്തേയും ആദ്യത്തെ ബഹിരാകാശ നിലയം സല്യൂട്ട് – 1 ന്റെ ഘടന

എന്ന് പേര് നല്കിയിരുന്നെങ്കിലും രഹസ്യ സ്വഭാവമുള്ള ഭൗമനിരീക്ഷണങ്ങളായിരുന്നു സല്യൂട്ടിലൂടെ നടന്നിരുന്നത്.

പ്രോട്ടോൺ റോക്കറ്റ് ഉപയോഗിച്ചായിരുന്നു കോസ്മോനോട്ടുകളെ കൂടാതെയുള്ള സല്യൂട്ട് – 1 ന്റെ വിക്ഷേപണം.

സോയൂസ് 10

ലോകത്തിലെ ആദ്യത്തെ സ്പേസ് സ്റ്റേഷനായിരുന്ന സല്യൂട്ട് 1 ലേക്ക് വിക്ഷേപിക്കപ്പെട്ട ആദ്യത്തെ ബഹിരാകാശ പേടകമായിരുന്നു സോയൂസ് 10. സല്യൂട്ട് 1 വിക്ഷേപിക്കപ്പെട്ട് രണ്ടു ദിവസങ്ങൾക്കുശേഷം, 1971 ഏപ്രിൽ 22 ന് ഗ്രീൻവിച്ച് സമയം 23: 54 : 06 ന് ബൈക്കോനൂർ വിക്ഷേപണ കേന്ദ്രത്തിൽനിന്നും സോയൂസ് 10 വിക്ഷേപിക്കപ്പെട്ടു. വ്ളാഡിമിർ ഷാറ്റലോവ് (Vladimir Shatalov), അലക്സി യെലിസ്സെയേവ് (Alexiy Elisleyev), നിക്കോളായ് റുകാവ്ഷ്നിക്കോവ് (Nikolai Rukavshnikov) എന്നിവരായിരുന്നു കോസ്മോനോട്ടുകൾ. ഷട്ടലോവ് ഇതിനു മുൻപ് സോയൂസ് 4 ലും സോയൂസ് 8 ലും ബഹിരാകാശ യാത്ര നടത്തിയിരുന്നു. 208 കിലോമീറ്റർ പെരിജി 246 കിലോമീറ്റർ അപോജി പ്രദക്ഷിണ വലയത്തിൽ 51.6 ഡിഗ്രി ഇൻക്ലിനേഷൻ ആംഗിളിൽ വിക്ഷേപിക്കപ്പെട്ട പേടകം (സോയൂസ് 10) ഏപ്രിൽ 24 ന് ഗ്രീൻവിച്ച് സമയം 01:47 മണിക്ക് സല്യൂട്ട് 1 സ്പേസ് സ്റ്റേഷനുമായി സോഫ്റ്റ് ഡോക് ചെയ്തു. ഇനിയും ഹാർഡ് ഡോക് ചെയ്തെങ്കിൽ മാത്രമേ കോസ്മോനോട്ടുകൾക്കു പേടകത്തിൽ പ്രവേശിക്കുവാൻ സാധിക്കുകയുള്ളു. കോസ്മോനോട്ടുകൾക്കു പ്രവേശിക്കത്തക്കവണ്ണം വായു നിബദ്ധമായി സ്പേസ് സ്റ്റേഷന്റെ പോർട്ടുമായി പേടകത്തെ ചേർത്ത് ബന്ധിപ്പിക്കുന്നതിനെയാണ് ഹാർഡ് ഡോക്ക് എന്നുപറയുന്നത്. ഈ അവസരത്തിൽ പേടകത്തിലും സ്പേസ് സ്റ്റേഷനിലും തുല്യ മർദ്ദത്തിൽ വായു നിറച്ചിരിക്കും. ഹാർഡ് ഡോക്കിങ് ചെയ്യുന്നതിന് പല ശ്രമങ്ങളും നടത്തിയെങ്കിലും സാധിക്കാതെ പോയി. ഈ ഉദ്യമത്തിൽ പേടകത്തിലെ ഇന്ധനവും ഏറെ നഷ്ടമായി. കോസ്മോനോട്ടുകൾക്കു 30 ദിവസം സല്യൂട്ടിൽ താമസിക്കുന്നതിനുള്ള ക്രമീകരണങ്ങൾ സ്പേസ്

സ്റ്റേഷനിൽ കരുതിയിരുന്നു.

ചെറിയ ജെറ്റുകൾ പ്രവർത്തിപ്പിച്ച് പോർട്ടുകളെ ശരിയാംവണ്ണം ചേരുംപടി ചേർക്കാൻ സാധിക്കാതെ വന്ന സാഹചര്യത്തിൽ ശ്രമം ഉപേക്ഷിക്കാൻ കൺട്രോൾ സെന്ററുമായി ആലോചിച്ചു തീരുമാനമെടുത്തു, എന്നാൽ സോഫ്റ്റ് ലോക്കിൽ ചേർന്ന് നില്ക്കുന്ന പേടകത്തെ വിഘടിച്ചു മാറ്റുന്നതും പ്രശ്നമായി. പേടകം ബഹിരാകാശത്തു വിഘടിപ്പിക്കപ്പെടാതെ തങ്ങിനിന്നാലത്തെ അവസ്ഥ എന്തായിരിക്കും! അവസാനം സർക്യൂട്ട് ബ്രേക്കർ ഉപയോഗിച്ച് താല്ക്കാലികമായി പേടകത്തിലെ വൈദ്യുതി വിച്ഛേദിച്ച് സോയൂസ് 10 നെ വേർപെടുത്തി.

എത്രയും വേഗത്തിൽ റിട്രോ റോക്കറ്റുകൾ പ്രവർത്തിപ്പിച്ച് ഡിഓർബിറ്റ് ചെയ്ത് ഭൂമിയിലേക്ക് തിരിച്ചു. യാത്രാമദ്ധ്യേ പേടകത്തിനുള്ളിൽ നിന്നുതന്നെ വിഷവാതകം ശ്വസിക്കാനിടയായതുമൂലം റുകാവിഷ്നിക്കോവിന് ശ്വാസതടസ്സം നേരിട്ടു. എങ്കിലും ഏപ്രിൽ 24 ഗ്രീൻവിച്ച് സമയം 23:40 ന് മൂന്നുപേരും പേടകത്തിൽ സുരക്ഷിതരായി കസാഖ്സ്ഥാനിയിലെ കരഗാണ്ടയിൽ തിരിച്ചിറങ്ങി. കോസ്മോനോട്ടുകൾ ബഹിരാകാശത്തു ചെലവഴിച്ച സമയം 1 ദിവസം 23 മണിക്കൂർ 45 മിനിറ്റ് 54 സെക്കൻഡ് ആയിരുന്നു.

ഡോക്കിങ് സംവിധാനത്തിനും ഓട്ടോമാറ്റിക് കൺട്രോൾ സിസ്റ്റത്തിനും അടുത്ത വിക്ഷേപണത്തിന് ആവശ്യമായ മാറ്റങ്ങൾ വരുത്തുവാൻ അനുഭവത്തിന്റെ വെളിച്ചത്തിൽ സാധിച്ചു. എങ്കിലും സോയൂസ് 11 ന്റെ പ്രവർത്തനം മറ്റൊരു ദുരന്തനാടകമായിരുന്നു.

സോയൂസ് 11

സോയൂസ് 10 നു ശേഷം സല്യൂട്ട് - 1 ലേക്കുള്ള അടുത്ത സോയൂസ് വിക്ഷേപണം (സോയൂസ് 11) 1971 ജൂൺ 6 ന് ഗ്രീൻവിച്ച് മീൻ സമയം 04:55:09 ന് ആയിരുന്നു. ജോർജി ഡോബറോവോൾസ്കി (Georgy Dobrovolsky), വ്ളാഡിസ്ലാവ് വോൾക്കോവ്(Vladislav Volkov), വിക്റ്റർ പറ്റ്സായെവ് (Viktor Patsayev) എന്നിവരായിരുന്നു കോസ്മോനോട്ടുകൾ. സോയൂസ് 11 ന്റെ ഭാരം 6565 കിലോഗ്രാം ആയിരുന്നു. 51.6 ഡിഗ്രി ഇൻക്ലിനേഷൻ ആംഗിളിൽ ആയിരുന്നു വിക്ഷേപണം നടന്നത്.

സോയൂസ് 11 സല്യൂട്ടിനോട് 6 –7 കിലോമീറ്റർ അടുത്തെത്തിയപ്പോൾ ഓട്ടോമാറ്റിക് സംവിധാനം നിയന്ത്രണമേറ്റെടുക്കുകയും രണ്ടു പേടകങ്ങൾ തമ്മിലുള്ള അകലം സാവകാശം 9 മീറ്ററായും വേഗതയിലുള്ള വ്യത്യാസം 0.2 മീറ്ററായും ക്രമീകരിക്കുകയും ചെയ്തു. അവസാന ഘട്ടത്തിൽ മാന്വൽ ഡോക്കിങ്ങിലൂടെ സല്യൂട്ടും സോയൂസുമായി പൂർണ്ണമായി ഘടിപ്പിക്കുകയും. ഇലക്ട്രിക്കൽ, ഹൈഡ്രോളിക് കണക്ഷനുകൾ ഭദ്രമാക്കുകയും ചെയ്തു. രണ്ടു പേടകങ്ങളിലെയും അന്തരീക്ഷ മർദ്ദം തുല്യമാക്കിയതിനു ശേഷമായിരുന്നു കോസ്മോനോട്ടുകൾ വിജയകരമായി സല്യൂട്ടിൽ പ്രവേശിച്ചത്. സോയൂസ് 11 എന്ന സ്പേസ് ക്രാഫ്റ്റ് മൂന്നു കോസ്മോനോട്ടുകളുമായി ഭൂമിയിൽ നിന്നും വിക്ഷേപിക്കപ്പെട്ട് 3 മണിക്കൂർ 19 മിനിറ്റിശേഷം സല്യൂട്ട് 1 മായി ഡോക് ചെയ്തതിനെത്തുടർന്ന് കോസ്മോനോട്ടുകൾ അനായാസം ബഹിരാകാശ നിലയത്തിൽ പ്രവേശിച്ച് ചരിത്രത്തിൽ ഇടം നേടി. അവർ സല്യൂട്ടിൽ ആയിരുന്ന മൂന്നാഴ്ചക്കാലത്തിനുള്ളിൽ സ്പേസ് സ്റ്റേഷൻ 163 കിലോമീറ്റർ പെരിജി 267 കിലോമീറ്റർ അപോജി ഓർബിറ്റിൽ 383

പ്രാവശ്യം ഭൂമിയെ പ്രദക്ഷിണം ചെയ്തിരുന്നു. അതിൽ 18 പ്രദക്ഷിണം ഡോക്കിങ്ങിനു മുൻപും 362 എണ്ണം ഡോക്കിങ്ങിനു ശേഷവും 3 എണ്ണം പേടകങ്ങൾ തമ്മിൽ വിഘടിച്ചതിനു ശേഷവുമായിരുന്നു. ഇതിനിടയിൽ അവിചാരിതമായി ജൂൺ 16 നു സ്പേസ് ക്രാഫ്റ്റിൽ ഒരിടത്ത് പുക വമിക്കുന്നത് കണ്ടെത്തി. താല്ക്കാലികമായി അവർ സല്യൂട്ട് 1 ൽനിന്നും സോയൂസിലേക്കു മാറി. പുകയുണ്ടായ യൂണിറ്റ് സ്വിച്ച് ഓഫ് ചെയ്ത് പ്രശ്നം പരിഹരിച്ചു. ദൗത്യം പൂർത്തിയാക്കി ജൂൺ 29 ന് സോയൂസ് 11 ൽ ഭൂമിയിലേക്കുള്ള മടക്കയാത്ര ആരംഭിച്ചു. കോസ്മോനോട്ടുകൾ ഈ അവസരത്തിൽ സ്പേസ് സൂട്ട് ധരിച്ചിരുന്നില്ല. മനുഷ്യന്റെ ബഹിരാകാശ യാത്രയിലെ ഇതഃപര്യന്തമുള്ള ദീർഘകാല റിക്കാർഡ് ആയിരുന്നു ഇവരുടെ ഈ ബഹിരാകാശവാസം.

23 ദിവസത്തെ ബഹിരാകാശ വാസത്തിനു ശേഷം കോസ്മോനോട്ടുകളുമായി ബൈക്കോനോർ കോസ്മോഡ്രോമിൽ സോയൂസ് 11 സാധാരണ നിലയിൽ തിരിച്ചിറങ്ങി. മിഷൻ റിക്കവറി ടീം ക്യാപ്സൂളിൽ തട്ടി വിളിച്ചു. പ്രതികരണം ഒന്നുമുണ്ടായില്ല. രക്ഷാപ്രവർത്തകർ കോസ്മോനോട്ടുകളുടെ ക്യാപ്സൂൾ തുറന്നപ്പോൾ മൂന്നുപേരും മരിച്ചിരിക്കുന്നതായി കാണപ്പെട്ടു. മൂന്നു പേരുടെയും മൂക്കിൽനിന്നും ചെവിയിൽനിന്നും രക്തം ശ്രവിച്ചിരുന്നു. മുഖം നീലച്ചും കരുവാളിച്ചും ഇരുന്നു. മരിച്ചവരിൽ ഒരാളുടെ ദേഹത്തിനു ചെറിയ ചൂടുണ്ടായിരുന്നു. പ്രഥമ

*ചിത്രം 39 – ജോർജി ഡോബറോവോൾസ്കി,
വ്ളാഡിസ്ലാവ് വോൾക്കോവ് &, വിക്റ്റർ പറ്റ്സായെവ്*

ശുശ്രൂഷ നല്കിയെങ്കിലും പ്രയോജനമുണ്ടായില്ല. ബഹിരാകാശത്തുവച്ച് പേടകം വായുവിമുക്തമായതുമൂലം മൂന്ന് പേരും ശ്വാസം ലഭിക്കാതെ അതിവേഗം മരണപ്പെടുകയാണുണ്ടായത്. അപകടമരണങ്ങൾ പല വിധത്തിലും സംഭവിക്കാം. എന്നാൽ ഇത് ഒരൊറ്റപ്പെട്ട സംഭവം തന്നെയായിരുന്നു. ഈ ദാരുണ സംഭവം റഷ്യൻ ജനതയെ ആകെ ദുഃഖത്തിലാക്കി.

അപകടത്തെക്കുറിച്ചു വിശദമായ പഠനങ്ങൾ നടന്നു. സോയൂസ് 11 സർവീസ് മൊഡ്യൂളിൽനിന്നും വിഘടിപ്പിക്കുന്നതിനായി രണ്ടു എക്സ്പ്ലോസീവ് ബോൾട്ടുകൾ ഒന്നിന് പിറകെ ഒന്നായി പ്രവർത്തിപ്പിക്കണമായിരുന്നു. എന്നാൽ ഫലത്തിൽ രണ്ടു സ്ഫോടക ബോൾട്ടുകളും ഒരേ സമയം പ്രവർത്തിച്ചതിലുണ്ടായ ജെർക്കുമൂലം ഒരു വെന്റിലേറ്റർ വാൽവിന് ഇളക്കം സംഭവിക്കുകയും 168 കിലോമീറ്റർ ഉയരത്തിൽ വച്ച് ക്യാബിനിൽനിന്നും വായു പൂർണ്ണമായും നഷ്ടപ്പെട്ട് പേടകം ശൂന്യമായി തീരുകയും ചെയ്തതായി പഠനങ്ങൾ വ്യക്തമാക്കി.

അടിക്കുറിപ്പ്

സോയൂസ് എന്ന വാക്കിനു ഐക്യം (Union) എന്നാണ് അർത്ഥം. തുടർന്നുള്ള സോയൂസ് പ്രോഗ്രാമുകളെ കുറ്റമറ്റതാക്കിത്തീർക്കാൻ റഷ്യക്ക് സാധിച്ചു. ലോകത്തിൽ ഏറ്റവുമധികം ഉപയോഗപ്പെട്ടിട്ടുള്ള ബഹിരാകാശ വാഹനമാണ് സോയൂസ്. ഇതിന്റെ പല മോഡലുകളും (variants) സന്ദർഭാനുസരണം മാറ്റി ഇതിനകം 1700 ൽ അധികം വിക്ഷേപണങ്ങൾക്കു സോയൂസ് റോക്കറ്റ് ഉപയോഗപ്പെടുത്തിയിട്ടുണ്ട്. സോയൂസ് ബഹിരാകാശ പേടകങ്ങൾ ബഹിരാകാശത്തു വിക്ഷേപിക്കുന്നതിനു സോയൂസ് റോക്കറ്റുകൾ രൂപകല്പന ചെയ്തിരുന്നു. റഷ്യയിലെ കൊറോലെവ് ഡിസൈൻ ബ്യൂറോ ആണ് സ്പേസ് ക്രാഫ്റ്റ് ഡിസൈൻ ചെയ്തത്. സോയൂസ് 7K, 7KOK, 7KT, 7K-TM എന്നിങ്ങനെ വ്യത്യസ്ത മോഡലിലുള്ള സ്പേസ് ക്രാഫ്റ്റുകൾ (വേരിയന്റുകൾ) അതാത് സന്ദർഭങ്ങളിലെ ഉപയോഗത്തിനായി റഷ്യ വികസിപ്പിച്ചിരുന്നു. ഇതിനകം 140 ൽ അധികം ബഹിരാകാശ പേടകങ്ങൾ സോയൂസ് റോക്കറ്റുകളുടെ സഹായത്തോടെ ഖസാക്കിസ്ഥാനിലെ ബൈക്കൊന്നൂർ ബഹിരാകാശ കേന്ദ്രത്തിൽ നിന്നും കോസ്മോനോട്ടുകളോടുകൂടി വിക്ഷേപിക്കപ്പെട്ടിട്ടുണ്ട്. പ്രാരംഭത്തിൽ റഷ്യയുടെ സല്യൂട്ട് സ്പേസ് സ്റ്റേഷനിലേക്കും, മിർ സ്പേസ് സ്റ്റേഷനിലേക്കും, കോസ്മോനോട്ടുകളെ അയക്കുന്നതിനും തിരിച്ചുകൊണ്ടുവരുന്നതിനും സോയൂസ് ബഹിരാകാശ പേടകങ്ങൾ ഉപയോഗപ്പെടുത്തിയിരുന്നു.

2011 ലെ സ്പേസ് ഷട്ടിലിന്റെ അവസാനത്തെ വിക്ഷേപണ പറക്കലിന് ശേഷം അസ്ട്രോനോട്ടുകളെ വഹിച്ചുകൊണ്ടുള്ള അമേരിക്കയുടെ സ്പേസ് തഫാൽക്കൺ 9 റോക്കറ്റിന്റെ 2020 ലെ പ്രഥമ വിക്ഷേപണം വരെയുള്ള പത്തു വർഷത്തോളം കാലത്തു ഇന്റർനാഷണൽ സ്പേസ് സ്റ്റേഷനിൽ അസ്ട്രോനോട്ടുകളെ എത്തിക്കുന്നതിനു അംഗീകാരമുള്ള ഒരേ ഒരു വിക്ഷേപണ വാഹനം റഷ്യയുടെ സോയൂസ് മാത്രമായിരുന്നു, താരതമ്യേന ചെലവ് കുറഞ്ഞതും ഏറെ സുരക്ഷിതത്വമുള്ളതുമായ ബഹിരാകാശ വാഹനമാണ് സോയൂസ്. റഷ്യയിലെ പ്രോഗ്രസ് സ്പേസ് സെന്റർ ആണ് ഇത്തരം റോക്കറ്റുകൾ നിർമ്മിക്കുന്നത്.

സോയൂസ് 11 ന്റെ ദുരന്തസംഭവത്തിന് ശേഷം സല്യൂട്ട് - 1 ന്റെ ഓർബിറ്റ് കുറഞ്ഞ ഉയരത്തിലേക്കു വ്യതിചലിക്കാതിരിക്കാൻ (to aviod orbit drift) മുൻകരുതലെന്നോണം 1971 ജൂലൈ - ആഗസ്ത് കാലത്തു ഉയർന്ന ഓർബിറ്റിലേക്കു ഉയർത്തുകയുണ്ടായി. വിക്ഷേപണത്തിന് 175 ദിവസങ്ങൾക്കു ശേഷം സല്യൂട്ട് 1 സ്പേസ് സ്റ്റേഷൻ ഓർബിറ്റിനു വെളിയിലായി. ദുരന്തത്തിന്റെ ആഘാതം റഷ്യയുടെ തുടർ പ്രവർത്തനങ്ങളെ മന്ദീഭവിപ്പിച്ചു. മറ്റൊരു ബഹിരാകാശ നിലയത്തിന്റെ വിക്ഷേപണം നടന്നത് അടുത്ത രണ്ടു വർഷങ്ങൾക്ക് ശേഷമാണ്.

മിർ സ്പേസ് സ്റ്റേഷന് മുൻപ് സല്യൂട്ട് എന്ന പേരിൽ 7 ബഹിരാകാശ നിലയങ്ങൾ 1970–1980 കാലഘട്ടങ്ങളിൽ റഷ്യ വിക്ഷേപിക്കുകയുണ്ടായി. ഈ കാലഘട്ടത്തിൽ സല്യൂട്ട് എന്ന പേരിലല്ലാതെ റഷ്യ നടത്തിയ രണ്ടു വിക്ഷേപണങ്ങളായിരുന്നു 2 DOS-2 4 ഉം കോസ്മോസ് 557 (DOS-3)ഉം.

പരാജയപ്പെട്ട സല്യൂട്ട് - 2 സ്പേസ് സ്റ്റേഷൻ

സല്യൂട്ട്– 2, സല്യൂട്ട്– 3, സല്യൂട്ട്– 5 ഇവ മൂന്നും മിലിറ്ററി ആവശ്യങ്ങൾക്കായുള്ള അൽമാസ് സ്റ്റേഷനുകൾ ആയിരുന്നു. അവയുടെ രഹസ്യ സ്വഭാവം മറച്ചു പിടിക്കുന്നതിന് സല്യൂട്ട് എന്ന് പേര് നല്കിയിരുന്നു. സല്യൂട്ട്– 2 ന് 14.55 മീറ്റർ നീളവും 4.5 മീറ്റർ വീതിയുമുണ്ടായിരുന്നു. അതിന്റെ വ്യാപ്തം 90 ക്യുബിക് മീറ്റർ ആയിരുന്നു. വിക്ഷേപണ സമയത്തു 18,950 കിലോഗ്രാം ഭാരമുണ്ടായിരുന്നു. 3210 വാട്ട്സ് സൗരോർജ്ജം ഉല്പാദിപ്പിക്കുന്നതിനുള്ള സോളാർ പാനലുകൾ പിൻഭാഗത്ത് ഉറപ്പിച്ചിരുന്നു. സോയൂസ് പേടകവുമായി ബന്ധിപ്പിക്കുന്നതിനും കോസ്മോനോട്ടുകൾക്കു പ്രവേശിക്കുന്നതിനുമുള്ള പോർട്ടും പിൻഭാഗത്ത് ഉണ്ടായിരുന്നു. മൂന്ന് സ്റ്റേജുള്ള പ്രോട്ടോൺ കെ റോക്കറ്റ് ഉപയോഗിച്ച് 1973 ഏപ്രിൽ 3 ന് ബൈക്കൊന്നൂർ കോസ്മോഡ്രോമിൽ നിന്നുമായിരുന്നു സല്യൂട്ട്– 2 ന്റെ വിക്ഷേപണം. ഏപ്രിൽ നാലാംതീയതി സല്യൂട്ട്– 2 സ്പേസ് സ്റ്റേഷനുമായി പ്രോട്ടോൺ കെ റോക്കറ്റ് 192 കിലോമീറ്റർ പെരിജി X 238 കിലോമീറ്റർ അപോജി ആയുള്ള ഓർബിറ്റിൽ എത്തിച്ചേർന്നു. യഥേഷ്ടം സ്പേസ് സ്റ്റേഷന്റെ ഗതി നിയന്ത്രിക്കുന്നതിനായി 32 ത്രസ്റ്ററുകളും രണ്ടു ചെറിയ എഞ്ചിനുകളും സ്പേസ് സ്റ്റേഷനിൽ ക്രമീകരിച്ചിരുന്നു. സ്പേസ് സ്റ്റേഷൻ പ്രദക്ഷിണ വലയത്തിൽ പ്രവേശിക്കുമ്പോൾ റോക്കറ്റിന്റെ മൂന്നാമത്തെ സ്റ്റേജ് സ്പേസ് സ്റ്റേഷനിൽനിന്നും വിഘടിച്ചിരുന്നില്ല. കോസ്മോനോട്ടുകൾ സ്പേസ് സ്റ്റേഷനിൽ എത്തിയിരുന്നുമില്ല.

വിക്ഷേപണത്തിന് 3 ദിവസങ്ങൾക്കു ശേഷം സ്പേസ് സ്റ്റേഷനിൽ നിന്നും വേർപെട്ട പ്രോട്ടോൺ റോക്കറ്റിന്റെ മൂന്നാമത്തെ സ്റ്റേജിൽ

ചിത്രം 40 – പ്രോട്ടോൺ കെ റോക്കറ്റ്

ഇന്ധന ടാങ്കുകളിൽ മർദ്ദ വ്യത്യാസം മൂലം സ്ഫോടനം സംഭവിച്ചു. സ്ഫോടനത്തിലുണ്ടായ കഷണങ്ങൾ (Debris) പ്രദക്ഷിണ വലയത്തിൽ സ്പേസ് സ്റ്റേഷന്റെ ദിശയിൽത്തന്നെ സഞ്ചരിച്ചുകൊണ്ടിരുന്നു. പത്തു ദിവസങ്ങൾക്കുശേഷം അവയിൽ ചിലതു സ്പേസ് സ്റ്റേഷനിൽ തന്നെ ചെന്നു ഇടിക്കുകയും സല്യൂട്ട് 2 ന് കേടുപാടുകൾ സംഭവിക്കുകയും സോളാർ പാനലുകൾ ശിഥിലമാക്കപ്പെടുകയും ചെയ്തു. അപകടം സംബന്ധിച്ച പ്രാഥമിക അപഗ്രഥനത്തിൽ ഇന്ധനം പ്രവഹിക്കുന്ന ലൈനിൽ ഒരു സ്ഫോടനം സംഭവിച്ചതാണ് കാരണമെന്ന് കണ്ടെത്തി. ഡെബ്രിസ് (നഷ്ടശിഷ്ടങ്ങൾ) സ്പേസ് സ്റ്റേഷനിൽ ഇടിച്ചുണ്ടായ കേടുപാടുകൾ പിന്നീട് ആണ് കണ്ടെത്തിയത്. സ്പേസ് സ്റ്റേഷന്റെ ശിഷ്ടഭാഗങ്ങൾ 1973 മെയ് 28 ന് ഭൗമാന്തരീക്ഷത്തിൽ പ്രവേശിച്ച് ശിഥിലമാക്കപ്പെട്ട് പസഫിക് സമുദ്രത്തിൽ പതിച്ചു

സോവിയറ്റ് റഷ്യയുടെ രണ്ടു സല്യൂട്ട് വിക്ഷേപണങ്ങൾ നിരാശ ജനകമായിരുന്നെങ്കിലും പരിശ്രമവും സ്ഥിരോത്സാഹവും വിജയത്തിലേക്കു നയിക്കുന്നതായി കാണാൻ സാധിക്കും.

അടിക്കുറിപ്പ്

പരാജയത്തെ തുടർന്ന് പ്രോട്ടോൺ റോക്കറ്റുകളെ കുറ്റമറ്റതാക്കി തീർക്കാൻ റഷ്യക്ക് സാധിച്ചു. ലോകത്തിലെ ഏറ്റവും ശക്തിയേറിയ കെമിക്കൽ റോക്കറ്റുകളുടെ ഗണത്തിൽപെടുത്താവുന്ന ദ്രവ ഇന്ധന റോക്കറ്റാണ് പ്രോട്ടോൺ കെ റോക്കറ്റുകൾ. ഇതിൽ അൺ സിമെട്രിക് ഡൈമീതൈൽ ഹൈഡ്രസീൻ ഇന്ധനമായും ഡൈനൈട്രജൻ ടെട്രോക്സൈഡ് ഓക്സിഡൈസറായും ഉപയോഗിക്കുന്നു. മൂന്നു ഘട്ടങ്ങളുള്ള റോക്കറ്റ് ആണ് പ്രോട്ടോൺ റോക്കറ്റ്. ആദ്യമായി 1965 ൽ ആയിരുന്നു റഷ്യ പ്രോട്ടോൺ റോക്കറ്റ് വിക്ഷേപിച്ചത്. പല വിക്ഷേപണങ്ങളിലായി പല വേരിയന്റുകൾ (മോഡലുകൾ) റഷ്യ ഉപയോഗപ്പെ

ടുത്തിയിട്ടുണ്ട്. പ്രോട്ടോൺ കെ റോക്കറ്റിന്റെ നീളം 54 മീറ്റർ; ഡയമീറ്റർ 7.4 മീറ്റർ; ഭാരം 6,93,870 കിലോഗ്രാം. (നമ്മുടെ ജി എസ് എൽ വി മാർക് –3 യുടെ ഭാരത്തിലധികംവരും) ജിയോ സിങ്കണൈസ് ഓർബിറ്റിൽ 5.5 ടൺ ഉപഗ്രഹം വിക്ഷേപിക്കാൻ സാധിക്കും. ലോ എർത്ത് ഓർബിറ്റിൽ 51.6 ഡിഗ്രി ഇൻക്ലിനേഷൻ ആംഗിളിൽ 22 ടൺ ഭാരം ഇന്റർനാഷണൽ സ്പേസ് സ്റ്റേഷനിൽ എത്തിക്കാൻ ഉപയോഗിച്ചിരുന്നു. പ്രോട്ടോൺ കെ റോക്കറ്റിന്റെയും പരിഷ്കരിച്ച മോഡൽ ആണ് പ്രോട്ടോൺ M റോക്കറ്റ്.

റഷ്യയുടെ സല്യൂട്ട്-3

സല്യൂട്ട്-3 അഥവാ അല്മാസ് 2 ആയിരുന്നു റഷ്യ വിക്ഷേപിച്ച മൂന്നാമത്തെ സ്പേസ് സ്റ്റേഷൻ. 25.06.1974 ൽ ആയിരുന്നു പ്രോട്ടോൺ കെ റോക്കറ്റ് ഉപയോഗിച്ചുള്ള സല്യൂട്ട് 3 ന്റെ വിക്ഷേപണം. 219 കിലോമീറ്റർ പെരിജി X 270 കിലോമീറ്റർ അപോജി ഓർബിറ്റിൽ ആയിരുന്നു കോസ്മോനോട്ടുകളെ കൂടാതെയുള്ള സല്യൂട്ട് 3 യുടെ വിക്ഷേപണം നടന്നത്. സല്യൂട്ടിന്റെ വിക്ഷേപണത്തിന് ഒരാഴ്ചയ്ക്കുശേഷം ജൂലൈ നാലിന് സോയൂസ് 14 സ്പേസ് ക്രാഫ്റ്റിൽ എത്തിച്ചേർന്ന കമാൻഡർ പാവൽ പൊപോവിച്ച്, ഫ്ളൈറ്റ് എഞ്ചിനീയർ യൂറി അർടുകിൻ എന്ന രണ്ടു കോസ്മോനോട്ടുകൾ സല്യൂട്ട് 3 മായി ഡോക് ചെയ്തു. ആദ്യമായി വിജയം കൈവരിച്ച ബഹിരാകാശ നിലയം സല്യൂട്ട് 3 ആയിരുന്നു. എങ്കിലും അതിന്റെ ഡിസൈൻ, നിർമ്മാണം, പ്രവർത്തനങ്ങൾ ഈവക കാര്യങ്ങൾ ഒന്നുംതന്നെ വെളിപ്പെടുത്താൻ റഷ്യ തയ്യാറായില്ല. അവസാനമായി എത്തിച്ചേർന്ന പ്രദക്ഷിണ വലയം 268 കിലോമീറ്റർ X 272 കിലോമീറ്റർ ആയിരുന്നുവെന്നു നാസ കണ്ടെത്തി.

സല്യൂട്ട്-3 ൽ ഒരു ആന്റി എയർ ലോക് ചേംബർ, ഒരു ഡയമീറ്റർ കൂടിയ വർക് ചേംബർ, ഡയമീറ്റർ കുറഞ്ഞ ലിവിങ് കമ്പാർട്ട്മെന്റ് - ഇവയ്ക്കെല്ലാമായി 90 ക്യുബിക് മീറ്റർ വ്യാപ്തമുണ്ടായിരുന്നു. 3.9 കിലോന്യൂട്ടൻ (400 Kg. Force) ശക്തിയുള്ള രണ്ടു എഞ്ചിനുകൾ, ഒരു ഡോക്കിങ് പോർട്ട് ഇവയെല്ലാമുൾപ്പെടെ സ്പേസ് സ്റ്റേഷന്റെ മൊത്തം ഭാരം 18950 കിലോഗ്രാം ആയിരുന്നു. സ്പേസ് സ്റ്റേഷനിൽ ഷവർ, നിന്നുകൊണ്ട് ഉറങ്ങുന്നതിനുള്ള സ്ലീപ്പിങ് സ്റ്റേഷൻ, മടക്കാവുന്ന ബെഡ് ഇവയെല്ലാമുണ്ടായിരുന്നു. എക്സെർസൈസ് സ്യൂട്ട്, ട്രെഡ് മിൽ, മാഗ്നെറ്റിക് ചെസ്, കാസറ്റ് ടേപ്പ് ഇവയെല്ലാം സല്യൂട്ടിലെ

ഉപയോഗത്തിനും വിനോദത്തിനുമുള്ള ഉപകരണങ്ങളായിരുന്നു. പ്രത്യേക തരത്തിലുള്ള 23 എം എം ബോർ സൈസുള്ള തോക്ക് സല്യൂട്ട്– 3 ൽ ഉണ്ടായിരുന്നതായി സ്റ്റേഷൻ കമാൻണ്ടർ പോപ്പോവിച്ച് രേഖപ്പെടുത്തി യിട്ടുണ്ട്.

ഭൗമ നിരീക്ഷണത്തിനുള്ള മൾട്ടിപ്പിൾ എർത്ത് ഒബ്സർവേഷൻ ക്യാമറയുണ്ടായിരുന്നതായി മറ്റു ചില കേന്ദ്രങ്ങളിൽനിന്നും അറിവ് ലഭിച്ചിരുന്നു. ഈ ക്യാമറ ഉപയോഗിച്ച് മിലിറ്ററി ആവശ്യങ്ങൾക്കായി 15 ദിവസത്തിനുള്ളിൽ ഭൂമിയുടെ വിവിധ ഭാഗങ്ങളുടെ ക്ലോസ് അപ്പ് ചിത്രങ്ങൾ എടുത്തിരുന്നു. ചിത്രങ്ങൾ ഉൾക്കൊള്ളുന്ന ഫിലിം തിരിച്ചു വരുന്നതിനുള്ള സ്പേസ് ക്രാഫ്റ്റിൽ സുരക്ഷിതമായി നിക്ഷേപിച്ചു. ജൂലൈ 19 ന് അൺഡോക് ചെയ്ത് സല്യൂട്ടിൽനിന്നും പുറപ്പെട്ട് കോസ് മോനോട്ടുകൾ കോസ്മോഡ്രോമിൽ സുരക്ഷിതമായി ഇറങ്ങി.

സല്യൂട്ട് 3 ലേക്കുള്ള അടുത്ത യാത്ര സോയൂസ് 15 സ്പേസ് ക്രാഫ് റ്റിൽ ആയിരുന്നു. സോയൂസ് 15 ലെ കമാൻഡർ ഗെന്നഡി സറഫ്നോവും (Gannadi sarafnov) ഫ്ളൈറ്റ് എഞ്ചിനീയർ പെവ് ദ്യോമിനുമായിരുന്നു (Pev Dyomin). സോയൂസ് 15 ന്റെ വിക്ഷേപണം 1974 ആഗസ്ത് 15 ന് ആയിരുന്നു. പ്രോഗ്രാം അനുസരിച്ച് സോയൂസ് 15 സല്യൂട്ടിനെ സമീപിച്ചെങ്കിലും ഇഗ്ലഡോക്കിങ് സംവിധാനത്തിന്റെ വൈകല്യംമൂലം ഡോക് ചെയ്യാൻ സാധിച്ചില്ല. രണ്ടു ദിവസത്തിന് ശേഷം ഡീ ഓർബിറ്റ് ചെയ്ത് സോയൂസ് 15 തിരിച്ചുപോരേണ്ടിവന്നു. സല്യൂട്ടിന്റെ ഓർബിറ്റ് ലൈഫ് ശുഷ്കിച്ചുകൊണ്ടിരുന്നതിനാൽ ഇതിനുശേഷം സല്യൂട്ടുമായി മറ്റൊരു ഡോക്കിങ്ങിനുള്ള ശ്രമം ഉപേക്ഷിച്ചു. ഓർബിറ്റ് ഡീകെ സംഭ വിച്ചിരുന്നതുകൊണ്ടു ഭൂമിയിൽനിന്നുള്ള കമാൻണ്ട് നല്കി സ്പേസ് സ്റ്റേഷനിലെ തോക്ക് പ്രവർത്തിപ്പിച്ച് ജനുവരി 25 ന് സ്റ്റേഷൻ ഛിന്നഭിന്നമാക്കി. ശിഥിലമാക്കപ്പെട്ട സ്പേസ് സ്റ്റേഷന്റെ ഭാഗങ്ങൾ പസഫിക് സമുദ്രത്തിന്റെ ഭാഗത്തു ഭൂമിയിലേക്ക് പതിച്ചു. സല്യൂട്ട് 3 ന്റെ പ്രവർത്തനം മനുഷ്യന്റെ ബഹിരാകാശ അധിനിവേശനത്തിനുള്ള പരിശ്രമത്തിലെ പ്രധാനപ്പെട്ട ഒരു ചരിത്രസംഭവമായി പരിഗണിക്കാം.

മറ്റൊരു വിക്ഷേപണത്തിനായി കരുതിയിരുന്ന സോയൂസ് 20 സ്പേസ് ക്രാഫ്റ്റ് സല്യൂട്ട് 4 എന്ന സിവിലിയൻ കോസ്മോ സ്റ്റേഷന്റെ ആവശ്യത്തിനായി ഉപയോഗപ്പെടുത്തി.

റഷ്യയുടെ സല്യൂട്ട് 4

ആയിരത്തിത്തൊള്ളായിരത്തി എഴുപത്തിനാല് ഡിസംബർ 26 ൽ ആയിരുന്നു സല്യൂട്ട് 4 ന്റെ വിക്ഷേപണം. 343 കിലോമീറ്റർ പെരിജി, 355 കിലോമീറ്റർ അപോജി, ഓർബിറ്റിൽ 51.6 ഡിഗ്രി ഇൻക്ലിനേഷൻ ആംഗിളിൽ ആയിരുന്നു സ്പേസ് സ്റ്റേഷൻ വിക്ഷേപിക്കപ്പെട്ടത്. വിക്ഷേപണ സമയത്തെ സല്യൂട്ട് 4 ന്റെ തൂക്കം 18,900 കിലോഗ്രാം ആയിരുന്നു. സോവിയറ്റ് റഷ്യയുടെ നാലാമത്തെ സ്പേസ് സ്റ്റേഷൻ ആയിരുന്നു സല്യൂട്ട് 4. ഈ സ്പേസ് സ്റ്റേഷൻ 770 ദിവസം ഓർബിറ്റിൽ ഉണ്ടായിരുന്നു. 1977 ഫെബ്രുവരി 2 ന് ഡീ ഓർബിറ്റ് ചെയ്യുകയും ഫെബ്രുവരി 3 ന് ഭൗമാന്തരീക്ഷത്തിൽ പ്രവേശിക്കുകയും ചെയ്തു. ദീർഘകാലം ബഹിരാകാശത്തു ജീവിക്കുന്നതിനുള്ള പ്രശ്നങ്ങളെക്കുറിച്ച് പഠിക്കുന്നതിനുള്ള പദ്ധതിയായിരുന്നു സല്യൂട്ട് 4 ന്റേത്.

സല്യൂട്ട് 3 ന്റെ ഒരു പുതിയ കോപ്പിയായിരുന്നുവെങ്കിലും മറ്റ് പല സവിശേഷതകളും സല്യൂട്ട് 4 ന് ഉണ്ടായിരുന്നു.

മെച്ചപ്പെട്ട എക്വിപ്മെന്റ് കമ്പാർട്ട്മെന്റ്, പുതിയ ഓട്ടോണമസ് നാവിഗേഷൻ സിസ്റ്റം, വശങ്ങളിലേക്ക് തിരിക്കാവുന്ന സോളാർ പാനലുകൾ, ഭൂമിയിലെ അൾട്രാവയലറ്റ് റേഡിയേഷനെപ്പറ്റി പഠിക്കുന്നതിനുള്ള അൾട്രാവയലറ്റ് സ്പെക്ട്രോമീറ്റർ, സോളാർ ടെലിസ്കോപ്പ്, ബഹിരാകാശത്തിലെ ഊഷ്മാവ് അളക്കുന്നതിനുള്ള ഊഷ്മമാപിനികൾ കൂടുതൽ ഇലക്ട്രിക് എനർജി ഇവയെല്ലാമായിരുന്നു സല്യൂട്ട് 4 ന്റെ ചില സവിശേഷതകൾ.

സോളാർ പാനലുകൾ ശരാശരി 200 കിലോവാട്ട് ഇലക്ട്രിസിറ്റി ഉല്പാദിപ്പിച്ചിരുന്നു. ഇതിലെ ശാസ്ത്രീയ ഉപകരണങ്ങളുടെ തൂക്കം 2000 കിലോഗ്രാം ആയിരുന്നു. സല്യൂട്ട് 4 മായി സോയൂസ് 17, സോയൂസ് 18

സോയൂസ് 20 എന്നിങ്ങനെ മൂന്നു സ്പേസ് ക്രാഫ്റ്റുകൾ ഡോക് ചെയ്യുകയുണ്ടായി. അതിൽ സോയൂസ് 17 ലും സോയൂസ് 18 ലുമായി രണ്ടു സന്ദർഭങ്ങളിലായി നാല് കോസ്മോനോട്ടുകൾ എത്തിച്ചേരുകയുണ്ടായി.

അലക്സി അലെക്സാണ്ടറോവിച്ച് ജുബറേവ്, (Aleksi Aleksandrovich Gubarev), ജോർജി ഗെച്കോ (Georgi Gechko) എന്നിവരായിരുന്നു സോയൂസ് 17 ലെ കോസ്മോനോട്ടുകൾ. രണ്ടര മണിക്കൂർ എക്സർസൈസ് സമയമുൾപ്പെടെ അവർ 15 – 20 മണിക്കൂർ സ്പേസ് സ്റ്റേഷനിൽ ജോലി ചെയ്തിരുന്നു. അവർ 1975 ജനുവരി 12 മുതൽ ഫെബ്രുവരി 9 വരെ 27 ദിവസം സല്യൂട്ട് 4 ൽ വസിച്ച് പുതിയ റെക്കാർഡ് സ്ഥാപിച്ചു. ഈ സ്പേസ് സ്റ്റേഷനിൽ ജീവശാസ്ത്രപരവും ജ്യോതിശാസ്ത്രപരവുമായ നിരവധി പഠനങ്ങൾ നടന്നു. ബഹിരാകാശത്തു സസ്യങ്ങൾ മുളപ്പിക്കുന്നതിനെക്കുറിച്ചുള്ള പഠനങ്ങൾ നടത്തി.

1975 മെയ് 24 ന് വിക്ഷേപിക്കപ്പെട്ട സോയൂസ് 18 രണ്ടു ദിവസങ്ങൾക്കു ശേഷം മെയ് 26 ന് സല്യൂട്ട്– 4 മായി ഡോക് ചെയ്തു. പ്യോറ്റോർ ക്ലിമുക് (Pyotor Klimuk), വിറ്റാൽ സെവസ്ഥാനോവ് (Vital Sevastavnov) എന്നിവരായിരുന്നു സോയൂസ് 18 ൽ എത്തിയ കോസ്മോനോട്ടുകൾ. അവർ മെയ് 29–30 തീയതികളിൽ ജീവശാസ്ത്രപരവും വൈദ്യശാസ്ത്രപരവുമായ പരീക്ഷണങ്ങളിൽ ഏർപ്പെട്ടു. ജൂൺ 2–3 തീയതികളിൽ ഭൂമിയുടെ 2000 ചിത്രങ്ങളും സൂര്യന്റെ 600 ചിത്രങ്ങളും എടുത്തു. ഉള്ളി തുടങ്ങിയ സസ്യങ്ങൾ വളർത്തുന്ന പരീക്ഷണങ്ങൾ ജീവശാസ്ത്രപഠനങ്ങളുടെ ഭാഗമായിരുന്നു. അവർ ആവശ്യാനുസരണം സ്പേസ് ക്രാഫ്റ്റിലെ സ്പെക്ട്രോമീറ്ററുൾപ്പെടെ പല ഉപകരണങ്ങളുടെയും

ചിത്രം 41 – സല്യൂട്ട് സ്പേസ് സ്റ്റേഷൻ

കേടുപാടുകൾ കണ്ടെത്തി റിപ്പയർ ചെയ്തു. 63 ദിവസത്തെ ബഹിരാകാശ വാസത്തിനുശേഷം ജൂലൈ 26 ന് ഭൂമിയിൽ തിരിച്ചെത്തി. ഇവർക്ക് വീണ്ടും ഭൂമിയിലെ സാഹചര്യങ്ങളുമായി പൊരുത്തപ്പെടുന്നതിനും പൂർണ്ണ ആരോഗ്യം വീണ്ടെടുക്കുന്നതിനും ഒരാഴ്ചത്തെ സമയം ആവശ്യമായിരുന്നു

മൂന്നാമതായി സല്യൂട്ടുമായി ഡോക് ചെയ്തത് സോയൂസ് 20 എന്ന സ്പേസ് ക്രാഫ്റ്റ് ആയിരുന്നു. ഇത് കോസ്മോനോട്ടുകൾ ഇല്ലാത്ത സ്പേസ് ക്രാഫ്റ്റ് ആയിരുന്നു. മുഖ്യമായും ഓട്ടോമാറ്റിക് ട്രാൻസ്പോർട്ട് സിസ്റ്റം ചെക്ക് ചെയ്യുന്നതിനുള്ള പദ്ധതി ആയിരുന്നു ഇത്. 1975 നവംബർ 17 ന് ആയിരുന്നു സോയൂസ് 20 ന്റെ വിക്ഷേപണം. 90 ദിവസം 12 മണിക്കൂർ സമയം സല്യൂട്ടുമായി ബന്ധിച്ചിരുന്നതിനുശേഷം സ്വയം അൺ ഡോക് ചെയ്ത് 1976 ഫെബ്രുവരി 16 ന് ഭൂമിയിൽ തിരിച്ചെത്തി. ഒരു സജീവ വസ്തു അല്ലെങ്കിൽ ജീവി ബഹിരാകാശത്തിലെ സാഹചര്യങ്ങൾക്ക് വിധേയമായി എങ്ങനെ വർത്തിക്കുന്നു എന്നതിന്നെപ്പറ്റിയുള്ള പഠനങ്ങൾ ഇവിടെ നടന്നിരുന്നു. ജീവശാസ്ത്ര പഠനങ്ങൾക്കുപയുക്തമാകുന്ന ഒരു പ്രത്യേക പാക്കേജ് സോയൂസ് 20 ൽ ഉൾപ്പെട്ടിരുന്നു.

റഷ്യയുടെ സല്യൂട്ട് 5

ആയിരത്തിത്തൊള്ളായിരത്തി എഴുപത്തിആറ് ജൂൺ 22 ന് ബൈക്കനൂർ കോസ്മോഡ്രോമിൽനിന്നും റഷ്യ വിക്ഷേപിച്ച സല്യൂട്ട് 5 മിലിറ്ററി ആവശ്യങ്ങൾക്കു വേണ്ടിത്തന്നെ ഒരുക്കിയ അൽമാസ് സ്റ്റേഷൻ ആയിരുന്നു. സല്യൂട്ട് എന്ന റഷ്യൻ വാക്കിനു തത്തുല്യമായ ഇംഗ്ലീഷ് പദം Fire works എന്നാണ്. കരിമരുന്നു പ്രയോഗമെന്നോ വെടിക്കെട്ട് എന്നോ അർത്ഥമാക്കാം. ഇതിന്റെ വിക്ഷേപണത്തിനുപയോഗിച്ചത് പ്രോട്ടോൺ K 8 K 8 2 K എന്ന വിക്ഷേപണ വാഹനമായിരുന്നു. പഴയ സല്യൂട്ട് സ്റ്റേഷനുകളുടെ മാതൃകയിൽത്തന്നെയായിരുന്നു സല്യൂട്ട് 5 സ്റ്റേഷനും രൂപകല്പന ചെയ്തത്. നീളം 14.55 മീറ്റർ, കൂടിയ ഡയമീറ്റർ 4.15 മീറ്റർ, ഉള്ളിലെ വ്യാപ്തം 100 ക്യുബിക് മീറ്റർ. വിക്ഷേപണ സമയത്തെ തൂക്കം 19,000 കിലോഗ്രാം. ഈ സ്റ്റേഷന് ഒരു ഡോക്കിങ് പോർട്ട് മാത്രമാണുണ്ടായിരുന്നത്. സോളാർ പാനലുകൾ രണ്ടു വശത്തുമായി വിന്യസിപ്പിച്ചിരുന്നു.

1976 ജൂലൈ 6 ന് ബൈക്കൊന്നൂരിൽനിന്നും വിക്ഷേപിച്ച സോയൂസ് 21 പിറ്റേ ദിവസം സല്യൂട്ടുമായി ഡോക് ചെയ്തു. കോസ്മോനോട്ടുകളായെത്തിയ ബോറിസ് വോൾനോവും വിറ്റലി ഷോലോബൊവും ആഗസ്ത് 5 വരെ സല്യൂട്ട് 5 ൽ വസിച്ചിരുന്നു. സൈനിക ആവശ്യങ്ങൾക്കായുള്ള പരീക്ഷണങ്ങളും നിരീക്ഷണങ്ങളുമായിരുന്നു അധികവും അവർ നടത്തിയിരുന്നത്. ഭൗമ നിരീക്ഷണത്തിനായി AGAT ക്യാമറ ഉപയോഗിച്ചിരുന്നു.

മൈക്രോ ഗ്രാവിറ്റി സാഹചര്യങ്ങളിൽ അക്വേറിയത്തിലെ മത്സ്യങ്ങളെ വളർത്തുന്നതിനുള്ള പഠനങ്ങളും പരീക്ഷണങ്ങളുടെ ഭാഗമായിരുന്നു. വിദ്യാർത്ഥികളുമായി സല്യൂട്ട് 5 ൽനിന്നും അവർ ടെലിവിഷൻ

സംഭാഷണങ്ങൾ നടത്തുകയുണ്ടായി. ഇന്ധനടാങ്കിൽനിന്നുള്ള നൈട്രിക് ആസിഡ് ബാഷ്പം കമ്പാർട്ട്മെന്റിൽ കലരാനിടയായതുമൂലം ബഹിരാകാശവാസം മതിയാക്കി അവർ ഭൂമിയിലേക്ക് തിരിച്ചു.

1976 ഒക്ടോബർ 14 ന് രണ്ടു കോസ്മോനോട്ടുകളുമായി വിക്ഷേപിച്ചിരുന്ന സോയൂസ് 23 സല്യൂട്ടുമായി ഡോക് ചെയ്യാനാകാതെ ഒക്ടോബർ 16 ന് ഭൂമിയിലേക്ക് തിരിച്ചുപോന്നു.

സല്യൂട്ട് 5 ലേക്കുള്ള അവസാനത്തെ മിഷൻ ആയിരുന്ന സോയൂസ് 24, 1977 ഫെബ്രുവരി 7 ന് വിക്ഷേപിക്കപ്പെട്ടു. അതിലെ കോസ്മോനോട്ടുകളായിരുന്നു വിക്റ്റർ ഗോർബാഡ്കൊയും (victor Gorbatko) യൂറി ഗ്ലാസ്കൊവും (yuri glaskov). അവർ കമ്പാർട്ട്മെന്റിലെ നൈട്രിക് ആസിഡ് ബാഷ്പം പുറത്തു കളഞ്ഞു; കമ്പാർട്ട്മെന്റ് സുരക്ഷിതമാക്കി; ആവശ്യമായിരുന്ന റിപ്പയർ ജോലികൾ ചെയ്തു. സല്യൂട്ടിന്റെ ആറ്റിറ്റ്യൂഡ് കൺട്രോളുൾപ്പെടെ വിവിധ ആവശ്യങ്ങൾക്കായി ഇന്ധനം വ്യയം ചെയ്യേണ്ടിയിരുന്നതുമൂലം ശേഷിച്ച ഇന്ധനത്തിന്റെ അളവ് കുറയുന്നത് കണക്കാക്കി സല്യൂട്ടിലെ വാസം നേരത്തെ തന്നെ മതിയാക്കി ഫെബ്രുവരി 25 ന് ഭൂമിയിലേക്ക് തിരിച്ചു പോന്നു. സല്യൂട്ട് 5 1977 ആഗസ്ത് 8 ന് ഓർബിറ്റിന് വെളിയിൽ ആവുകയും ഭൗമാന്തരീക്ഷത്തിൽ എത്തി ജ്വലിച്ച് ശിഥിലമാവുകയും ചെയ്തു.

റഷ്യയുടെ സല്യൂട്ട് 6

സോവിയറ്റ് റഷ്യയുടെ എട്ടാമത്തെ സ്പേസ് സ്റ്റേഷൻ ആയിരുന്നു സല്യൂട്ട് 6. 1977 സെപ്തംബർ 29 ന് പ്രോട്ടോൺ റോക്കറ്റ് ഉപയോഗിച്ചായിരുന്നു സല്യൂട്ട് 6 ന്റെ വിക്ഷേപണം.

ഇത് പരിഷ്കരിച്ച രണ്ടാം തലമുറയിലെ ആദ്യത്തെ സ്പേസ് സ്റ്റേഷനായിരുന്നു. പഴയ മോഡലിന്റെ മാതൃകതന്നെ മിക്കവാറും നിലനിർത്തിയിരുന്നുവെങ്കിലും പ്രാധാന്യമേറിയ പല മാറ്റങ്ങളും സല്യൂട്ട് – 6 ൽ വരുത്തിയിരുന്നു. ഇതിന്റെ നീളം 15.8 മീറ്ററും ഡയമീറ്റർ 4.15 മീറ്ററും തൂക്കം 19,824 കിലോഗ്രാമും ആയിരുന്നു. രണ്ടാമതായി ഒരു ഡോക്കിങ് പോർട്ട്, മൾട്ടി സ്പെക്ട്രൽ ടെലിസ്കോപ്പ്, ഭൗമ നിരീക്ഷണത്തിനായുള്ള മൾട്ടി സ്പെക്ട്രൽ ക്യാമറ, പുതിയ പ്രൊപ്പൽഷൻ സിസ്റ്റം ഇവയെല്ലാം

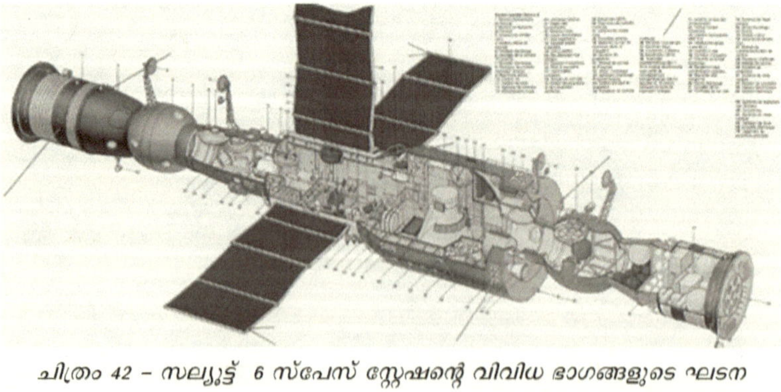

ചിത്രം 42 – സല്യൂട്ട് 6 സ്പേസ് സ്റ്റേഷന്റെ വിവിധ ഭാഗങ്ങളുടെ ഘടന

പുതിയ സംവിധാനത്തിൽ ഉൾപ്പെടും. പുതിയ ഡോക്കിങ് പോർട്ടിലൂടെ കോസ്മോനോട്ടുകൾക്കു ആവശ്യമുള്ള വസ്തുക്കളും സ്പേസ് സ്റ്റേഷന് ആവശ്യമായ ഇന്ധനവുമെത്തിക്കാൻ സാധിച്ചു. സ്പേസ് സ്റ്റേഷനിലെ മാലിന്യങ്ങൾ നീക്കം ചെയ്യുന്നതിനും പുതിയ ഡോക്കിങ് പോർട്ട് ഉപയോഗപ്പെട്ടു. തന്മൂലം കോസ്മോനോട്ടുകൾക്കു മൂന്നുമാസത്തിലധികം കാലം സ്പേസ് സ്റ്റേഷനിൽ താമസിക്കാൻ സാധിക്കുന്ന സാഹചര്യം സംജാതമായി. ഇതിനുമുൻപ് സ്പേസ് സ്റ്റേഷനിലെ ഉപഭോഗ വസ്തുക്കൾ തീർന്നുപോകുന്നതുമൂലം ദീർഘകാലം ബഹിരാകാശത്തു വസിക്കുക അസാദ്ധ്യമായിരുന്നു. സല്യൂട്ട് 6 ന്റെ വിക്ഷേപണം കോസ്മോനോട്ടുകളെ കൂടാതെയായിരുന്നു. പിന്നീടാണ് കോസ്മോനോട്ടുകൾ പല സന്ദർഭങ്ങളിലായി വന്നെത്തിയത്.

റഷ്യയുടെ പ്രോഗ്രസ് എന്ന സ്പേസ് ക്രാഫ്റ്റ് സ്പേസ് സ്റ്റേഷനിലേക്ക് ഇന്ധനം ഉൾപ്പെടെയുള്ള സാധന സാമഗ്രികൾ എത്തിക്കുന്നതിന് ഉപയോഗിച്ചിരുന്നു. ഇതിൽ കോസ്മോനോട്ടുകൾ സഞ്ചരിച്ചിരുന്നില്ല. സ്പേസ് സ്റ്റേഷനുമായി സ്വയം ഡോക് ചെയ്യുന്നതിനു ഇഗ്ല എന്ന ഓട്ടോമാറ്റിക് ഡോക്കിങ് സംവിധാനം ഉപയോഗപ്പെടുത്തിയിരുന്നു. 12 പ്രാവശ്യം പ്രോഗ്രസ് സ്പേസ് സ്റ്റേഷനുമായി ഡോക് ചെയ്യുകയും 20 ടണ്ണോളം സാധനങ്ങൾ സ്പേസ് സ്റ്റേഷനിൽ എത്തിക്കുകയും ചെയ്തിരുന്നു. സ്പേസ് സ്റ്റേഷനിൽ കോസ്റ്റ്മോനോട്ടുകളെ എത്തിക്കുന്നതിനും അവരെ തിരികെ ഭൂമിയിലെത്തിക്കുന്നതിനും സോയൂസ് സ്പേസ് ക്രാഫ്റ്റ് ആയിരുന്നു ഉപയോഗിച്ചിരുന്നത്. ആദ്യ ക്രൂ എത്തിച്ചേർന്നത് 1977 ഡിസംബർ 10 ന് ആയിരുന്നു. കോസ്മോനോട്ടുകൾ 96 ദിവസം സ്പേസ് സ്റ്റേഷനിൽ ബഹിരാകാശത്തു സഞ്ചരിച്ചു. ഇത് അമേരിക്കൻ സ്കൈ ലാബിന്റെ നേട്ടങ്ങളെ വെല്ലുന്ന ഒരു പുതിയ റെക്കോർഡ് ആയിരുന്നു. 1977 ഡിസംബർ മുതൽ 1981 മെയ് വരെയുള്ള കാലഘട്ടത്തിൽ 16 പ്രാവശ്യം സോയൂസ് സ്പേസ് ക്രാഫ്റ്റിൽ കോസ്മോനോട്ടുകൾ സല്യൂട്ട് 6 സ്പേസ് സ്റ്റേഷനിൽ എത്തിയിരുന്നു. ഇന്റർ കോസ്മോസ് പ്രോഗ്രാമിന്റെ ഭാഗമായി ഹങ്കറി, പോളണ്ട്, റൊമാനിയ, ക്യൂബ, വിയത്നാം, കിഴക്കൻ ജർമ്മനി, ചെക്കോസ്ലോവാക്യ, മംഗോളിയ എന്നീ രാജ്യങ്ങളിൽനിന്നുള്ള കോസ്മോനോട്ടുകൾ വിവിധ സന്ദർഭങ്ങളിലായി ഈ സ്പേസ് സ്റ്റേഷനിൽ വസിച്ചിരുന്നു. മൊത്തം 676 ദിവസങ്ങളിലായി 27 കോസ്മോനോട്ടുകൾ ഇതിൽ വസിച്ച് പ്രവർത്തനങ്ങൾ നടത്തിയിരുന്നു. ഇവരിൽ ലിയോണിഡ് ഇവനോവിച്ച് പൊപോവ് (Leonid Ivanovich Popov), വലേറി വിക്ട്രോവിച്ച് ര്യൂമിൻ (Valery Victorovich Ryumin) എന്നിവരാണ് ഏറ്റവും കൂടുതൽ സമയം, (1980 ഏപ്രിൽ 9 മുതൽ 1980 ഒക്ടോബർ 11 വരെ– 184.84 ദിവസം) സ്പേസ് സ്റ്റേഷനിൽ വസിച്ചത്. 1977 ഡിസംബർ 19, 1978 ജൂലൈ 29, 1979 ആഗസ്ത് 15 എന്നീ തീയതി

കളിലായി ആറ് കോസ്മോനോട്ടുകൾ സ്പേസ് സ്റ്റേഷന് വെളിയിൽ (space walk) നടക്കുകയുണ്ടായി. പരിഹരിക്കാനാവാത്ത വലിയ ബുദ്ധി മുട്ടുകൾ ഒന്നും സല്യൂട്ട് 6 ൽ സംഭവിച്ചില്ല. വിക്ഷേപണത്തിന് ഏകദേശം 5 വർഷത്തിന് ശേഷം, 29 ജൂലൈ 1982 ന് ഡി ഓർബിറ്റ് ചെയ്ത് പ്രവർത്തനം അവസാനിപ്പിച്ചു. അതിനു മുൻപായിത്തന്നെ റഷ്യയുടെ പുതിയ സ്പേസ് സ്റ്റേഷൻ സല്യൂട്ട് 7 ബഹിരാകാശത്തു എത്തിയിരുന്നു.

റഷ്യയുടെ സല്യൂട്ട്-7

ചിത്രം 43 – സല്യൂട്ടിലെ ബെഡ് റൂം,

ആയിരത്തിത്തൊള്ളായിരത്തി എൺപത്തിരണ്ട് ഏപ്രിൽ 19 ന് ആയിരുന്നു ബൈക്കൊന്നൂർ കോസ്മോഡ്രോമിൽനിന്നും പ്രോട്ടോൺ റോക്കറ്റ് ഉപയോഗിച്ച് സല്യൂട്ട് 7 സ്പേസ് സ്റ്റേഷന്റെ വിക്ഷേപണം നടന്നത്. സല്യൂട്ട് പരമ്പരയിലെ അവസാനത്തെ സ്പേസ് സ്റ്റേഷൻ ആയിരുന്നു സല്യൂട്ട് 7. ഇതിന്റെ തൂക്കം 19,824 കിലോഗ്രാമും നീളം 16 മീറ്ററും ഡയമീറ്റർ 4.15 മീറ്ററും മനുഷ്യവാസത്തിന് ഉപയുക്തമായ കമ്പാർട്ട്മെന്റിന്റെ വ്യാപ്തം 90 ക്യുബിക് മീറ്ററും ആയിരുന്നു. മോണോലിത്തിക് സ്പേസ്, സ്റ്റേഷനിൽ നിന്നും മോഡുലാർ സ്പേസ് സ്റ്റേഷനിലേക്കുള്ള മാറ്റം ആരംഭിക്കുന്നത് സല്യൂട്ട് 7 ന്റെ വിക്ഷേപണത്തോടെയായിരുന്നു. ഇതിൽ രണ്ടു ഡോക്കിങ് പോർട്ടുകളുണ്ടായിരുന്നു. ഏറ്റവുമധികം സൗകര്യങ്ങളുള്ള സ്പേസ് സ്റ്റേഷൻ ആയിരുന്നു ഇത്.

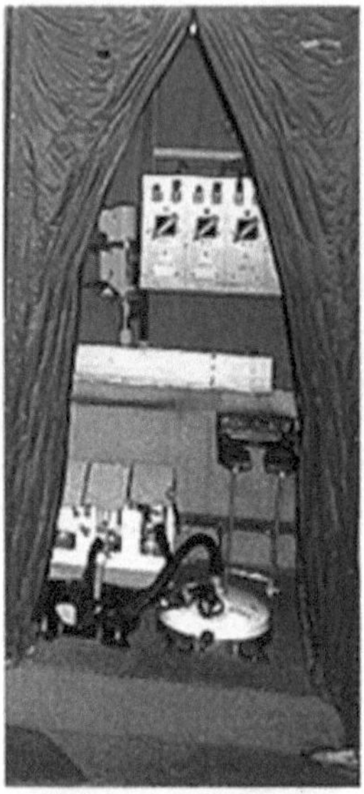
ചിത്രം 44 – സല്യൂട്ടിലെ ടോയ്ലറ്റ്

ഇതിൽ ഇലക്ട്രിക് സ്റ്റൗ, സ്ഥിരം ചൂടുവെള്ളം ലഭ്യമാക്കുന്നതിനുള്ള സൗകര്യങ്ങൾ, റെഫ്രിജിറേറ്റർ ഇവയൊക്കെ ഉണ്ടായിരുന്നു

സല്യൂട്ടിന്റെ ഉൾഭാഗം മുകൾത്തട്ട് വെള്ളനിറത്തിലും, ഇടതുവശം പച്ച (ആപ്പിൾ ഗ്രീൻ) നിറത്തിലും, വലതുവശം ഇളം തവിട്ടു നിറത്തിലും ആകർഷകമാക്കിയിരുന്നു. കോസ്മോനോട്ടുകളോടുകൂടി 12 സ്പേസ് ക്രാഫ്റ്റുകളും, കോസ്മോനോട്ടുകളില്ലാതെ 15 സ്പേസ് ക്രാഫ്റ്റുകളും സല്യൂട്ട് 7 നുമായി ഡോക്ചെയ്യുകയുണ്ടായി. രണ്ടുപേരുള്ള ആദ്യത്തെ ക്രൂ എത്തിച്ചേർന്നത് 13–05–1982 ന് ആയിരുന്നു. 10–12–1982 വരെ 211 ദിവസം അവർ സല്യൂട്ടിൽ താമസിച്ചിരുന്നു. അക്കാലത്തുതന്നെ രണ്ടു ബാച്ചുകളിലായി മൂന്ന് കോസ്മോനോട്ടുകൾ 8 ദിവസം വീതം സല്യൂട്ടിൽ വന്നു താമസിച്ച് സോയൂസ് T 6 ലും സോയൂസ് T 7 ലുമായി തിരിച്ചു പോവുകയുണ്ടായി. സോയൂസ് T 9 ൽ എത്തിയ രണ്ടു പേർ 27–06–1983 മുതൽ 23–11–1983 വരെ 150 ദിവസങ്ങളും സോയൂസ് T10 ൽ എത്തിയ മൂന്നുപേർ 08–02–1984 മുതൽ 02–10–1984 വരെ 237 ദിവസങ്ങളും സല്യൂട്ടിൽ വസിച്ചിരുന്നു.

ചിത്രം 45 – സല്യൂട്ട്–7 സ്പേസ് സ്റ്റേഷന്റെ മോഡൽ

ചിത്രം 46 – ഇന്ത്യക്കാരനായ കോസ്മോനോട്ട് രാകേഷ് ശർമ്മ (ഇടതു വശത്ത്) സല്യൂട്ട്-7 – സ്പേസ് സ്റ്റേഷനിൽ

സോയൂസ് T 11 ൽ സല്യൂട്ടിൽ എത്തി 03–04–1984 മുതൽ 11–04–1984 വരെ ബഹിരാകാശത്തു വസിച്ച മൂന്നു കോസ്മോനോട്ടുകളിൽ ഒരാൾ ഇന്ത്യക്കാരനായ രാകേഷ് ശർമ്മയായിരുന്നു.

സ്പേസ് സ്റ്റേഷൻ 3215 ദിവസം ഭൂമിയെ പ്രദക്ഷിണം ചെയ്തിരുന്നു. 1982 മെയ് മുതൽ1986 ജൂൺ വരെയുള്ള കാലത്തു പല സന്ദർഭങ്ങളിലായി 15 കോസ്മോനോട്ടുകൾ 816 ദിവസം ഇതിൽ വസിച്ച് പരീക്ഷണങ്ങൾ നടത്തിയിരുന്നു. ലോകത്തിലെ രണ്ടാമത്തെ വനിതാ കോസ്മോനോട്ട് റഷ്യക്കാരിയായ സെറ്റ്ലാന സവിറ്റ്സ്കിയയാണ് (Svetlana Yevgenyevna Savitskaya). 1982 ൽ സോയൂസ് T 7 ലും 1984 ൽ സോയൂസ് T12 ലുമായി രണ്ടുപ്രാവശ്യം ബഹിരാകാശയാത്ര നടത്തിയിട്ടുണ്ട്. 1984 ജൂലൈ 25 ന് അവർ സല്യൂട്ട് 7 ന് വെളിയിൽ 3 മണിക്കൂർ 35 മിനിറ്റ് സ്പേസ് വാക് നടത്തിയിരുന്നു. 1991 ഫെബ്രുവരി 7 ന് സല്യൂട്ട് 7 പ്രദക്ഷിണ വലയത്തിൽനിന്നും വേർപെട്ടു. ഛിന്നഭിന്നമാക്കപ്പെട്ട അവശിഷ്ടങ്ങൾ തെക്കൻ പസഫിക്ക് സമുദ്രത്തിൽ പതിച്ചു.

1983 സെപ്തംബർ 23 ന് Soyuz 7K-ST No.16L ന്റെ വിക്ഷേപണത്തിൽ സംഭവിച്ച പരാജയമുൾപ്പെടെ മറ്റ് ചില പരാജയങ്ങളും സംഭവിച്ചിരുന്നു.

റഷ്യയുടെ സോയൂസ് T 15 ബഹിരാകാശ ദൗത്യം

റഷ്യയുടെ ബഹിരാകാശ പദ്ധതിയുടെ ഭാഗമായി സല്യൂട്ട് 7 ലേക്കും MIR സ്റ്റേഷനിലേക്കും കോസ്മോനോട്ടുകളെ എത്തിച്ചു വിവിധ പരീക്ഷണങ്ങൾ നടത്തുകയെന്ന ഇരട്ട ലക്ഷ്യത്തോടെയായിരുന്നു ബൈക്കൊനൂർ കോസ്മോഡ്രോമിൽനിന്നും സോയൂസ് U 2 റോക്കറ്റ് ഉപയോഗിച്ച് ലിയോണിഡ് കിസിം (Leonid Kizim), വ്ളാഡിമിർ സോവ് ലോവ്ഗോവ് (vladimir sovlovgov) എന്ന രണ്ടു കോസ്മോനോട്ടുകളുമായി സോയൂസ് T 15 ബഹിരാകാശത്തേക്ക് 1986 മാർച്ച് 13 ന് വിക്ഷേപിച്ചത്. ബഹിരാകാശ പേടകത്തിന്റെ ഭാരം 6,850 കിലോഗ്രാം ആയിരുന്നു. 331 കിലോമീറ്റർ പെരിജിയും 366 കിലോമീറ്റർ അപോജിയുമായുള്ള പ്രദക്ഷിണ വലയത്തിൽ ആയിരുന്നു വിക്ഷേപണം. പേടകം മാർച്ച് 15 ന് UTC സമയം 12:34:05 ന് ആദ്യം മിർ സ്റ്റേഷനുമായി ഡോക്ക് ചെയ്തു. ഇതിനായി മിർ സ്റ്റേഷന്റെ ഓർബിറ്റ് ലെവലിൽ (Altitude) തന്നെയും ചില ക്രമീകരണങ്ങൾ ആവശ്യമായിരുന്നു. അസ്ട്രോനോട്ടുകൾ അവസാന നിമിഷത്തിൽ സ്വന്തം കൈകൾ കൊണ്ടുതന്നെ പേടകം മിർ സ്റ്റേഷന്റെ മുൻവശത്തെ പോർട്ടിൽ കൃത്യമായി ചേർത്ത് ഘടിപ്പിക്കുകയുണ്ടായി. തുടർന്നുള്ള 50 ദിവസങ്ങളിൽ പ്രോഗ്രസ് സ്പേസ് ക്രാഫ്റ്റിൽ എത്തിച്ചേർന്ന വിവിധ പരീക്ഷണ ഉപകരണങ്ങൾ മിർ സ്റ്റേഷനിൽ സുരക്ഷിതമായി ഇറക്കി വച്ചു. 1986 മെയ് 5 ന് UTC സമയം 12: 12:09 ന് മിർ സ്റ്റേഷനുമായി അൺ ഡോക്ക് ചെയ്തു. ഈ അവസരത്തിൽ രണ്ടു സ്പേസ് സ്റ്റേഷനുകളും തമ്മിലുള്ള ദൂരം 2500 കിലോമീറ്ററായി കുറച്ചിരുന്നു. 29 മണിക്കൂർ സഞ്ചരിച്ച് 1986 മെയ് 6 ന് UTC സമയം 16:57:52 ന് സല്യൂട്ടുമായി ഡോക്ക് ചെയ്തു. സ്പേസ് വാക്കിങ് ഉൾപ്പെടെ 50 ദിവസത്തെ വിവിധ പരീക്ഷണങ്ങൾക്കു ശേഷം 1986 ജൂൺ 25 ന്

UTC സമയം 14:58:00 ന് സല്യൂട്ടിൽനിന്നും അൺ ഡോക് ചെയ്തു. വീണ്ടും 29 മണിക്കൂർ സഞ്ചരിച്ചു 1986 ജൂൺ 26 ന് UTC സമയം 19:46: 07 ന് മിർ സ്റ്റേഷനുമായി ഡോക്ക് ചെയ്തു. 20 ദിവസത്തോളം സമയം സോയൂസ് T 15 വീണ്ടും മിർ സ്റ്റേഷനുമായി ബന്ധിച്ചിരുന്നു. 1986 ജൂലൈ 16 ന് UTC സമയം 09:09:50 ന് മിർ സ്റ്റേഷനിൽനിന്നും അൺ ഡോക് ചെയ്ത് സോയൂസ് T 15 ഭൂമിയിലേക്ക് യാത്ര തിരിച്ചു UTC സമയം 12:34:05 ന് റഷ്യയിൽ അർക്കലിക്കിന് (Arkalyk) 55 കിലോമീറ്റർ വടക്കു കിഴക്കായി ഭൂമിയിൽ സുരക്ഷിതമായി ഇറങ്ങി. സോയൂസ് T 15 ബഹിരാകാശത്തു ചെലവഴിച്ചത് 125 ദിവസം 56 സെക്കൻഡ് സമയമായിരുന്നു. അർക്കലിക് റഷ്യയിൽ ഖസാക്ക്സ്ഥാനിൽ 1956 ൽ സ്ഥാപിതമായ ഒരു പുതിയ നഗരമാണ്.

റഷ്യയുടെ മിർ സ്പേസ് സ്റ്റേഷൻ

ചിത്രം 47 – റഷ്യയുടെ മിർ സ്പേസ് സ്റ്റേഷൻ പകൽ വെളിച്ചത്തിൽ

ആയിരത്തിത്തൊള്ളായിരത്തി എൺപത്തിആറിനും 1996 നും ഇടയ്ക്കു പ്രോട്ടോൺ റോക്കറ്റിന്റെ പല വിക്ഷേപണങ്ങളിലൂടെ ബഹിരാകാശത്തുവച്ച് വിവിധ ഭാഗങ്ങൾ കൂട്ടിയിണക്കി മനുഷ്യവാസയോഗ്യമാക്കിയതിനെത്തുടർന്ന് 2001 മാർച്ച് വരെ 385.5 കിലോമീറ്റർ ഉയരത്തിൽ, (296 കിലോമീറ്റർ പെരിജി – 421 കിലോമീറ്റർ അപോജി) ലോ ഏർത്ത് ഓർബിറ്റിൽ പ്രവർത്തനനിരതമായിരുന്ന സോവിയറ്റ് റഷ്യയുടെ സ്പേസ് സ്റ്റേഷൻ ആയിരുന്നു മിർ. മിർ എന്ന വാക്കിന്റെ അർത്ഥം സമാധാനം എന്നാണ്. മൂന്നോ അതിലധികമോ പേർ ഒരേ സമയം മിർ സ്റ്റേഷനിൽ താമസിച്ച് വിവിധ പരീക്ഷണങ്ങളിലേർപ്പെട്ടിട്ടുണ്ട്. ജീവശാസ്ത്രം, ജ്യോതിശാസ്ത്രം, ഗുരുത്വാകർഷണത്തിന്റെ അഭാവം മനുഷ്യന്റെ ജീവിതത്തിലുണ്ടാക്കുന്ന സ്വാധീനം എന്നിങ്ങനെ ഒട്ടേറെ വിഷയങ്ങൾ

ചിത്രം 48 – റഷ്യയുടെ മിർ സ്പേസ് സ്റ്റേഷൻ അന്ധകാരാവൃതമായ പശ്ചാത്തലത്തിൽ.

പഠനവിഷയമായിരുന്നു. മിർ സ്റ്റേഷനിൽ തുടർച്ചയായി 3644 ദിവസം കോസ്മോനോട്ടുകൾ വസിച്ച് പരീക്ഷണങ്ങൾ നടത്തിയിരുന്നു. ഏറ്റവും ദീർഘകാലം മനുഷ്യവാസം നിലനിർത്തിയ ബഹിരാകാശ നിലയം എന്ന സ്ഥാനം MIR ന് അവകാശപ്പെട്ടതായിരുന്നു. എന്നാൽ ഇന്നും പ്രവർത്തിക്കുന്ന ഇന്റർനാഷണൽ സ്പേസ് സ്റ്റേഷൻ ഈ സ്ഥാനം ഇതിനകം അവകാശമാക്കിയിരിക്കുന്നു. മണിക്കൂറിൽ 27,700 കിലോമീറ്റർ വേഗതയിൽ മിർ ഓരോ ദിവസവും 15.7 പ്രാവശ്യം ഭൂമിയെ പ്രദക്ഷിണം ചെയ്തിരുന്നു. വലേറി പോളിയക്കോവ് (Valeri Polyakov) എന്ന റഷ്യക്കാരൻ 1994 ജനുവരി 8 മുതൽ 1995 മാർച്ച് 22 വരെ 437 ദിവസം 18 മണിക്കൂർ സമയം ഒറ്റയ്ക്ക് മിർ സ്റ്റേഷനിൽ താമസിച്ച് പരീക്ഷണങ്ങളിലേർപ്പെട്ടിരുന്നു. ഈ സമയംകൊണ്ട് അദ്ദേഹം 7000 പ്രാവശ്യം ഭൂമിയെ പ്രദക്ഷിണം ചെയ്തു. തുടർച്ചയായി ഏറ്റവുമധികം ദിവസങ്ങൾ ഏകനായി ബഹിരാകാശത്തു വസിച്ച വ്യക്തി വലേറി പോളിയക്കോവ് തന്നെ

യായിരുന്നു. 1995 മാർച്ച് 22 ന് ഭൂമിയിൽ തിരിച്ചെത്തിയതിനു ശേഷം അദ്ദേഹത്തിന് പ്രത്യേകമായി ആരോഗ്യ പ്രശ്നങ്ങൾ ഒന്നും അനുഭവപ്പെട്ടിരുന്നില്ല. USSR ന്റെ പതനത്തിനു ശേഷം 1994–1995 ൽ റഷ്യൻ ഫെഡറൽ സ്പേസ് ഏജൻസി മിർ സ്റ്റേഷന്റെ നിയന്ത്രണം ഏറ്റെടുത്തു നടത്തിയിരുന്നു. 2001 ൽ സാമ്പത്തിക പ്രതിസന്ധി മൂലം മിർ ഓർബിറ്റിൽനിന്നും വേർപെടുത്തുകയുണ്ടായി.

അമേരിക്കയുടെ സ്കൈ ലാബ്

അമേരിക്കയുടെ ആദ്യത്തെ സ്പേസ് സ്റ്റേഷൻ ആയിരുന്നു സ്കൈ ലാബ്. സാറ്റേൺ V വിക്ഷേപണ വാഹനമുപയോഗിച്ച് 1974 മെയ് 14 ന് അമേരിക്കയിലെ കേപ് കെന്നഡി സ്പേസ് സെന്ററിൽ നിന്നുമായിരുന്നു വിക്ഷേപണം. സ്കൈ ലാബിന്റെ നീളം 25.1 മീറ്ററും വീതി 17 മീറ്ററും ഉയരം 11.1 മീറ്ററും ഭാരം 77,000 കിലോഗ്രാമും ആയിരുന്നു. 434 കിലോമീറ്റർ പെരിജിയും 441.9 കിലോമീറ്റർ അപോജിയുമായുള്ള പ്രദക്ഷിണ വലയത്തിൽ സ്കൈ ലാബ് ഭൂമിയെ പ്രദക്ഷിണം ചെയ്തിരുന്നു. ഒരു പ്രദക്ഷിണത്തിനുള്ള സമയം (orbital period) 93.4 മിനിറ്റ് ആയിരുന്നു. 1973 മെയ് മുതൽ 1974 ഫെബ്രുവരി വരെ മൂന്നു അസ്ട്രോനോട്ടുകൾ വീതം മൂന്ന് സന്ദർഭങ്ങളിലായി സ്കൈ ലാബിൽ എത്തിച്ചേർന്നു. സാറ്റേൺ 1B റോക്കറ്റിലായിരുന്നു എല്ലാ പ്രാവശ്യവും അസ്ട്രോനോട്ടുകൾ എത്തിച്ചേർന്നത്. വിക്ഷേപണ സമയത്ത് വാഹനത്തിന്റെ വിറയൽ (vibration) മൂലം സ്കൈ ലാബിന്റെ മൈക്രോമീറ്ററോയിഡ് സംരക്ഷണ കവചത്തിനും സോളാർ പാനലുകൾക്കും കേടുപാടുകൾ സംഭവിച്ചിരുന്നു, ആദ്യത്തെ രണ്ടു ടീമുകളും ഈ കേടുപാടുകൾ റിപ്പയർ ചെയ്ത് പരിഹരിച്ചു. ചാൾസ് സി കോൺറാഡ് ജൂനിയർ, (കമാൻഡർ) പോൾ ജെ വൈറ്റ്സ്, ജോസഫ് കെർവിൻ എന്നിവരായിരുന്നു ആദ്യ ടീമിൽ ഉണ്ടായിരുന്നത്. ഭൂമിയെച്ചുറ്റിയുള്ള അഞ്ചാമത്തെ പ്രദക്ഷിണത്തിലായിരുന്നു അവർ സ്കൈ ലാബുമായി സന്ധിച്ചത്. മെയ് 25 മുതൽ ജൂൺ 22 വരെ 28 ദിവസം അവർ സ്കൈ ലാബിൽ വസിച്ച് സൗര ജ്യോതിശാസ്ത്രം, ഭൂവിഭാഗങ്ങളെക്കുറിച്ചുള്ള വിവര ശേഖരണം, വൈദ്യശാസ്ത്ര സംബന്ധമായ ഗവേഷണങ്ങൾ എന്നീ രംഗങ്ങളിൽ പഠനങ്ങൾ നടത്തിയിരുന്നു. അവർ 3 പ്രാവശ്യമായി

ചിത്രം 49 – അമേരിക്കയുടെ സ്കൈ ലാബ്

3 മണിക്കൂർ 20 മിനിറ്റ് സമയം സ്പേസ് വാക് (EVA) നടത്തുകയുണ്ടായി. രണ്ടാമത്തെ ടീം 1973 ജൂലൈ 28 മുതൽ സെപ്തംബർ 25 വരെ 59 ദിവസം സ്കൈ ലാബിൽ പ്രവർത്തിച്ചിരുന്നു. അലൻ കെ ബീൻ (Alan L. Bean), ജാക് ആർ ലൗസ്മ (Jack R. Lousma), ഓവൻ കെ ഗാരിയറ്റ് (Owen K. Garriott) എന്നിവരായിരുന്നു ടീമംഗങ്ങൾ. അവർ 13 മണിക്കൂർ 43 മിനിറ്റ് സ്പേസ് വാക് നടത്തുകയുണ്ടായി.

മൂന്നാമത്തെ മിഷൻ 1973 നവംബർ 16 മുതൽ 1974 ഫെബ്രുവരി 8 വരെ 84 ദിവസം സ്പേസ് സ്റ്റേഷനിൽ ചെലവഴിച്ചു. ജറാൾഡ് പി കാർ (Gerald P Carr -Commander), വില്യം പോഗ് (William Pogue - Pilot), എഡ്വേഡ് ജിബ്സൺ (Edward Gibson -Scientist) എന്നിവരായിരുന്നു ഈ യാത്രയിലെ അസ്ട്രോനോട്ടുകൾ. ഭാരം അനുഭവപ്പെടാത്ത അവസ്ഥയിൽ വ്യായാമത്തിനു വേണ്ടി സൈക്കിൾ ചവിട്ടുക,. ബാലൻസ് ഉപയോഗിച്ച് അസ്ട്രോനോട്ടുകളുടെ ഭാരം തൂക്കിനോക്കി രേഖപ്പെടുത്തുക, സൂര്യനിൽനിന്നുള്ള സോളാർ ഫ്ളെയറുകളെ (Solar Fleayers) നിരീക്ഷിക്കുക, ഭൂമിയിലെ ദൃശ്യങ്ങൾ പകർത്തുക, ചടങ്ങിന് ക്രിസ്മസ് ആഘോഷിക്കുക, ക്രിസ്റ്റലുകൾ വളർത്തുന്ന പരീക്ഷണങ്ങൾ നടത്തുക ഇവയെല്ലാം അവരുടെ കർമ്മപദ്ധതിയിൽ ഉൾപ്പെട്ടിരുന്നു. അവർ പ്രത്യേകിച്ച് കോഹു ടെക്ക് (Kohutek) എന്ന കോമറ്റിനെ നിരീക്ഷിക്കുന്ന

തിന് സമയം പ്രയോജനപ്പെടുത്തി. വൈദ്യ ശാസ്ത്ര സംബന്ധമായ നിരവധി പരീക്ഷണങ്ങൾ നടത്തി. 22 മണിക്കൂർ 13 മിനിറ്റ് സ്പേസ് വാക് നടത്തുകയുണ്ടായി. ബഹിരാകാശത്തു നടത്താവുന്ന അനേക പരീക്ഷണങ്ങൾ നടത്തുന്നതിന് സ്കൈ ലാബ് ഉപകരിച്ചു. സ്കൈ ലാബ് സാവധാനത്തിൽ പ്രദക്ഷിണ വലയത്തിൽനിന്നും വഴുതിക്കൊണ്ടിരുന്നു. ഓർബിറ്റ് ഉയർത്താനുള്ള അമേരിക്കയുടെ പരിശ്രമങ്ങൾ ഫലപ്രദമായില്ല

ഭൗമ നിരീക്ഷണമുൾപ്പെടെ ഭൂമിയിൽ നിന്ന് സാദ്ധ്യമാകുന്നതില ധികം ഭംഗിയായി വാനനിരീക്ഷണം നടത്തുന്നതിന് സ്കൈ ലാബ് പ്രയോജനപ്പെട്ടു. 1979 ജൂലൈ 11 ന് സ്കൈ ലാബ് പ്രദക്ഷിണ വലയത്തിൽ നിന്നും വേർപെട്ട് ഭൗമാന്തരീക്ഷത്തിൽ പ്രവേശിച്ച് കത്തിയെരിഞ്ഞു. അവശിഷ്ടങ്ങൾ വിഘടിച്ച് ആസ്ട്രേലിയായിലും ഇന്ത്യൻ മഹാസമുദ്രത്തിലുമായി പതിച്ചു.

ചൈനയുടെ സ്പേസ് സ്റ്റേഷൻ ട്യാങ് ഗോങ്

ചൈന വികസിപ്പിച്ച ആദ്യത്തെ ബഹിരാകാശ ലബോറട്ടറിയായിരുന്നു ട്യാങ് ഗോങ് 1. ഒറ്റ മൊഡ്യൂൾ ഉള്ള സ്പേസ് സ്റ്റേഷൻ ആയിരുന്നു ട്യാങ് ഗോങ്. ലോങ് മാർച്ച് എന്ന റോക്കറ്റ് ഉപയോഗിച്ച് 29 സെപ്തംബർ 2011 ൽ ആയിരുന്നു ട്യാങ് ഗോങ് 1 ന്റെ വിക്ഷേപണം. സ്വർഗ്ഗത്തിലെ കൊട്ടാരം എന്നാണ് ട്യാങ് ഗോങ് എന്ന പദത്തിന്റെ അർത്ഥം. ട്യാങ് ഗോങ് 1 ന് 8.5 മെട്രിക് ടൺ ഭാരവും 10.4 മീറ്റർ നീളവും 3.4 മീറ്റർ വീതിയും ഉണ്ടായിരുന്നു. ഇതിൽ അസ്ട്രോനോട്ടുകൾക്കു താമസിക്കുന്നതിനും പരീക്ഷണങ്ങൾ നടത്തുന്നതിനും സൗകര്യങ്ങൾ ഉണ്ടായിരുന്നു. 2011 നവംബറിൽ വൈമാനികർ അല്ലെങ്കിൽ കോസ്മോ

ചിത്രം 50 – ചൈനയുടെ സ്പേസ് സ്റ്റേഷൻ ട്യാങ് ഗോങ്–1.

നോട്ടുകളുടെ സഹായംകൂടാതെ തന്നെ ഷെൻഴോവ്-8 (shenzhou 8) എന്ന ബഹിരാകാശ പേടകം ട്യാങ് ഗോങ് എന്ന സ്പേസ് സ്റ്റേഷനുമായി പ്രോഗ്രാം അനുസരിച്ച് ഡോക്ക് ചെയ്യുകയുണ്ടായി. വീണ്ടും ജൂൺ 2012 ലും ജൂൺ 2013 ലും ടൈകനോട്ടുകൾ ഷെൻഴോവ്-9 (Shenzhou-9), ഷെൻഴോവ്-10 (Shenzhou 10) എന്നീ വിക്ഷേപണ വാഹനങ്ങളുടെ സഹായത്തോടെ സ്പേസ് സ്റ്റേഷനുമായി ഡോക്ക് ചെയ്യുകയുണ്ടായി. ടൈകനോട്ട് എന്നാണ് കോസ്മോനോട്ട് എന്ന റഷ്യൻ പദത്തിന് സമാനമായ ചൈനീസ് പദം. ഈ രണ്ടു സന്ദർഭങ്ങളിലും ടൈകനോട്ടു കൾ സ്പേസ് സ്റ്റേഷനിൽ കൃത്യമായി എത്തിച്ചേരുകയുണ്ടായി.

ചൈനയുടെ പരീക്ഷണങ്ങൾക്ക് രഹസ്യ സ്വഭാവമുണ്ടായിരുന്നതു കൊണ്ട് വിശദവിവരങ്ങൾ പുറംലോകത്തിനു ലഭ്യമായിരുന്നില്ല. എങ്കിലും ബഹിരാകാശത്തു വച്ച് വലിയ സ്പേസ് ക്രാഫ്റ്റുകൾ ഡോക് ചെയ്യുന്നതിനുള്ള പഠനങ്ങളായിരുന്നു ഈ വിക്ഷേപണങ്ങളിലൂടെ നടന്നത് എന്ന് അനുമാനിക്കുന്നു. കൂടാതെ ഭാരമില്ലാത്ത അവസ്ഥ മനു ഷ്യനെ എപ്രകാരം ബാധിക്കുന്നു എന്ന് പഠിക്കുന്നതിനും ബഹിരാ കാശത്തുനിന്നും ഭൂമിയെ നിരീക്ഷിക്കുന്നതിനും ചിത്രങ്ങൾ എടുക്കു ന്നതിനും സാധിച്ചു. ആദ്യ ഡോക്കിങ്ങിൽ രണ്ട് കോസ്മോനോട്ടുകളിൽ ഒരാൾ ലീയുയാങ് എന്ന ചൈനീസ് വനിതയായിരുന്നു. രണ്ടാമത്തെ ഡോക്കിങ്ങിൽ ഷെൻഴോവ്-10 (Shenzhou 10) എന്ന പേടകത്തിൽ മൂന്നു കോസ്മോനോട്ടുകൾ ആയിരുന്നു ഡോക് ചെയ്തത്. അതിൽ ഒരാൾ വാങ് യാപിങ് (Wang Yaping) എന്ന ചൈനീസ് വനിതയായിരുന്നു. രണ്ടു സന്ദർഭങ്ങളിലും കൂടി 25 ദിവസങ്ങളായിരുന്നു അസ്ട്രോനോട്ടുകൾ ട്യാങ് ഗോങ്-1 ൽ താമസിച്ച് പഠനങ്ങൾ നടത്തിയത്. 2017 മെയ് മാസത്തിൽ ട്യാങ് ഗോങ്-1 ഓർബിറ്റിൽനിന്നും വ്യതിചലിച്ചുകൊണ്ടിരിക്കുന്നതായും ഭൗമാന്തരീക്ഷത്തിൽ താമസിയാതെ എത്തിച്ചേരുമെന്നും ചൈന ബഹിരാകാശ കാര്യങ്ങളുടെ ചുമതലയുള്ള ഐക്യരാഷ്ട്ര സംഘടന യുടെ ഓഫീസിൽ അറിയിക്കുകയുണ്ടായി. 2018 ഏപ്രിൽ 2 ന് ട്യാങ് ഗോങ്- 1 (Tiaggong 1) ഭൗമാന്തരീക്ഷത്തിൽ പ്രവേശിക്കുകയും UTC 00 ന് പസഫിക് സമുദ്രത്തിൽ പതിക്കുകയും ചെയ്തു. 15-09-2016 ൽ വിക്ഷേപിച്ച ട്യാങ് ഗോങ് 2 ൽ രണ്ട് ടൈകനോട്ടുകൾ 26 ദിവസം വസിച്ച് പരീക്ഷണങ്ങൾ നടത്തുകയുണ്ടായി. ഏകദേശം മൂന്നു വർഷത്തി നുശേഷം 19 -07- 2019 ൽ ട്യാങ് ഗോങ് - 2 ഡി ഓർബിറ്റ് ചെയ്യുകയു ണ്ടായി.

ഇന്റർനാഷണൽ സ്പേസ് സ്റ്റേഷൻ

റഷ്യയുടെ അൽമാസ് (Almaz), സല്യൂട്ട് 7, മിർ (MIR) അമേരിക്കയുടെ സ്കൈലാബ് എന്നീ സ്പേസ് സ്റ്റേഷനുകൾക്കുശേഷം ഏറ്റവുമധികകാലം ബഹിരാകാശത്തു തുടർച്ചയായി പ്രവർത്തിച്ചുകൊണ്ടിരിക്കുന്ന മനുഷ്യവാസയോഗ്യമായ ഒൻപതാമത്തെ കൃത്രിമ ഉപഗ്രഹമാണ് ഇന്റർനാഷണൽ സ്പേസ് സ്റ്റേഷൻ. 1984 ൽ അന്നത്തെ അമേരിക്കൻ പ്രസിഡന്റായിരുന്ന റൊണാൾഡ് റീഗനായിരുന്നു സ്ഥിരം മനുഷ്യ സാന്നിദ്ധ്യമുള്ള ഒരു ബഹിരാകാശ നിലയമുണ്ടാക്കാൻ നാസയോട് ആവശ്യപ്പെട്ടത്. റഷ്യയുൾപ്പെടെ വിവിധ രാഷ്ട്രങ്ങളുടെ സഹകരണത്തോടെ 1998 ൽ ഐ എസ് എസിന്റെ നിർമ്മാണം തുടങ്ങി. ഐ എസ് എസിന്റെ ഓരോ ഭാഗവും മൊഡ്യൂൾ എന്നാണ് അറിയപ്പെടുന്നത്. 1998 ൽ പ്രോട്ടോൺ റോക്കറ്റുപയോഗിച്ച് റഷ്യ സൂര്യോദയം എന്നർത്ഥമുള്ള സര്യ എന്ന മൊഡ്യൂളിനെ ആദ്യമായി ബഹിരാകാശത്തു എത്തിച്ചു. ഇതേ വർഷം തന്നെ ഡിസംബർ മാസത്തിൽ അമേരിക്കയുടെ മൊഡ്യൂളും തുടർന്ന് മറ്റു മൊഡ്യൂളുകളും എത്തിച്ചേർന്നു. 420 ടൺ (419,725 kilograms) ഭാരമുള്ള സ്പേസ് സ്റ്റേഷൻ ഒറ്റ വിക്ഷേപണംകൊണ്ട് സാധിക്കാവുന്ന ഒരു കാര്യമായിരുന്നില്ല, പല, പല ഘട്ടങ്ങളായിട്ടായിരുന്നു സ്പേസ് സ്റ്റേഷന്റെ വിക്ഷേപണം നടന്നത്. പല വിക്ഷേപണങ്ങളിലായി വിവിധ ഭാഗങ്ങളെ ബഹിരാകാശത്തിൽ 400 കിലോമീറ്റർ ഉയരത്തിൽ എത്തിച്ച് സംയോജിപ്പിച്ച് ഈ സംരംഭം വിജയത്തിലെത്തിക്കാൻ രണ്ടു വർഷത്തെ സമയം വേണ്ടിവന്നു. 2008 ൽ യൂറോപ്പിന്റെയും ജപ്പാന്റെയും പരീക്ഷണ ശാലകൾ കൂടി സംയോജിപ്പിക്കപ്പെട്ടു. 2011 വരെയുള്ള കാലങ്ങളിൽ പല റോക്കറ്റ് വിക്ഷേപണങ്ങളിലൂടെ വിവിധ ഭാഗങ്ങൾ സ്പേസ് സ്റ്റേഷനുമായി കൂട്ടിച്ചേർത്തിട്ടുണ്ട്. സ്പേസ് സ്റ്റേഷന് ആവശ്യമായ ഭാഗങ്ങൾ സംയോജിപ്പിക്കുന്നതിനു

നാല്പത്തിരണ്ടു വിക്ഷേപണങ്ങൾ ആവശ്യമായി വന്നു. യുണൈറ്റഡ് സ്റ്റേറ്റ്സ് ഓഫ് അമേരിക്ക, റഷ്യ, യൂറോപ്യൻ രാജ്യങ്ങൾ, (യൂറോപ്യൻ സ്പേസ് ഏജൻസി), ജപ്പാൻ, കാനഡ എന്നീ രജ്യങ്ങൾക്കു ഇന്റർനാഷണൽ സ്പേസ് സ്റ്റേഷനിൽ പങ്കാളിത്തമുണ്ട്. ഈ സ്പേസ് സ്റ്റേഷന് ഒരു ഫുട്ബോൾ ഗ്രൗണ്ടിന്റെയത്രയും വിസ്താരമുണ്ട്. സ്പേസ് സ്റ്റേഷന്റെ നീളം 356 അടി, വിങ് സ്പാൻ 240 അടി. അസ്ട്രോനോട്ടുകൾ വസിക്കുന്ന ഭാഗം തന്നെയും ഒരു ബോയിങ് 747 വിമാനത്തിന്റെ അത്രയും വലിപ്പമുള്ളതാണ്. റഷ്യൻ സ്പേസ് സ്റ്റേഷൻ ആയിരുന്ന മിർ (MIR) ന്റെ നാല് മടങ്ങും അമേരിക്കൻ സ്പേസ് സ്റ്റേഷൻ ആയിരുന്ന സ്കൈലാബിന്റെ അഞ്ചു മടങ്ങും വലിപ്പം ഇന്റർനാഷണൽ സ്പേസ് സ്റ്റേഷനുണ്ട്. മൈക്രോ ഗ്രാവിറ്റി, ബഹിരാകാശ പരിസ്ഥിതി, ഊർജ്ജതന്ത്രം, ജ്യോതിശാസ്ത്രം, ജീവശാസ്ത്രം, ഭൗതിക ശാസ്ത്രം, വാന നിരീക്ഷണം, കാലാവസ്ഥ പഠനങ്ങൾ എന്നിങ്ങനെ വിവിധ മേഖലകളിൽ ഭൂമിയിൽ വച്ച് സാദ്ധ്യമാകാത്ത വിവിധ നിരീക്ഷണങ്ങളും പഠനങ്ങളുമാണ് അസ്ട്രോനോട്ടുകൾ ഇവിടെ ദീഘകാലം അധിവസിച്ചു നടത്തുന്നത്. ഈ സ്പേസ് സ്റ്റേഷനിലെ ഇലക്ട്രിക്കൽ വയറിങ് സംവിധാനങ്ങൾക്ക് 13 കിലോമീറ്ററിലധികം ദൈർഘ്യം വരും. അതിസങ്കീർണ്ണങ്ങളായ കമ്പ്യൂട്ടർ സംവിധാനങ്ങളെക്കുറിച്ചു വിവരിക്കാൻ തന്നെ പ്രയാസം. ബഹിരാകാശ പേടകങ്ങളിലെ ഉപകരണങ്ങളെ പരീക്ഷണ വിധേയമാക്കുന്നതിന് ഈ പരീക്ഷണശാല പ്രയോജനപ്പെടുത്തുന്നു. ഒരേസമയം എട്ടു ബഹിരാകാശ പേടകങ്ങൾ ഇന്റർനാഷണൽ സ്പേസ് സ്റ്റേഷനുമായി ഡോക് ചെയ്യുവാൻ സാധിക്കും. ചന്ദ്രനിലേക്കും ചൊവ്വാഗ്രഹത്തിലേക്കുമുള്ള പഠന സംഘങ്ങൾക്ക് ഇടത്താവളമായും സ്പേസ് സ്റ്റേഷൻ പ്രയോജനപ്പെടുത്താനാകും. 2010 ലെ കണക്കുകളനുസരിച്ചു ഈ പരീക്ഷണശാലയുടെ മൂല്യം 150 ബില്യൺ ഡോളർ ആയിരുന്നു. ലോകത്തിലെ ഏറ്റവും വിലകൂടിയ മനുഷ്യ നിർമ്മിത പരീക്ഷണശാല ഇതുതന്നെയെന്നു കണക്കാക്കപ്പെടുന്നു.

സ്പേസ് സ്റ്റേഷനിൽ താമസിക്കുന്നവർക്ക് പ്രത്യേകം ബെഡ് റൂം, ഭക്ഷണം ചൂടാക്കുന്നതിനും തണുപ്പിക്കുന്നതിനുമുള്ള സൗകര്യങ്ങൾ ഇവയും രണ്ടു പൊതു ടോയ്‌ലെറ്റുകളും ബഹിരാകാശത്തെ വീക്ഷിക്കുന്നതിനുള്ള ഒരു ജനലും ഉണ്ട്. സ്പേസ് സ്റ്റേഷൻ മണിക്കൂറിൽ 28,800 കിലോമീറ്റർ വേഗത്തിൽ 400 കിലോമീറ്റർ ഉയരത്തിൽ ഭൂമിയെ പ്രദക്ഷിണം ചെയ്തുകൊണ്ടിരിക്കുന്നു. ഒരേ അവസരത്തിൽ ആറ് അസ്ട്രോനോട്ടുകൾക്കു താമസിച്ചു പരീക്ഷണങ്ങൾ നടത്തുന്നതിന് സൗകര്യമുണ്ട്. എന്നാൽ ചില സന്ദർഭങ്ങളിൽ ഒൻപതുപേർ സ്പേസ് സ്റ്റേഷനിൽ വസിച്ചിരുന്നു. സോയൂസ് ബഹിരാകാശ പേടകത്തിൽ കസഖ്സ്ഥാനിലെ ബൈക്കൊന്നൂർ കോസ്മോ ഡ്രോമിൽനിന്നും 2000 ഒക്ടോബർ 31, കസാഖ്സ്ഥാൻ സമയം 10:53 am ന് പുറപ്പെട്ട NASA യുടെ കമാണ്ടർ വില്യം എം ബിൽ ഷെപ്പേർഡ് (Commander William M (Bill) Shepherd), റഷ്യൻ റോസ്കോസ്മോസിന്റെ കോസ്മോനോട്ടു

ചിത്രം 51 – ഇന്റർനാഷണൽ സ്പേസ് സ്റ്റേഷന്റെ അന്തർഭാഗം

കളായ സെർജി ക്രികലെവ് (Sergei Krikalev), യൂറി ജിഡ്സെങ്കോ (Yuri Gidzenko) എന്നിവരടങ്ങുന്ന ആദ്യ സംഘം എത്തിച്ചേർന്നത് 2000 നവംബർ രണ്ടാം തീയതിയായിരുന്നു. കഴിഞ്ഞ ഇരുപത്തി ഒന്ന് വർഷത്തോളമായി അസ്ട്രോനോട്ടുകൾ പല ബാച്ചുകളിലായി മാറി മാറി ഈ സ്പേസ് സ്റ്റേഷനിൽ തുടർച്ചയായി അധിവസിച്ചുകൊണ്ട് പരീക്ഷണ നിരീക്ഷണങ്ങളിൽ ഏർപ്പെട്ടിരിക്കുന്നു. ഇതിനുമുൻപ് സോവിയറ്റ് റഷ്യയുടെ മിർ സ്റ്റേഷൻ 9 വർഷം 357 ദിവസം ബഹിരാകാശത്തു സജീവമായി നിലനിന്നിരുന്നു. ഇന്റർനാഷണൽ സ്പേസ് സ്റ്റേഷനിൽ ഓരോ ബാച്ചിനും ക്രമനമ്പർ കൊടുക്കുന്നു. ഇതിനു എക്സ്പെഡിഷൻ എന്നാണ് പറയുന്നത് ഇപ്പോൾ സ്പേസ് സ്റ്റേഷനിലുള്ള അറുപത്തി അഞ്ചാമത്തെ എക്സ്പെഡിഷനിൽ ഏഴു അംഗങ്ങളാണുള്ളത്. ഇന്റർനാഷണൽ സ്പേസ് സ്റ്റേഷൻ 92 മിനിറ്റിൽ ഒരു പ്രാവശ്യം ഭൂമിയെ പ്രദിക്ഷണം ചെയ്യുന്നു. ഭൂമിയിലെ ഒരു ദിവസം സമയത്തിനുള്ളിൽ അസ്ട്രോനോട്ടിന് പതിനാറു സൂര്യോദയവും പതിനാറു സൂര്യാസ്തമനവും കാണാൻ സാധിക്കുന്നു.

പ്രഥമ ദൃഷ്ടയിൽത്തന്നെ ഇന്റർനാഷണൽ സ്പേസ് സ്റ്റേഷന്റെ അന്തർഭാഗം അതീവ സങ്കീർണ്ണമായി തോന്നും. ചിത്രം 51 നോക്കുക.

സൗരോർജ്ജ പാനലുകൾ ഉപയോഗിച്ചു സ്പേസ് സ്റ്റേഷനിൽ ആവശ്യത്തിനുവേണ്ട വൈദ്യുതി ഉല്പാദിപ്പിക്കുന്നു. 2,62,400 സോളാർ സെല്ലുകളാണ് വൈദ്യുതി ഉല്പാദനത്തിനായി ഉപയോഗിക്കുന്നത്. ഈ സോളാർ സെല്ലുകൾക്കെല്ലാംകൂടി ഒരു ഫുട്ബോൾ ഗ്രൗണ്ടിന്റെ പകുതിയിലധികം വരുന്ന 2500 സ്ക്വയർ മീറ്റർ വിസ്തീർണ്ണമുണ്ട്. ഇത്രയും വിസ്തീർണ്ണം വരുന്ന സോളാർ സെല്ലുകളുടെ ഇരുവശവും വൈദ്യുതി ഉല്പാദനത്തിനായി – ഒരുവശത്ത് സൂര്യപ്രകാശവും മറുവശത്ത്

ഭൂമിയിൽനിന്നും പ്രതിഫലിച്ചുണ്ടാകുന്ന പ്രകാശവും — ഒരേസമയം പ്രയോജനപ്പെടുത്തുന്നു. എട്ടു സോളാർ പാനലുകൾ ചേർന്ന് പകൽ സമയത്ത് 160 കിലോവാട്ട് ഇലക്ട്രിസിറ്റിയാണ് ഇവിടെ ഉല്പാദിപ്പിക്കുന്നത്. അധികമായി വരുന്ന വൈദ്യുതി നിക്കൽ - ഹൈഡ്രജൻ ബാറ്ററികളിൽ സ്റ്റോർ ചെയ്ത് നിയന്ത്രിതമായി ഉപയോഗിക്കുന്നു. അസ്ട്രോനോട്ടുകൾ ശ്വസിക്കുന്നത് നാം ശ്വസിക്കുന്നതുപോലെയുള്ള ഏകദേശം 80 ശതമാനം നൈട്രജനും 20 ശതമാനം ഓക്സിജനും ചേർന്ന വായുവാണ്. എന്നാൽ ഇവിടെ ഓക്സിജൻ ഉല്പാദിപ്പിക്കുന്നത് ജലത്തിന്റെ വൈദുതി വിശ്ലേഷണം വഴിയാണ്. $2H_2O = 2H_2 + O2$ ഈ ഹൈഡ്രജൻ വീണ്ടും ഉച്ഛ്വാസ വായുവിലെ കാർബൺഡയോക്സൈഡുമായി ചേർത്ത് ജലം ഉല്പാദിപ്പിക്കുന്നു. $4H_2 + CO_2 = 2H_2O + CH_4$ മനുഷ്യശരീരത്തിലെ മൂത്രവും വിയർപ്പും റീസൈക്കിൾ ചെയ്തു ശുദ്ധജലമാക്കി ഉപയോഗിക്കുന്നു. ഇന്റർനാഷണൽ സ്പേസ് സ്റ്റേഷൻ ഒരു മോഡുലാർ സ്പേസ് സ്റ്റേഷൻ ആണ്. വിവിധ വിക്ഷേപണങ്ങളിലൂടെ വിവിധ പഠനങ്ങൾക്കും ഉപയോഗങ്ങൾക്കുമായി പല രാജ്യങ്ങളിൽ നിന്നും സമാഹരിച്ച് സംയോജിപ്പിച്ച, ശാസ്ത്ര സാങ്കേതിക മേഖലകളിൽ മാനവരാശി കൈവരിച്ച വൻ നേട്ടങ്ങളുടെ പ്രതീകമെന്ന് ഇതിനെ വിശഷിപ്പിക്കാം. സ്പേസ് സ്റ്റേഷന്റെ മകുടമെന്നു കരുതാവുന്ന ഗോപുര ശിഖിരമാണ് ഇതിലെ കപ്പോളമൊഡ്യൂൾ. 2010 ഫെബ്രുവരി 10 നു ആയിരുന്നു കപ്പോള മൊഡ്യൂൾ സ്പേസ് ഷട്ടിൽ STS 130 ൽ ബഹിരാകാശത്ത് എത്തിച്ച്

ചിത്രം 52 – കപ്പോള മൊഡ്യൂൾ

ചിത്രം 53 – കപ്പോള മൊഡ്യൂളിന്റെ അന്തർഭാഗം

സ്പേസ് സ്റ്റേഷനുമായി ഡോക് ചെയ്ത് സംയോജിപ്പിച്ചത്. ഇതിന്റെ ഡയമീറ്റർ 9.8 അടിയും ഉയരം 4.7 അടിയും ഭാരം 2 ടണ്ണുമാണ് (4,136 pounds). വശങ്ങളിൽ ആറും മുകളിൽ (Nadir view) ഒന്നുമുൾപ്പെടെ ഏഴു ജനലുകളിൽകൂടി ബൃഹത്തായ ബഹിരാകാശത്തെയും ഭൂമിയെയും നിരന്തരം വീക്ഷിക്കുവാനും ചിത്രങ്ങളെടുക്കുവാനുമുള്ള സൗകര്യങ്ങൾ കപ്പോള മൊഡ്യൂളിലുണ്ടായിരുന്നു. മൈക്രോ മീറ്റിയോറൈറ്റുകളിൽ (ചെറിയ ഉല്ക്കകൾ) നിന്നും മറ്റുപേടകങ്ങളിൽ നിന്നും വന്നെത്താവുന്ന ശിഥില വസ്തുക്കളിൽ (space debris) നിന്നും സംരക്ഷിക്കുന്നതിനായി ജനലുകൾക്ക് ഷട്ടറുകളും പിടിപ്പിച്ചിരുന്നു. കപ്പോള മൊഡ്യൂളിന്റെ ജനൽപ്പാളികൾ ഫ്യൂസ്ഡ് ബോറോസിലിക്കേറ്റ് ഗ്ലാസ് കൊണ്ടാണ് നിർമ്മിച്ചിരുന്നത്. യൂറോപ്യൻ സ്പേസ് ഏജൻസിയുടെ സഹകരണത്തോടെ ഇറ്റലിയിൽ ആണ് ഇതിന്റെ രൂപകല്പനയും നിർമ്മാണവും നടന്നത്. കപ്പോള എന്ന ഇറ്റാലിയൻ വാക്കിന്റെ അർത്ഥം ഡോം അഥവാ താഴികക്കുടം എന്നാണ്. കോസ്മോനോട്ടുകളുടെ സ്പേസ് വാക്, പുതിയ മൊഡ്യൂളുകളുടെയും സന്ദർശക പേടകങ്ങളുടെയും ഡോക്കിങ്, സ്പേസ് സ്റ്റേഷന്റെ അറ്റകുറ്റപ്പണികൾ ഇവയെ നിരീക്ഷിക്കുന്നതിനും കപ്പോള മൊഡ്യൂൾ ഉപയോഗിക്കപ്പെടുന്നു. കപ്പോള മൊഡ്യൂളിന്റെ ചിത്രങ്ങൾ ഇവിടെ ചേർക്കുക (ചിത്രം 52, 53 കാണുക).

ഒരു വിമാനത്തിന്റെ അല്ലെങ്കിൽ പക്ഷിയുടെ ചിറകുകളുടെ രണ്ടറ്റങ്ങൾ തമ്മിലുള്ള അകലത്തെ വിങ്സ്പാൻ (wingspan) എന്നാണ് പറയുന്നത്. ഇന്റർനാഷണൽ സ്പേസ് സ്റ്റേഷന്റെ വിങ് സ്പാൻ 240

അടിയാണ്. അതായത് ഒരു ബോയിങ് 777 വിമാനത്തിന്റേതിനേതിനെക്കാൾ 40 അടിയോളം കൂടുതൽ! സന്ധ്യാസമയത്തും പ്രഭാതത്തിലും, തെളിഞ്ഞ ആകാശത്തിൽ, ഏകദേശം പത്തു മിനിറ്റ് നേരത്തേക്ക്, ഇന്റർനാഷണൽ സ്പേസ് സ്റ്റേഷൻ ഭൂമിയിൽ പല ഭാഗത്തുനിന്നും, ഒരു തിളക്കമുള്ള നക്ഷത്രത്തിന്റെ വലിപ്പത്തിൽ വീക്ഷിക്കുവാൻ സാധിക്കും. ഒരു സാമാന്യം പ്രകാശമുള്ള നക്ഷത്രം അതിവേഗത്തിൽ ആകാശത്തിലൂടെ നീങ്ങിപ്പോകുന്നപോലെയായിരിക്കും കാണപ്പെടുക.

അന്ധകാരാവൃതമായ പശ്ചാത്തലത്തിൽ എടുത്ത ഇന്റർനാഷണൽ സ്പേസ് സ്റ്റേഷന്റെ ചിത്രം (നാസയോട് കടപ്പാട്) താഴെ കൊടുത്തിരിക്കുന്നു. ചിത്രത്തിൽ സോളാർ പാനലുകൾ വളരെ വ്യക്തമായി കാണാം.

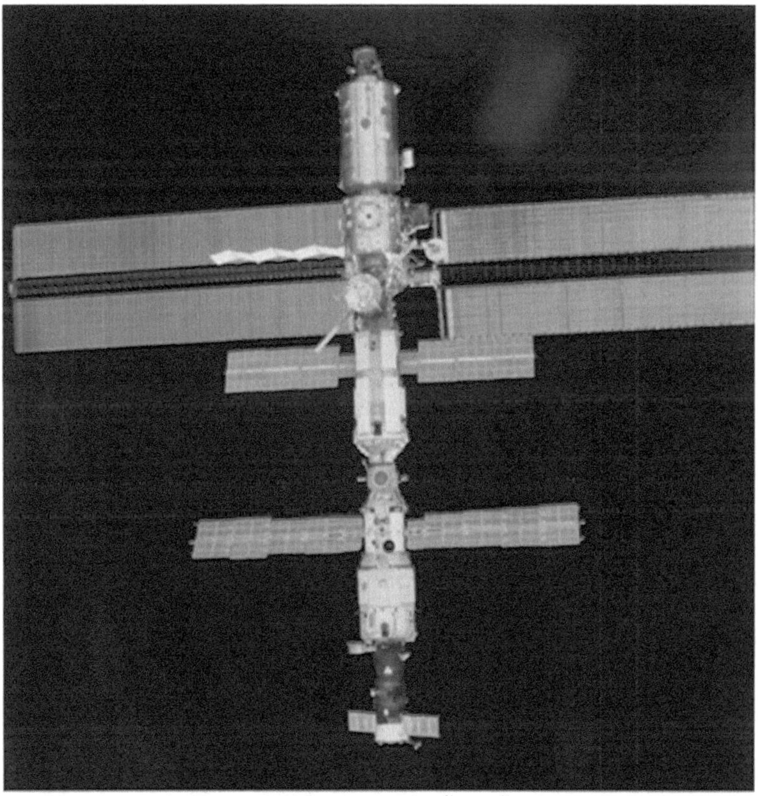

ചിത്രം 54 – ഇന്റർനാഷണൽ സ്പേസ് സ്റ്റേഷൻ – അന്ധകാരാവൃതമായ പശ്ചാത്തലത്തിൽ

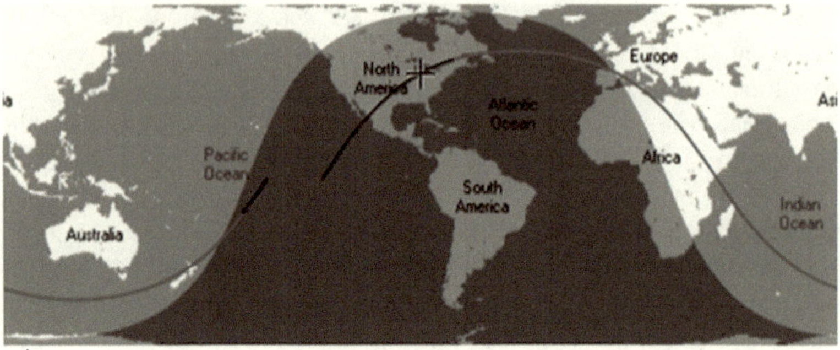

ചിത്രം 55 – ഇന്റർനാഷണൽ സ്പേസ് സ്റ്റേഷന്റെ സഞ്ചാരപഥം

ഇന്റർനാഷണൽ സ്പേസ് സ്റ്റേഷന്റെ സഞ്ചാരപഥമാണ് ചിത്രത്തിൽ (ചിത്രം 55) കാണിക്കുന്നത്. കുരിശടയാളത്തിനു മുകളിലായി സ്പേസ് സ്റ്റേഷൻ എത്തിച്ചേരുമ്പോൾ ചുവപ്പുരേഖ സൂര്യപ്രകാശം ലഭ്യമായിരിക്കുന്ന പ്രദേശങ്ങളെ കാണിക്കുന്നു. മറുവശത്ത് അന്ധകാരമായിരിക്കും.

അസ്ട്രോനോട്ടുകൾക്കുള്ള ഭക്ഷണം ആവശ്യാനുസരണം കാർഗോ റോക്കറ്റുകൾ മുഖേന എത്തിച്ചുകൊണ്ടിരിക്കും. അധികവും പ്ലാസ്റ്റിക് ബാഗുകളിലാണ് ഭക്ഷണം കരുതി വച്ചിരിക്കുന്നത്. ഓരോ അസ്ട്രോനോട്ടിനും പ്രത്യേകം പാക്കറ്റുകളിൽ ഭക്ഷണം ക്രമീകരിച്ചിരിക്കുന്നു. ഖരഭക്ഷണം ഫോർക്കും കത്തിയും ഉപയോഗിച്ചാണിവർ കഴിക്കുന്നത്. പേടകത്തിൽ ഗുരുത്വാകർഷണം ഇല്ലെന്നുപറയാം. അപ്പോൾ കൈവിട്ടാൽ ഭക്ഷണം വിട്ടുപോയെന്നിരിക്കും. ഫോർക്കും കത്തിയും പ്ലവനം ചെയ്തെന്നിരിക്കും. അതുകൊണ്ടു ഭക്ഷണം കഴിക്കാൻതന്നെ പരിശീലനം ആവശ്യമാണ്. ദ്രവ ഭക്ഷണ സാധനങ്ങൾ പ്ലാസ്റ്റിക് സഞ്ചികളിൽനിന്നും വലിച്ചുകുടിക്കാം. അസ്ട്രോനോട്ടുകൾക്കു ഉറങ്ങുന്നതിനു പ്രത്യേകം ക്യാബിനുകൾ ഉണ്ട്.

ഭൂമിയിലേതുപോലുള്ള 12 മണിക്കൂർ രാപകൽ വ്യത്യാസവും ഗുരുത്വാകർഷണമില്ലാത്ത അവസ്ഥയിൽ കീഴ്മേൽ വ്യത്യാസവും സ്പേസ് സ്റ്റേഷനിൽ അനുഭവപ്പെടുന്നില്ല. ഷെഡ്യൂൾ അനുസരിച്ചുള്ള ജോലികൾ തീർത്ത് സ്വന്തം ക്യാബിനുകളിലോ താമസക്കാർ കൂടുതൽ വരുന്ന സന്ദർഭങ്ങളിൽ മൊഡ്യൂളുകളിലോ അവർ ആവശ്യാനുസരണം ഉറങ്ങി വിശ്രമിക്കുന്നു. സ്ലീപ്പിങ് ബാഗുകളിലാണ് ഉറങ്ങുന്നത്. ഈ സ്ലീപ്പിങ് ബാഗ് അനായാസം നീങ്ങിപ്പോകുന്നതിനുള്ള സാദ്ധ്യതയുള്ളതുകൊണ്ടു ക്യാബിനുമായി ബന്ധിച്ചിരിക്കും. രണ്ടു ബെഡ് റൂമുകളുടെ ചിത്രങ്ങൾ ഇവിടെ കൊടുത്തിരിക്കുന്നു (ചിത്രം 56&57).

ഇന്റർനാഷണൽ സ്പേസ് സ്റ്റേഷനിൽ മാസങ്ങളോളം താമസിച്ച നാസയുടെ വനിതാ അസ്ട്രോനോട്ടുകളായിരുന്നു ക്രിസ്റ്റിന കോച്ചും

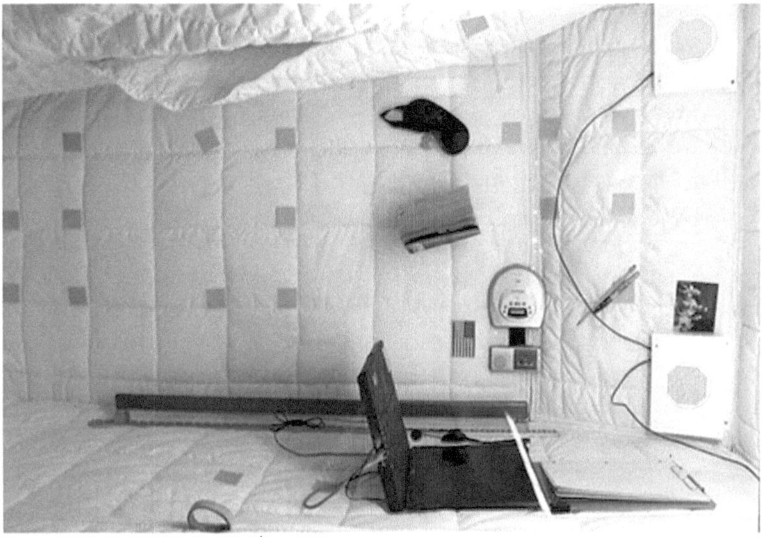

ചിത്രം 56 – ഇന്റർനാഷണൽ സ്പേസ് സ്റ്റേഷനിലെ ബെഡ്റൂം

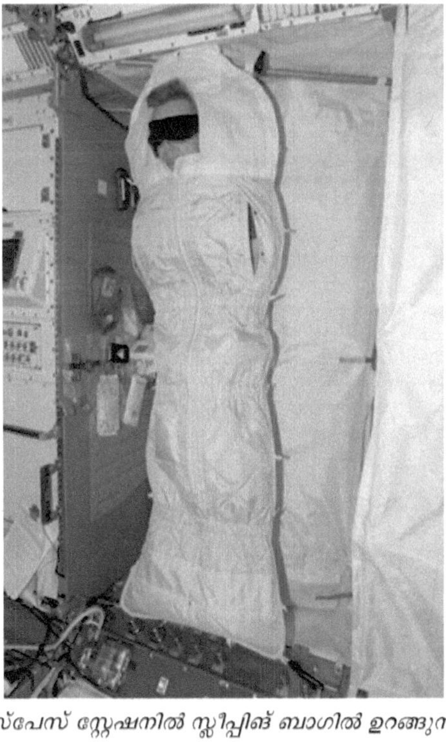

ചിത്രം 57 – സ്പേസ് സ്റ്റേഷനിൽ സ്ലീപ്പിങ് ബാഗിൽ ഉറങ്ങുന്ന അസ്ട്രോനോട്ട്

ജെസ്സിക്ക മേയറും. ക്രിസ്റ്റിന കോച്ച് 2019 മാർച്ച് 14 ന് ഇന്റർനാഷണൽ സ്പേസ് സ്റ്റേഷനിൽ എത്തിച്ചേർന്നു. സോയുസ് T 15 ൽ 2019 സെപ്തംബർ 25 ന് ആയിരുന്നു ജെസിക്ക മേയർ ഇന്റർനാഷണൽ സ്പേസ് സ്റ്റേഷനിൽ എത്തിച്ചേർന്നത്. 2019 ഒക്ടോബർ 18 ന് അവർ ഒരുമിച്ച് സ്പേസ് സ്റ്റേഷന് വെളിയിൽ സ്പേസ് വാക് നടത്തുകയുണ്ടായി. വനിതകൾ മാത്രമുള്ള ആദ്യത്തെ സ്പേസ് വാക് ആയിരുന്നു അത്. സ്പേസ് സ്റ്റേഷന് മുകളിൽ സ്ഥാപിച്ചിരുന്ന കേടുവന്ന ഒരു ബാറ്ററി ചാർജ് ചെയ്യുന്നതിനും - ഡിസ്ചാർജ് ചെയ്യുന്നുന്നതിനുമുള്ള യൂണിറ്റ് മാറ്റി സ്ഥാപിക്കുന്നതിനായിരുന്നു അവർ സ്പേസ് സ്റ്റേഷന് വെളിയിൽ സഞ്ചരിച്ചത്. അവർ ഇരുവരും സ്പേസ് സ്റ്റേഷന് വെളിയിൽ സ്പേസ് വാക് നടത്തുമ്പോൾതന്നെ അമേരിക്കൻ പ്രസിഡന്റ് ഡൊണാൾഡ് ട്രംപ് അവരെ ഫോണിൽ വിളിക്കുകയും അവരുമായി സംഭാഷണം നടത്തി പ്രത്യേകം അഭിനന്ദിക്കുകയും ചെയ്തു. ജീവശാസ്ത്രപരമായ നിരവധി പരീക്ഷണങ്ങൾ അവർ ബഹിരാകാശത്തുവച്ച് നടത്തുകയുണ്ടായി.

2020 ഫെബ്രുവരി 6 ന് ക്രിസ്റ്റിന കോച്ചിന്റെ സ്പേസ് സ്റ്റേഷനിലെ വാസം പൂർത്തിയാകുമ്പോൾ ബഹിരാകാശത്ത് 328 ദിവസം പൂർത്തിയാക്കിയിരുന്നു.

ജെസിക്ക മേയർ 205 ദിവസം ഇന്റർനാഷണൽ സ്പേസ് സ്റ്റേഷനിൽ താമസിച്ചിരുന്നു. നാസയുടെ ജെസിക്ക മേയറും, ആൻഡ്രൂ മോർഗനും റഷ്യയുടെ ഒലെഗ് സ്ക്രിപ്കോച്കയും ഒരുമിച്ച് 17- 04- 20 വെള്ളിയാഴ്ച സ്പേസ് സ്റ്റേഷനിൽനിന്നും വിഘടിച്ചു. അവർ ഏതാനും മണിക്കൂർ

ചിത്രം 58 – 2020 ജനുവരി 15 ന് സ്പേസ് വാക്കിനായി സ്പേസ് സ്യൂട്ട് ധരിച്ച് ഒരുങ്ങുന്ന ക്രിസ്റ്റിന കോച്ചും (ഇടതുവശം) ജെസിക്ക മേയറും

ചിത്രം 59 – ഇന്റർനാഷണൽ സ്പേസ് സ്റ്റേഷൻ പകൽ വെളിച്ചത്തിൽ

വേർപെട്ട് റഷ്യൻ ബഹിരാകാശ പേടകമായിരുന്ന സോയൂസിൽ ബഹിരാകാശത്ത് സഞ്ചരിച്ചതിനു ശേഷമാണ് റോക്കറ്റ് എഞ്ചിൻ ജ്വലിപ്പിച്ചു ഭൂമിയിലേക്ക് യാത്ര ആരംഭിച്ചത്. അവർ സോയൂസിൽ ഭൂമിയുടെ അന്തരീക്ഷത്തിൽ എത്തുകയും പാരച്യൂട്ടിന്റെ സഹായത്തോടെ കസാഖ്സ്ഥാനിൽ ഇറങ്ങുകയുമാണ് ചെയ്തത്. സ്പേസ് സ്റ്റേ

ചിത്രം 60 – ക്രിസ്റ്റിന കോച്ച്

ചിത്രം 61 – സ്കോട്ട് കെല്ലി (Scott Kelly) സ്പേസ് സ്റ്റേഷനിൽ

ഷനിൽനിന്നും റോക്കറ്റിന്റെ സഹായത്തോടെ ഭൂമിയിൽ എത്താൻ വേണ്ടിവന്ന സമയം ഒരുമണിക്കൂർ മാത്രമായിരുന്നു. ഒരു ഹെലികോപ്റ്ററിൽ മൂന്നു മണിക്കൂറിനുള്ളിൽ അവരെ ബൈക്കോനൂർ നഗരത്തിൽ എത്തിച്ചു.

ഇതിനകം 19 വിവിധ രാജ്യങ്ങളിൽ നിന്നായി 243 വ്യക്തികൾ സ്പേസ് സ്റ്റേഷനിൽ താമസിച്ചിട്ടുണ്ട്. അതിൽ 145 പേർ അമേരിക്ക

ചിത്രം 62 – ഏറ്റവും അധിക ദിവസങ്ങൾ സ്പേസ് സ്റ്റേഷനിൽ വസിച്ച പെഗ്ഗി കൊഹിസ്റ്റർ

*ചിത്രം 63 – ബഹിരാകാശപേടകത്തിന്
പുറത്തിറങ്ങി നിർബ്ബാധം സഞ്ചരിക്കുന്ന അസ്ട്രോനോട്ട്.*

ക്കാരും 41 പേർ റഷ്യക്കാരും ആയിരുന്നു. ഏറ്റവും കൂടുതൽ സമയം തുടർച്ചയായി ഇന്റർനാഷണൽ സ്പേസ് സ്റ്റേഷനിൽ വസിച്ചത് സ്കോട്ട് കെല്ലി (Scott Kelly) എന്ന അമേരിക്കൻ അസ്ട്രോനോട്ട് ആയിരുന്നു. അദ്ദേഹം 2015–2016 കാലത്ത് 340 ദിവസം സ്പേസ് സ്റ്റേഷനിൽ ചെലവഴിച്ചു.

ഏറ്റവും അധിക ദിവസങ്ങൾ സ്പേസ് സ്റ്റേഷനിൽ വസിച്ചത് പെഗ്ഗി കൊഹിസ്റ്റർ എന്ന അമേരിക്കൻ വനിത അസ്ട്രോനോട്ട് ആയിരുന്നു.

ചിത്രം 64 – 2021 ഏപ്രിൽ 24 ന് ഇന്റർനാഷണൽ സ്പേസ് സ്റ്റേഷനിൽ എത്തിച്ചേർന്ന സ്പേസ് X ക്രൂ ഡ്രാഗണിലെ നവാഗതരെ സ്വാഗതം ചെയ്ത് അസ്ട്രോനോട്ട് തോമസ് പെസ്കാറ്റ് സംസാരിക്കുന്നു

അവർ മൂന്ന് മിഷനുകളിലായി മൊത്തം 665 ദിവസം ഇന്റർനാഷണൽ സ്പേസ് സ്റ്റേഷനിൽ വസിച്ചിട്ടുണ്ട്.

അന്തർദ്ദേശീയ കരാർ അനുസരിച്ച് വിവിധ രാജ്യങ്ങൾ സ്പേസ് സ്റ്റേഷനിലേക്ക് നല്കുന്ന സാമ്പത്തിക സഹകരണത്തിന് അനുസൃത മായ വിഹിതമാണ് അസ്ട്രോനോട്ടുകളെ സ്പേസ് സ്റ്റേഷനിൽ അയ ക്കുന്നതിനും സമയം ചെലവഴിക്കുന്നതിനും പരീക്ഷണങ്ങൾ നടത്തുന്ന തിനും ലഭ്യമാക്കുക.

അമേരിക്കൻ അസ്ട്രോനോട്ടുകൾ അമേരിക്കൻ വിക്ഷേപണ വാഹനം ഉപയോഗിച്ചു വീണ്ടും ബഹിരാകാശ നിലയത്തിൽ അനുസ്യൂതം വികസിച്ചുകൊണ്ടിരിക്കുന്ന റോക്കറ്റ് സാങ്കേതിക വിദ്യയും ബഹിരാകാശ ഗവേഷണവും നമ്മെ അത്ഭുതസ്തബ്ധരാക്കുന്ന ഒരു കാലയളവിലാണ് നാം ജീവിക്കുന്നത്.

റോബർട്ട് ബങ്കർ, ഡഗ്ലസ് ഹാർലി എന്ന രണ്ടു അമേരിക്കൻ അസ് ട്രോനോട്ടുകൾ 31–05–2020 ഞായറാഴ്ച രാവിലെ 00–52 ന് അമേരിക്കയിൽ ഫ്ളോറിഡയിലെ കേപ്പ് കനവരാളിലെ കെന്നഡി സ്പേസ് സെന്ററിൽ നിന്നും പുറപ്പെട്ടു. 19 മണിക്കൂർ നീണ്ട യാത്രയ്ക്കുശേഷം രാത്രി 07–46 ന് അന്താരാഷ്ട്ര ബഹിരാകാശ നിലയത്തിൽ വിജയകരമായി എത്തി ച്ചേർന്നു. അമേരിക്കയുടെ ഫാൽക്കൺ റോക്കറ്റാണ് ഇവരെ സ്പേസ് X ക്രൂ ഡ്രാഗൺ എന്ന ബഹിരാകാശ പേടകത്തിൽ ബഹിരാകാശ നിലയത്തിൽ എത്തിച്ചത്. നാസയും സ്വകാര്യ പങ്കാളിത്തമുള്ള സ്പേസ് X എന്ന കമ്പനിയും ചേർന്നുള്ള ഒരു സംരംഭമായിരുന്നു ഇത്. സ്പേസ് സ്റ്റേഷനിൽ എത്തിച്ചേർന്ന പുതിയ യാത്രികരെ സ്റ്റേഷനിൽ ഉണ്ടായിരുന്ന

അസ്ട്രോനോട്ടുകൾ ആവേശത്തോടെ സ്വാഗതം ചെയ്തു. 2011 ന് ശേഷം അമേരിക്കൻ മണ്ണിൽനിന്നും അമേരിക്കൻ അസ്ട്രോനോട്ടുകളെ അമേരിക്കൻ വിക്ഷേപണവാഹനം ഉപയോഗിച്ചു ബഹിരാകാശനിലയത്തിൽ എത്തിക്കാൻ സാധിച്ചതിൽ അമേരിക്കൻ ജനതയും അമേരിക്കൻ പ്രസിഡന്റ് ഡൊണാൾഡ് ട്രംപും ആഹ്ളാദം പ്രകടിപ്പിച്ചു. സാധാരണ ഒരേ സമയം ഏഴുപേരിലധികം ഇന്റർനാഷണൽ സ്പേസ് സ്റ്റേഷനിൽ ഉണ്ടാവുക പതിവില്ല. എന്നാൽ കഴിഞ്ഞ ഏപ്രിൽ 9 ന് മൂന്നുപേരടങ്ങുന്ന റഷ്യൻ സംഘം എത്തിച്ചേർന്നു. കസാഖ്സ്ഥാനിലെ കോസ്മോഡ്രോമിൽനിന്നും 2021 ഏപ്രിൽ 9 ന് വിക്ഷേപിക്കപ്പെട്ട സോയൂസ് പേടകം ET 07:05 am ന് സ്പേസ് സ്റ്റേഷനുമായി ഡോക്ക് ചെയ്യുകയും 09:20 am ന് ഹാച്ച് തുറന്ന് കോസ്മോനോട്ടുകൾ സ്പേസ് സ്റ്റേഷനിൽ പ്രവേശിക്കുകയും ചെയ്തതോടെ ബഹിരാകാശ ഭവനത്തിലെ അംഗങ്ങളുടെ എണ്ണം 10 ആയി ഉയർന്നു. അവരിൽ അഞ്ചുപേർ നാസയിൽ നിന്നുള്ളവരും നാലുപേർ റഷ്യക്കാരും ഒരാൾ ജപ്പാൻകാരനുമായിരുന്നു. ഏപ്രിൽ 16 നു മുൻപുണ്ടായിരുന്ന മൂന്ന് റഷ്യക്കാർ തിരിച്ചുപോയതോടെ സ്പേസ് സ്റ്റേഷനിലെ അംഗങ്ങളുടെ എണ്ണം ഏഴായി കുറഞ്ഞു.

എന്നാൽ space X crew 2 വിന്റെ അംഗങ്ങളായി നാലുപേർ കൂടി 2021 ഏപ്രിൽ 24 ന് എത്തിച്ചേർന്നതോടെ സ്പേസ് സ്റ്റേഷനിലെ അംഗസംഖ്യ 11 ആയി ഉയർന്നു. അവർക്കു പ്രവർത്തിക്കുന്നതിനും കിടന്നുറങ്ങുന്നതിനുള്ള താല്ക്കാലിക ക്രമീകരണങ്ങൾ ആവശ്യമായി വന്നു.

2009 ൽ ഒരിക്കൽ പരമാവധി 13 അസ്ട്രോനോട്ടുകൾ ഏതാനും ദിവസം സ്പേസ് സ്റ്റേഷനിൽ വസിച്ചിരുന്നു. അസ്ട്രോനോട്ടുകളുടെ പുതിയ ബാച്ചുകൾ വന്നെത്തുന്ന സന്ദർഭങ്ങളിലാണ് ഇപ്രകാരം അംഗങ്ങളുടെ സംഖ്യ താല്ക്കാലികമായി വർദ്ധിക്കുവാൻ ഇടയാകുന്നത്.

ചിത്രം 65 – 2021 ഏപ്രിൽ 25 ന് സ്പേസ് സ്റ്റേഷനിൽ ഭക്ഷണ മേശയ്ക്കു മുന്നിൽ സമ്മേളിച്ചിരിക്കുന്ന അമേരിക്ക, റഷ്യ, ജപ്പാൻ, ഫ്രാൻസ് എന്നിവിടങ്ങളിൽ നിന്നുള്ള 11 അസ്ട്രോനോട്ടുകൾ

ഇപ്പോൾ തുടരുന്ന ബാച്ചിനെ എക്സ്പെഡിഷൻ 65 എന്നാണ് അറിയുന്നത്.

2021 ഏപ്രിൽ 24 ന് ശേഷവും സ്പേസ് സ്റ്റേഷനിൽ നിലവിലുള്ള അസ്ട്രോനോട്ടുകൾ തിരിച്ചുപോവുകയും പുതുമുഖങ്ങൾ വന്നെത്തുകയും ചെയ്യുന്ന പ്രക്രിയ തുടരുന്നു.

മാനവരാശിയുടെ ബഹിരാകാശ ജൈത്രയാത്രയും ഗവേഷണവും ഇനിയും അനന്തമായി തുടരാനാണ് സാദ്ധ്യത. ഇതുവരെയും ഇന്റർനാഷണൽ സ്പേസ് സ്റ്റേഷനിലേക്ക് 397 വിക്ഷേപണങ്ങൾ നടന്നിട്ടുണ്ട്. 19 രാജ്യങ്ങളിൽ നിന്നായി 243 അസ്ട്രോനോട്ടുകൾ ഇന്റർനാഷണൽ സ്പേസ് സ്റ്റേഷനിൽ വസിച്ചിട്ടുണ്ട്. അവരിൽ പലരും രണ്ടും അതിൽ അധികവും പ്രാവശ്യം സ്പേസ് സ്റ്റേഷനിൽ വസിച്ച് വിവിധ പഠനങ്ങളിൽ ഏർപ്പെട്ടിരുന്നു. 2000 നവംബർ രണ്ട് മുതൽ ഇന്നുവരെയും സ്പേസ് സ്റ്റേഷനിൽ അസ്ട്രോനോട്ടുകൾ ഇല്ലാത്ത സ്ഥിതിവിശേഷം സംജാതമായിട്ടില്ല. എന്നാൽ ഒരു ഇന്ത്യക്കാരനും ഇതുവരെ ഇന്റർനാഷണൽ സ്പേസ് സ്റ്റേഷനിൽ പോകാൻ സാധിച്ചിട്ടില്ല.

200 വർഷങ്ങൾക്കുള്ളിൽ ബഹിരാകാശത്തിൽ കോളനികൾ സൃഷ്ടിക്കുന്നില്ലെങ്കിൽ 1000 വർഷത്തിനുശേഷം മാനവരാശിയുടെ നിലനില്പ് തന്നെ അനിശ്ചിതമായിരിക്കുമെന്നു പ്രശസ്ത പ്രപഞ്ച ശാസ്ത്രജ്ഞനും സൈദ്ധാന്തിക ഭൗതിക ശാസ്ത്രജ്ഞനുമായ സ്റ്റീഫൻ ഹോക്കിങ് 2010 ൽ അഭിപ്രായപ്പെടുകയുണ്ടായി.

മനുഷ്യനെ ബഹിരാകാശത്തു എത്തിക്കുന്നതിനുള്ള ഗഗൻ യാൻ എന്ന ഇന്ത്യയുടെ ബഹിരാകാശ പദ്ധതിയുടെ പ്രവർത്തനങ്ങൾ അണിയറയിൽ നടക്കുന്നതിൽ വികസ്വര രാഷ്ട്രമായ നമുക്ക് അഭിമാനിക്കാം.

അനുബന്ധം 1

മനുഷ്യന്റെ ബഹിരാകാശ യാത്രയിലെ ഏറ്റവും ആധുനികമായ സംഭവവികാസങ്ങൾ

മനുഷ്യൻ ഗവേഷണത്തിനുമാത്രമല്ല വിനോദ സഞ്ചാരത്തിനുകൂടി ബഹിരാകാശ യാത്ര ഉപയോഗപ്പെടുത്തുന്ന നിലയിലേക്ക് ആധുനിക ലോകം പുരോഗമിച്ചുകൊണ്ടിരിക്കുകയാണ്. ഈ ലഘു ഗ്രന്ഥത്തിന്റെ രചന പൂർത്തിയായശേഷം ലഭിച്ചുകൊണ്ടിരിക്കുന്ന നവ്യമായ അറിവുകൾ ഈ അദ്ധ്യായത്തിൽ സംഗ്രഹിച്ചിരിക്കുന്നു.

1) റിച്ചാർഡ് ബ്രാൻസൺ എന്ന അമേരിക്കൻ ധനാഢ്യൻ അമേരിക്കയിൽ കാലിഫോർണിയ ആസ്ഥാനമാക്കി സ്ഥാപിച്ചിരിക്കുന്ന കമ്പനിയാണ് വിർജിൻ ഗാലക്ടിക് (Virgin Galectic). ബഹിരാകാശ യാത്രക്കുള്ള അമേരിക്കൻ സ്പേസ് ഫ്ളൈറ്റ് കമ്പനിയെന്നാണ് ഈ കമ്പനി അറിയപ്പെടുന്നതുതന്നെ. സ്വന്തമായി ബഹിരാകാശ പേടകങ്ങൾ വികസിപ്പിക്കുന്നതിനും ബഹിരാകാശ വിനോദയാത്രയെ അല്ലെങ്കിൽ പഠന യാത്രയെ വ്യാവസായിക അടിസ്ഥാനത്തിൽ പ്രോത്സാഹിപ്പിക്കുന്നതിനുമാണ് കമ്പനി ലക്ഷ്യമിട്ടിരിക്കുന്നത്. ബഹിരാകാശ വിനോദ യാത്ര ഏറെ അനുഭവമൂല്യമുള്ളതാണെങ്കിലും അതിസമ്പന്നർക്കുമാത്രം പ്രാപ്യമാകുന്ന ഒരു മേഖലയാണ്. ബഹിരാകാശ പേടകങ്ങൾ നിർമ്മിച്ച് അതിൽ സബ് ഓർബിറ്റൽ ലെവലിൽ സഞ്ചാരികളെ ബഹിരാകാശത്ത് എത്തിച്ച് സുരക്ഷിതരായി തിരിച്ചിറക്കുന്നതിനുമുള്ള സംവിധാനങ്ങളാണ് കമ്പനി പ്രായോഗികതലത്തിലെത്തിച്ചിരിക്കുന്നത്. വിർജിൻ ഗാലക്ടിക് ബഹിരാകാശ പേടകത്തിന്റെ കന്നി ബഹിരാകാശ യാത്ര (Virgin Galactic Unity 22) 2021 ജൂലൈ 11 ന് ആയിരുന്നു. 71 വയസ്സുകാരനായ ബ്രാൻസൺ 5 സഹയാത്രികരുമൊരുമിച്ച് ന്യൂ മെക്സിക്കോയിലെ അമേരിക്കൻ സ്പേസ് ഡ്രോമിൽനിന്നും പറന്നുയർന്ന് 86.1 കിലോമീറ്റർ ഉയരത്തിലെത്തി ഒരു മണിക്കൂറിനകം ഭൂമിയിൽ തിരിച്ചെത്തുകയുണ്ടായി.

യാത്ര തികഞ്ഞ വിജയമായിരുന്നു.

2) ബ്ലൂ ഒറിജിൻ വിക്ഷേപണ വാഹനങ്ങളുടെ സ്ഥാപകനായ ജെഫ് ബിസോസ് (Jeff Bezos) മൂന്ന് സഹയാത്രികരുമൊരുമിച്ച് 2021 ജൂലൈ 20 ന് ഷെഫാർഡ് ബഹിരാകാശ പേടകത്തിൽ ബഹിരാകാശ യാത്ര നടത്തി കാർമാൻ രേഖയ്ക്ക് മുകളിലെത്തി പത്തു മിനിറ്റിനുശേഷം പാരച്യൂട്ടിന്റെ സഹായത്തോടെ ഭൂമിയിൽ തിരിച്ചെത്തി.

3) (2021 ഒക്ടോബർ 13 ന്) ബ്ലൂ ഒറിജിന്റെ രണ്ടാമത്തെ ബഹിരാകാശ ടൂറിസം വിക്ഷേപണവും വിജയകരമായി നടന്നു. ഈ സബ് ഓർബിറ്റൽ വിക്ഷേപണത്തിന്റെ പേര് ന്യൂ ഷെഫാർഡ് NS 18 എന്നായിരുന്നു. വില്യം ഷാറ്റ്നർ (William Shatner), ഔഡ്റി പവെർസ് (Audrey Powers), ക്രിസ് ബോഷുയിസെൻ (Chris Boshuizen), ഗ്ലെൻ ഡി വ്രിസ് (Glen De Vries) എന്നിവരായിരുന്നു യാത്രികർ. സൈനികരോ, വൈമാനികരോ അല്ലാത്ത സാധാരണക്കാർക്കും പ്രായഭേദമന്യേ ബഹിരാകാശ യാത്ര നടത്താമെന്നു നിസ്സംശയം വ്യക്തമാക്കുന്ന ഒരു സംഭവം കൂടിയായിരുന്നു ഈ ബഹിരാകാശ യാത്ര. സിനിമാനടനും എഴുത്തുകാരനും ബഹുമുഖപ്രതിഭയുമായിരുന്ന വില്യം ഷാറ്റ്നറുടെ പ്രായം 90 വയസ്സായിരുന്നു. നാല്വർ സംഘത്തിൽപ്പെട്ട ഔഡ്റി പവെർസ് എന്ന വനിത ബ്ലൂ ഒറിജിൻ മിഷൻ ആൻഡ് ഫ്ലൈറ്റ് ഓപ്പറേഷൻസിന്റെ (Mission & Flight Operations) വൈസ് പ്രസിഡന്റ് കൂടി

ചിത്രം 66 – ന്യൂ ഷെഫാർഡ് NS 18 ലെ യാത്രികർ

യായിരുന്നു. ഈ സംഘത്തിന്റെ ചിത്രവും (ചിത്രം 66) ന്യൂ ഷെഫാർഡ് NS 18 ന്റെ ബഹിരാകാശ വിക്ഷേപണത്തിന്റെ ചിത്രവും (ചിത്രം 67) ഇവിടെ ചേർക്കുന്നു.

10 മിനിറ്റ് 17 സെക്കൻഡ് നീണ്ടുനിന്ന വിസ്മയകരമായ ഈ യാത്രയിൽ സംഘാംഗങ്ങൾ പേടകവുമായി ബന്ധിക്കുന്ന ബെൽറ്റുകൾ അഴിച്ചുമാറ്റി, സ്വതന്ത്രമായി 106 കിലോമീറ്റർ ഉയരത്തിൽ പേടകത്തിൽ പ്ലവനം ചെയ്തുകൊണ്ട്, ഭൂഗോളത്തെ അത്ഭുതത്തോടെ വീക്ഷിച്ചുകൊണ്ടു ബഹിരാകാശത്തു മൂന്നുനാലു മിനിറ്റ് സമയം ചെലവഴിക്കുകയുണ്ടായി.

ചിത്രം 67 – ന്യൂ ഷെഫാർഡ് NS 18 ന്റെ വിക്ഷേപണം

യാത്രയുടെ അവസാനം വിക്ഷേപണ വാഹനത്തിൽ നിന്നും വേർപെട്ട പേടകം മൂന്നു പാരച്യൂട്ടുകളുടെ സഹായത്തോടെ നിർദ്ദിഷ്ട സ്ഥാനത്തു സാവധാനം വന്നിറങ്ങി. പേടകം ഭൂമിയിൽ വന്നിറങ്ങുന്നതിന്റെ ചിത്രം താഴെ കൊടുത്തിരിക്കുന്നു

അത്യാഹ്ലാദത്താൽ വില്യം ഷാറ്റ്നർക്കു സംസാരിക്കാൻതന്നെ പണിപ്പെടേണ്ടിവന്നു. "വിശ്വസിക്കാനാകാത്ത അനുഭവം" അതായിരുന്നു അദ്ദേഹത്തിന്റെ പ്രതികരണം. ഏങ്കിലും അദ്ദേഹം യാത്രയുടെ അനുഭവങ്ങൾ ആവേശത്തോടെ വിവരിക്കുകയുണ്ടായി.

4) സ്പേസ് എക്സ് കമ്പനി സ്വന്തം നിലയിൽ വ്യാവസായികാടിസ്ഥാനത്തിൽ സ്പേസ് ടൂറിസത്തിലേർപ്പെട്ടിരിക്കുന്നു, ഫാൽക്കൺ 9 വാഹനത്തിൽ സ്പേസ് തന്റെ ഇൻസ്പിറേഷൻ 4 ('Inspiration 4')എന്ന ബഹിരാകാശ യാത്രയുടെ ഭാഗമായി അസ്രോനോട്ടുകളല്ലാത്ത 3 യാത്രക്കാർ ബഹിരാകാശത്ത് 575 കിലോമീറ്റർ ഉയരത്തിലെത്തി മൂന്നു ദിവസങ്ങൾക്കുശേഷം 2021 സെപ്തംബർ 18 ന് ഫ്ളോറിഡയ്ക്ക് സമീപം അറ്റ്ലാന്റിക് സമുദ്രത്തിൽ തിരിച്ചിറങ്ങി.

5) ചൈനയുടെ വടക്കു പടിഞ്ഞാറ് ഭാഗത്തുള്ള ജിയു ഗുവാൻ (Jiu guan) വിക്ഷേപണ കേന്ദ്രത്തിൽനിന്നും 2021 ജൂൺ 17 ന് ഷെൻഴോവ് 12 എന്ന ബഹിരാകാശ പേടകത്തിന്റെ വിക്ഷേപണം നടന്നു. ചൈനയുടെ

സ്വന്തം സ്പേസ് സ്റ്റേഷൻ ആയ ട്യാങ് ഗോങ്ങിൽ എത്തിച്ചേർന്ന മൂന്നു പേരുള്ള ബഹിരാകാശ യാത്രാ സംഘം 90 ദിവസത്തിനുശേഷം ചൈനയുടെ മംഗോളിയൻ പ്രദേശത്ത് 2021 സെപ്തംബർ 16 ന് സുരക്ഷിതരായി തിരിച്ചെത്തി.

ചിത്രം 68 – പാരച്യൂട്ടുകളുടെ സഹായത്തോടെ പേടകം ഭൂമിയിൽ വന്നിറങ്ങുന്നു.

ചൈന വീണ്ടും ഷെൻഴോവ് 13 എന്ന ബഹിരാകാശ പേടകം 2021 ഒക്ടോബർ 15 ന് ട്യാങ് ഗോങ്ങിലേക്ക് വിക്ഷേപിച്ചിരിക്കുന്നു. 180 ദിവസത്തെ ബഹിരാകാശ വാസമാണ് പദ്ധതിയിട്ടിരിക്കുന്നത്.

6 ജെഫ് ബെസോസിന്റെ ബ്ലൂ ഒറിജിൻ എന്ന ബഹിരാകാശ കമ്പനി 1961 ൽ ബഹിരാകാശത്ത് സഞ്ചരിച്ച അമേരിക്കൻ അസ്ട്രോനോട്ട് അലൻ ഷെപ്പേർഡിന്റെ പേരിൽ നിർമ്മിച്ച ന്യൂ ഷെപ്പേർഡ് എന്ന റോക്കറ്റിൽ ആറുപേർ നൂറു കിലോമീറ്ററിനപ്പുറം ബഹിരാകാശ യാത്ര പൂർത്തിയാക്കി 11–12–2021 ന് ഭൂമിയിൽ തിരിച്ചെത്തിയിരിക്കുന്നു. 11 മിനിറ്റുകൊണ്ട് യാത്ര പൂർത്തിയാക്കി ബഹിരാകാശത്ത് ഭാരമില്ലാത്ത അവസ്ഥ അനുഭവിച്ചറിഞ്ഞ യാത്രക്കാരിൽ ഒരാൾ അലൻ ഷെപ്പേർഡിന്റെ മകൾ ലോറ ഷെപ്പേർഡ് ആയിരുന്നു. ടെക്സാസിലെ മരുഭൂമിയിലാണ് സംഘം പാരച്യൂട്ടിൽ വന്നിറങ്ങിയത്.

അനുബന്ധം 2

ഉപഗ്രഹം എന്തുകൊണ്ട് ഭൂമിയിൽ പതിക്കാതെ പ്രദക്ഷിണ വലയത്തിൽ തുടരുന്നു

വസ്തുക്കളുടെ പരസ്പര ആകർഷണ ശക്തിയാണ് ഗുരുത്വം അഥവാ ഗ്രാവിറ്റേഷൻ (gravitation). ഭൂമിക്കു ചുറ്റും ചന്ദ്രൻ പ്രദക്ഷിണം ചെയ്യുന്നതും ഭൂമി സൂര്യനെ പ്രദക്ഷിണം ചെയ്യുന്നതും സൂര്യൻ ആകാശ ഗംഗ എന്ന നക്ഷത്ര സമൂഹത്തിന്റെ ഭാഗമായി നിലകൊള്ളുന്നതും ഗുരുത്വാകർഷണം മൂലമാണ്. വസ്തുക്കളുടെ പിണ്ഡത്തിനു ആനുപാതികമായിരിക്കും അവയുടെ ഗുരുത്വാകർഷണം. എന്നാൽ വസ്തുക്കൾ തമ്മിലുള്ള അകലം കൂടുന്നതനുസരിച്ചു ഈ ആകർഷണ ശക്തി കുറഞ്ഞു വരും. പ്രപഞ്ചത്തിൽ എല്ലായിടത്തും നേരിയതോതിലെങ്കിലും ഗുരുത്വാകർഷണം അനുഭവപ്പെടുന്നുണ്ടായിരിക്കും. ഇന്റർനാഷണൽ സ്പേസ് സ്റ്റേഷൻ പോലുള്ള ബഹിരാകാശ പേടകങ്ങൾ ഭൂമിയിൽനിന്നും ഏകദേശം 400 കിലോമീറ്റർ ഉയരത്തിലാണ് ഭൂമിയെ പ്രദക്ഷിണം ചെയ്യുന്നത്. ഈ അകലത്തിൽ ഭൂമിയുടെ പ്രതലത്തിൽ അനുഭവപ്പെടുന്നതിന്റെ 90 ശതമാനത്തോളം ഭൂമിയുടെ ഗുരുത്വാകർഷണം അനുഭവപ്പെടും. പരമാവധി നാനൂറ് കിലോമീറ്റർ ഉയരത്തിൽ എത്താൻ കഴിയുന്ന ഒരു സൗണ്ടിങ് റോക്കറ്റ് വിക്ഷേപിച്ചാൽ ആ റോക്കറ്റ് പരമാവധി ഉയരത്തിൽ എത്തിക്കഴിയുമ്പോൾ വേഗത (velocity) പൂജ്യം നിലയിൽ ആയിരിക്കും. അതോടെ റോക്കറ്റ് ഗുരുത്വാകർഷണത്തിനു വിധേയമായി അതിവേഗത്തിൽ ഭൂമിയിൽ തിരിച്ചെത്തുകയും ചെയ്യും. എന്നാൽ വിക്ഷേപിക്കപ്പെടുന്ന ഒരു ബഹിരാകാശ പേടകം ഭൂമിയിൽ പതിക്കാതെ അനസ്യൂതം ഭ്രമണപഥത്തിൽ സഞ്ചരിച്ചുകൊണ്ടിരിക്കും. ഇതിനുകാരണം പേടകം നിശ്ചിത ഉയരത്തിൽ തിരശ്ചീനമായി ഉയർന്ന വേഗതയിൽ വിക്ഷേപിക്കപ്പെട്ടിരിക്കുന്നവെന്നതാണ്. തുടർന്നും റോക്കറ്റിന്റെ ചാലക ശക്തി (propulsive) കൂടാതെ അചേതനശക്തി/അപ്രവൃത്തി (inertia) മൂലം പേടകം ചലിച്ചുകൊണ്ടിരിക്കും. ഈ അവസ്ഥയിലും ഭൂമിയുടെ

ആകർഷണശക്തിക്കുവിധേയമായി പേടകം ഭൂമിയിലേക്ക് പതിച്ചു കൊണ്ടുതന്നെയിരിക്കും. എന്നാൽ ഭൂമി നിരന്തരം കറങ്ങി ചലിച്ചു കൊണ്ടിരിക്കുന്നതുമൂലം പേടകത്തിന് അപ്രാപ്യമായിത്തീരുന്നു. ഭൂമിയിൽനിന്നും നാനൂറു കിലോമീറ്റർ ഉയരത്തിൽ മണിക്കൂറിൽ ഏകദേശം 27,600 കിലോമീറ്റർ വേഗത്തിൽ വിക്ഷേപിക്കപ്പെട്ടിരിക്കുന്ന ഒരു ബഹിരാകാശ പേടകം ഗുരുത്വാകർഷണത്തിന്റെയും പേടകത്തിന്റെ ചലനശേഷിയുടെയും (velocity) സന്തുലനം മൂലം ഭൂമിയുടെ പ്രതല ത്തിനനുസരണമായി വക്രഗതിയെ പ്രാപിക്കുകയും നിരന്തരമായി ഭൂമിയെ പ്രദക്ഷിണം ചെയ്തുകൊണ്ടിരിക്കുകയും ചെയ്യും. ഈ അവസ്ഥയിൽ പേടകം ഏകദേശം തൊണ്ണൂറ് മിനിറ്റ് കൊണ്ട് ഒരുപ്രാവശ്യം ഭൂമിയെ പ്രദക്ഷിണം ചെയ്യുന്നു. ഒരു ബഹിരാകാശ പേടകം ഭൂമിയിൽ നിന്നും ഉയർന്ന ലെവലിൽ നിന്നുകൊണ്ട് ഭൂമിയിൽ പതിക്കാതെ ഭൂമിയെ പ്രദക്ഷിണം ചെയ്യുന്നതിന്റെ സാങ്കേതിക ശാസ്ത്രം ഇത് തന്നെയാണ്.

ഭൂമിയെ പ്രദക്ഷിണം ചെയ്യുന്ന കൃത്രിമ ഉപഗ്രഹത്തിന്റെ ഭൂമിയിൽ നിന്നുള്ള ഉയരം കൂടുമ്പോൾ വേഗത കുറഞ്ഞിരിക്കും ഭൂമിയുടെ ശരാശരി റേഡിയസ് (ഭൂകേന്ദ്രത്തിൽ നിന്നും പ്രതലത്തിലേക്കുള്ള അകലം) 6380 കിലോമീറ്ററായി കണക്കാക്കിയിരിക്കുന്നു.

ഭൂസ്ഥിര ഉപഗ്രഹത്തിന്റെ ഭൂമിയിൽനിന്നുള്ള ദൂരം 36,000 കിലോ മീറ്റർ എന്ന് കണക്കാക്കപ്പെട്ടിരിക്കുന്നു. അപ്പോൾ ഭൂസ്ഥിര ഉപഗ്രഹം ഭൂകേന്ദ്രത്തിൽനിന്നും 42,380 കിലോമീറ്റർ അകലെ ആയിരിക്കും. ഇതിനെ 2p കൊണ്ട് ഗുണിക്കുമ്പോൾ ഭൂസ്ഥിര ഉപഗ്രഹത്തിന്റെ സഞ്ചാരപരിധി (സർക്കംഫറൻസ്) കിട്ടുന്നു. ഇത് ഒരു ദിവസംകൊണ്ട് ഉപഗ്രഹം സഞ്ചരിക്കുന്ന ദൂരമാണ്. ഇതിനെ 24 കൊണ്ട് ഹരിച്ചാൽ ഭൂസ്ഥിര ഉപഗ്രഹത്തിന്റെ വേഗം മണിക്കൂറിൽ ഇത്ര കിലോമീറ്റർ എന്ന് കണ്ടുപിടിക്കാൻ സാധിക്കും.

ഭൂസ്ഥിര ഉപഗ്രഹത്തിന്റെ പ്രദക്ഷിണ വൃത്തത്തിന്റെ പരിധി (circumference) = 42380 X 2p=266146 കിലോമീറ്റർ.

ഉപഗ്രഹം ഒരു മണിക്കൂറിൽ സഞ്ചരിക്കുന്ന ദൂരം 2,66,146 24=11,089 കിലോമീറ്റർ.

ഭൂസ്ഥിര ഉപഗ്രഹത്തിന്റെ വേഗത =11089 3600 = സെക്കൻഡിൽ 3.0804 കിലോമീറ്റർ.

ചന്ദ്രൻ മൂന്നു ലക്ഷത്തി എൺപത്തിനാലായിരം കിലോമീറ്റർ ഉയര ത്തിൽ മണിക്കൂറിൽ 3682.8 കിലോമീറ്റർ വേഗതയിൽ ചലിച്ചുകൊണ്ടി രിക്കുന്നു. ഭൂമി സ്വയം ഭ്രമണം ചെയ്യുന്നതോടൊപ്പം സൂര്യനെ പ്രദക്ഷി ണം ചെയ്യുന്നു. ഭൂമിയുടെ ഗുരുത്വാകർഷണവും ചന്ദ്രന്റെ ചലന വേഗവും തമ്മിലുള്ള സന്തുലനത്തിന്റെ ഫലമായി ചന്ദ്രന്റെ സഞ്ചാരപഥം ഭൂമി യുടെ പ്രതലത്തിനനുസൃതമായി വക്രഗതിയെ പ്രാപിച്ചു ഭൂമിയിൽ പതി ക്കാനാകാതെ ഭൂമിയെ പ്രദക്ഷിണം ചെയ്യുന്നതിന്റെ സാങ്കേതിക ശാസ്ത്രവും ഇതുതന്നെ.

www.ingramcontent.com/pod-product-compliance
Lightning Source LLC
LaVergne TN
LVHW100830051026
849519LV00006B/2244
* 9 7 8 9 3 9 4 7 5 3 8 8 4 *